लज्जा

तसलिमा नासरिन

अनुवाद
लीना सोहोनी

मेहता पब्लिशिंग हाऊस

Please contact us at **Mehta Publishing House,** Pune 411030.
✆ +91 020-24476924 / 24460313
Email : production@mehtapublishinghouse.com
Website : www.mehtapublishinghouse.com

- *या पुस्तकातील लेखकाची मते, घटना, वर्णने ही त्या लेखकाची असून त्याच्याशी प्रकाशक सहमत असतीलच असे नाही.*

LAJJA by TASLIMA NASRIN

© Taslima Nasrin

Translated into Marathi Language by Leena Sohoni

लज्जा : लीना सोहोनी / कादंबरी

अनुवाद : लीना सोहोनी

Email : author@mehtapublishinghouse.com

मराठी अनुवादाचे व प्रकाशनाचे हक्क मेहता पब्लिशिंग हाऊस, पुणे - ३०.

प्रकाशक : सुनील अनिल मेहता, मेहता पब्लिशिंग हाऊस, १९४१,
सदाशिव पेठ, माडीवाले कॉलनी, पुणे – ४११०३०.

मुखपृष्ठ : बाळ ठाकूर

प्रकाशनकाल : १९९४ / १९९५ / जानेवारी, १९९६ / फेब्रुवारी, २००० /
जानेवारी, २००५ / फेब्रुवारी, २००८ / सप्टेंबर, २००९ /
ऑगस्ट, २०११ / मे, २०१३ / डिसेंबर, २०१५ /
पुनर्मुद्रण : एप्रिल, २०१८

P Book ISBN 9788177660050
E Book ISBN 9788184989403
E Books available on : play.google.com/store/books
www.amazon.in
https://books.apple.com

भारतीय उपखंडातील लोकांना-

अभिप्राय

धार्मिक कडवटपणावर हल्ला करणारी क्रांतिकारक कादंबरी

धर्माच्या नावाखाली जातीच्या अभिमानाने माणसामाणसांमध्ये भिंती घालणे अमानुषपणाचे आहे हे सूत्र प्रकर्षाने या कादंबरीत स्पष्टपणे रेखाटले असल्याने सर्वांनाच विचार करायला लावले आहे. सर्वधर्मीयांचा क्रोध पत्करून धाडसाने सत्याचे दर्शन घडवून लेखिकेने एक क्रांतीच केली आहे. म्हणूनच 'लज्जा' ही क्रांतिकारक कादंबरी आहे.

दैनिक लोकसत्ता, ९-१०-१९८४

घटनाक्रम

१९४७ १५ ऑगस्ट १९४७ रोजी ब्रिटिशांनी भारतातून प्रयाण केले व भारतीय उपखंडाची भारत व पाकिस्तान अशी फाळणी झाली. त्याचप्रमाणे बंगालचीही फाळणी होऊन पूर्व बंगाल पाकिस्तानकडे गेले.

१९५२ पूर्व बंगाल (त्या काळचे पूर्व पाकिस्तान) मध्ये बांग्ला ही राष्ट्रभाषा घोषित करण्यासाठी भाषिक चळवळीचा उदय झाला.

१९६६ स्वराज्यप्राप्तीकरता सहा कलमी मागणीपत्र सादर करण्यात आले.

१९६९ पूर्व पाकिस्तानातील लोकांनी पाकिस्तानच्या हुकूमशाहीविरुद्ध बंड पुकारले.

१९७१ २६ मार्च, १९७१ रोजी पूर्व पाकिस्तानला स्वातंत्र्य मिळाले व 'बांग्लादेश' या स्वतंत्र राष्ट्राची निर्मिती झाली. परंतु पुढील नऊ महिने चळवळ चालूच राहिली व त्याची परिणती १६ डिसेंबर, १९७१ मध्ये पाकिस्तानी सेनेची पूर्णतया पीछेहाट होण्यात झाली. हा दिवस बिजयो दिवस किंवा विजय दिवस म्हणून साजरा केला जातो.

१९७५ लष्कराने केलेल्या बंडात शेख मुजीबुर रहमान यांचे सरकार उलथण्यात आले.

१९७८ बांग्लादेशची राज्यघटना मुळात धर्मनिरपेक्षता या तत्त्वावर आधारित होती. तिच्यात दुरुस्ती करून इस्लामला राष्ट्राचा धर्म म्हणून घोषित करण्यात आले.

१९९० उत्तर प्रदेशातील अयोध्या येथील बाबरी मशीद वादाचा परिणाम म्हणून बांग्लादेशात मोठ्या प्रमाणावर जातीय दंगली झाल्या.

१९९२ ६ डिसेंबर, १९९२ रोजी बाबरी मशीद उद्ध्वस्त करण्यात आली. त्याचा परिणाम म्हणून बांग्लादेशात जातीय दंगली सुरू झाल्या व देशातील अल्पसंख्याक जमातीचा छळ सुरू झाला.

मनोगत

मला मूलतत्त्ववादाचा आणि जातीयवादाचा तिटकारा आहे. त्याचमुळे ६ डिसेंबर, १९९२ रोजी अयोध्येला बाबरी मशीद उद्ध्वस्त केली गेल्यानंतर ताबडतोब मी 'लज्जा' हे पुस्तक लिहिले.

हे पुस्तक लिहिण्यास मला सात दिवस लागले.

बांग्लादेशातील बहुसंख्याक मुसलमानांनी अल्पसंख्याक हिंदूंचा केलेला छळ हा या पुस्तकाचा मुख्य विषय आहे.

बाबरी मशिदीच्या विध्वंसानंतर माझ्या देशातील हिंदूंना हुसकून लावण्यात आले, त्यांची पिळवणूक करण्यात आली. ही शरमेची गोष्ट आहे. बांग्लादेशावर प्रेम करणाऱ्या आम्हा सर्वांना ही असली भयानक घटना आपल्या सुंदर देशात घडावी, याची लाज वाटते. १९९२ मध्ये बांग्लादेशात झालेल्या दंगलींची जबाबदारी आम्हां सर्वांची आहे आणि आम्ही सर्व त्याबद्दल दोषी आहोत. 'लज्जा' हे आमच्या सामुदायिक पराभवाचे वर्णन आहे.

'लज्जा' हे पुस्तक बांग्लादेशात १९९३ मध्ये प्रकाशित झाले आणि त्याच्या साठ हजारांहून अधिक प्रती खपल्यानंतर पाच महिन्यांनी सरकारने त्यावर बंदी घातली- त्यामुळे जातीय सलोखा नाहीसा होत आहे, या सबबीखातर. सप्टेंबरमध्ये एका मूलतत्त्ववादी संघटनेद्वारा माझ्याविरुद्ध फतवा काढण्यात आला व माझ्या हत्येसाठी बक्षीसही जाहीर करण्यात आले. माझ्या जिवावर उठलेल्या जातीयवाद्यांनी ढाक्याच्या रस्तोरस्ती मोर्चे काढले. परंतु धर्माच्या नावाखाली दुसऱ्याचा छळ करणाऱ्या, एका जातीची हत्या करणाऱ्या व जातीयवाद पसरवणाऱ्या शक्तीविरुद्ध लढा पुकारण्याचा माझा निश्चय या कोणत्याही गोष्टीमुळे ढळलेला नाही. बांग्लादेश ही माझी मातृभूमी आहे. तीन लाख जिवांची आहुती देऊन आम्ही पाकिस्तानपासून आमचे स्वातंत्र्य मिळवले आहे. आम्ही धार्मिक अतिरेक्यांना आमच्यावर मनमानी करू दिली, तर हा त्याग व्यर्थ जाईल. जे मुल्ला मला ठार मारणार आहेत, त्यांचा

वरचश्मा असाच चालू दिला, तर ते बांग्लादेशातील सर्वच प्रगमनशीलतेला ठार मारतील. माझ्या सुंदर देशाचे त्यांच्यापासून संरक्षण करणे हे माझे कर्तव्य आहे आणि माझ्या तत्त्वांशी जे सहमत आहेत, त्यांना मी आवाहन करते, की माझ्या हक्कांचे रक्षण करण्यात त्यांनी मला मदत करावी.

धार्मिक मूलतत्त्ववादाचा हा रोग केवळ बांग्लादेशापुरताच मर्यादित राहिलेला नाही आणि प्रत्येक वळणावर याचा मुकाबला केलाच पाहिजे. माझ्यापुरते बोलायचे, तर मी कोणत्याही धमकावणीला वा माझा जीव घेण्याच्या वल्गनांना घाबरत नाही. मी असेच लिहीत राहणार- अत्याचार आणि भेदभाव यांच्याविरुद्ध. या मूलतत्त्ववादी शक्तींना थांबवण्याचा एकच मार्ग आहे- तो म्हणजे, आपण सर्व जे काही धर्मनिरपेक्ष व मानवतावादी लोक आहोत, त्यांनी एकत्र येऊन या शक्तीच्या घातकी प्रभावाविरुद्ध लढा दिला पाहिजे, असे माझे स्पष्ट मत आहे. मी तरी निदान गप्प बसणार नाही.

ही कादंबरी असून, त्यातील सर्व व्यक्तिरेखा माझ्या कल्पनेतून निर्माण झाल्या आहेत आणि त्यांचे कोणत्याही जिवंत वा मृत व्यक्तींशी साधर्म्य आढळल्यास तो निव्वळ योगायोग असेल. परंतु त्याचबरोबर मी असंख्य घटना, खऱ्याखुऱ्या ऐतिहासिक घटना, वस्तुस्थिती व आकडेवारीनिशी या पुस्तकात समाविष्ट केल्या आहेत. मी माझ्या कुवतीनुसार त्यांची सत्यता पडताळून पाहिली आहे.

माझ्या माहितीचे स्रोत पुढीलप्रमाणे :

एकता, आजकेर कागज, भोरेर कागज, ग्लानी, 'Communal Persecution and Repression in Bangladesh,' 'Communal Discrimination in Bangladesh : Facts and Documents' आणि 'परिषद वार्ता.'

ढाका,
मार्च, १९९४.

तसलिमा नासरिन

अनुवादाविषयी थोडेसे

तसलिमा नासरिन यांची ‘लज्जा’ ही बहुचर्चित कादंबरी मराठी वाचकांसाठी मुद्दाम मराठीत आणण्याची मूळ कल्पना श्री. अनिल मेहता यांची !

‘लज्जा’ ही अत्यंत खळबळजनक, वाचकाला वाचता वाचता विचारांना प्रवृत्त करणारी, तर कधी दिङ्मूढ करून सोडणारी, वास्तवावर आधारित कादंबरी आहे. याद्वारे तसलिमा नासरिन यांनी प्रकट केलेले विचार जसेच्या तसे मराठी वाचकांपर्यंत पोहोचवणं हे एक आव्हानच होतं. मी आजपर्यंत केलेल्या इतर स्वैर अनुवादांपेक्षा हे काम वेगळं होतं. या कादंबरीचा अनुवाद मी अत्यंत तटस्थ राहून, माझ्या मनातील कल्पनांची वा विचारांची पुष्टी मूळ कथानकाला जराही न जोडता, प्रामाणिकपणे करण्याचा प्रयत्न केलेला आहे. कादंबरीतून व्यक्त झालेले विचार पूर्णपणे तसलिमा नासरिन यांचे असून, माझे शब्द हे त्या विचारांना वाचकांपर्यंत पोहोचवणारे केवळ माध्यम आहेत, याची जाणीव मी ठेवली आहे. परंतु त्याच वेळी कादंबरीची भाषा वाचकांना ‘आपली मराठी’च वाटावी, परकी भासू नये, अशी वाक्यरचना करण्याची काळजी घेतलेली आहे.

हा अनुवाद जास्तीत जास्त निर्दोष व्हावा, यासाठी मला अनेकांनी फार मोलाची मदत केली. श्री. अनिल किणीकर, डॉ. आनंद यादव यांचे मला मराठी भाषेसंबंधी, वाक्यरचना व शब्दरचना यासंबंधी मार्गदर्शन लाभले. श्री. अशोक शहाणे, तसेच श्री. व सौ. मुखर्जी यांनी बंगाली भाषेचे जाणकार या नात्याने सहाय्य केले. श्री. माधव मोर्डेकर यांनी या कादंबरीत वारंवार डोकावणाऱ्या तांत्रिक, किचकट कायदेविषयक, घटनाविषयक विस्तृत वर्णनाच्या अनुवादाच्या कामी हातभार लावला. श्री. अनिल मेहता यांनीही महत्त्वपूर्ण सूचना दिल्या. या कादंबरीचा अनुवाद करत असताना मला वेळोवेळी श्रीमती तुतुल गुप्ता यांनी केलेल्या इंग्रजी अनुवादाचा, तसेच श्रीमती मुनमुन सरकार यांनी केलेल्या हिंदी अनुवादाचा संदर्भासाठी बराच उपयोग झाला.

या सर्वांची मी अत्यंत ऋणी आहे.

श्री. मोहन वेल्हाळ यांनी मजकुरात केलेल्या विशेष मांडणीमुळे कादंबरीतील आशयाला एक वेगळे परिमाण लाभले आहे. त्याबद्दल त्यांचे मन:पूर्वक आभार.

एका गोष्टीचा आवर्जून उल्लेख करत आहे :

मूळ कादंबरीत अनेकदा इंग्रजी उतारे डोकावतात. ते केवळ तसेच्या तसे उद्धृत न करता आमच्या मराठी वाचकांच्या सोयीसाठी त्यांचाही अनुवाद केलेला आहे.

सौ. लीना सोहोनी

तसलिमा नासरिन यांचे साहित्य

☐ **कादंबरी**
- अपरपक्ष (Oporpokkha), 1992.
- शोध (Sodh), 1992.
- निमंत्रण (Nimontron), 1993.
- भ्रमर कोयो गिया (Bharamar Koyo Gia), 1993.
- फेरा (Phera), 1993.
- फरासि प्रेमिक (Forashi Premik), 2002.
- शॉरोम (Shorom), 2009.

☐ **कविता**
- शिकोरे विपुल खुदा (Sikorey Bipul Khuda), 1986.
- निर्बासित बाहिरे अन्तरे (Nirbasito Bahirey Antorey), 1989.
- अमार किचू जाय असे ना (Amar Kichu Jai Ase Na), 1990.
- बालिका गोल्लाचूत (Balika Gollachoot), 1990.
- बेहूला एक भासिएछिलो भेला (Behula Eka Bhasiechilo Bhela), 1993.
- आया काश्ता झेंपे, जीवन देबो मेपे (Aya Kashta Jhenpe, Jibon Dibo Mepe), 1994.
- ऑतोले ऑन्तोरिन (Atole Ontorin), 1991.
- निर्बाशितो नारीर कोबिता (Nirbashito Narir Kobita), 1996.
- जॉल पॉद्दो (Jolpodyo), 2000.
- खाली खाली लागे (Khali Khali Lage), 2004.
- किछू खॉन थाको (Kicchukhan Thako), 2005.
- भालो बाशो? छाई बाशो (Bhalobaso? Cchai baso), 2007.
- बोन्दिनी (Bondini), 2008.

ललित

- निर्बाचित कलाम (Nirbachito), 1990.
- जाबो ना केनो? जाबो (Jabo Na Keno? Jabo), 1991.
- नष्ट मेयेर नष्ट गद्य (Nashto Meyer Nashto Gadya), 1992.
- छोटो छोटो दुःख कथा (Choto Choto Dukho Katha), 1994.
- नारीर कोनो देश नेई (Narir Kono Desh Nei), 2007.

कथा

- दुःखोबोती मेये (Dukhoboty meye), 1994.
- मिनू (Minu), 2007.

आत्मकथन

- आमार मेयेबॅला (Dukhoboty meye), 1999.
- उतॉल हावा (Utal Hawa), 2002.
- का (Ka), 2003.
- शेई शॉब ऑन्धोकार (Sei Sob Andhokar), 2004.
- आमी भालो नेई, तुमी भालो थेको प्रियो देश (Ami Bhalo Nei, Tumi Bhalo Theko Priyo Desh), 2006.
- नेई, किछू नेई (Nei, Kichu Nei), 2010.

१

सकाळची उन्हं चांगलीच वर आली होती. तरीही सुरंजन अंथरुणातून उठला नव्हता. त्याची बहीण नीलांजना (तिला ते सर्वजण माया म्हणत) परत परत खोलीत येऊन त्याला म्हणेल,

''दादा, ऊठ ना, काही तरी कर. नाही तर फार उशीर होईल.''

सुरंजनला ठाऊक होतं, त्यानं लवकर काही तरी धावपळ करून सुरक्षित ठिकाण शोधावं आणि त्या सगळ्यांना तिथं हलवावं, असं तिला वाटत होतं. या भयंकर संकटापासून कुठं तरी दूर... पण सुरंजनच्या स्वभावातला बंडखोरपणा उफाळून वर आला होता. केवळ आपलं नाव सुरंजन दत्त आहे, म्हणून काय आपण आपलं घर सोडून पळ काढायचा? आपले वडील सुधामयबाबू, आई किरणमयी आणि बहीण नीलांजना यांना बरोबर घेऊन एखाद्या निर्वासितासारखं पळून जायचं? केवळ आपली नावं ही आहेत, म्हणून? दोन वर्षांपूर्वी घ्यावा लागला, तसा परत याही खेपेला कमाल, बेलाल किंवा हैदरच्या घरी आसरा घ्यावा लागणार?

त्याला तो दिवस स्पष्ट आठवला : ३० ऑक्टोबर, १९९०.

कमाल एस्कॅटोनमध्ये राहायचा. या सगळ्यांना काही तरी होईल, अशी काळजी वाटून, तो एवढ्या लांबून त्यांच्याकडे आला होता आणि त्यांना गळ घालून आपल्या घरी घेऊन गेला होता. कमालच्या घरी त्यांच्या आदरातिथ्यात कोणतीही कमतरता नव्हती. सकाळी अंडी आणि टोस्टचा नाश्ता, दुपारच्या जेवणाला भात आणि मासे, संध्याकाळी हिरवळीवर बसून निवांत गप्पा... तिथल्या मऊ गाद्यांवर चांगली शांत, आरामात झोप लागायची. वेळ कसा सुखात गेला होता. पण त्यांचा तिथं कितीही चांगला वेळ गेला असला, तरी त्यानं मूळ प्रश्न काही सुटलेला नव्हता- कमालच्या घरी आश्रयाला जाऊन राहण्याची आपल्यावर का वेळ यावी? एक खरं होतं, की कमाल सुरंजनचा जुना मित्र होता आणि मित्र एकमेकांकडे राहायला जायचे. पण या अशा परिस्थितीत नव्हे. आपल्याच घरापासून पळ का म्हणून काढायचा? कमालवर अशी वेळ कधी आली नव्हती. हा देश जितका

कमालचा, तितकाच आपलाही नाही का? मग आपलेच हक्क का हिरावून घेतले होते? आपली मायभूमी आपल्याकडे अशी पाठ का फिरवत होती? तो तिला असं का म्हणू शकत नव्हता, की मी या भूमीचा पुत्र आहे. माझं नुकसान होऊ देऊ नको.

असा विचार करत सुरंजन अंथरुणात पडून राहिला- आपल्या बहिणीकडे दुर्लक्ष करून... ती खोलीत येरझाऱ्या घालत होती. नंतर उगाचच घराभोवती फिरत राहिली.

लवकर काही तरी केलं पाहिजे, हे या सगळ्यांना अजून कळत कसं नाही? काही तरी भयंकर घडायची वेळ आली आहे.

६ डिसेंबर १९९२ रोजी बाबरी मशीद कशी उद्ध्वस्त करण्यात आली, त्याचं संपूर्ण वृत्तचित्र दूरदर्शनवर सी.एन.एन.तर्फे जसंच्या तसं- अगदी तपशीलवार दाखवण्यात येत होतं. वारंवार. सुधामयबाबू आणि किरणमयी तर अगदी खुर्चीला खिळून ते दृश्य बघत होते. तो भयंकर प्रकार तिकडे चालू असताना त्यांच्या मनाला चिंतेनं ग्रासलं होतं. आता सुरंजननं लवकरात लवकर आपणां सर्वांना एखाद्या मुसलमान मित्राच्या घरी आश्रयाला नेलं, तर बरं, असा विचार दोघांच्याही मनांत येत होता. पण सुरंजननं मुळी काहीही करायचं नाही, असं ठरवलेलं होतं. कमाल, नाही तर दुसरा एखादा मित्र जरी आपण होऊन त्यांना न्यायला घरी आला असता, तरी सुरंजन हेच म्हणणार होता,

"मी कुठल्याही परिस्थितीत माझं घर सोडणार नाही."

दत्त कुटुंबीयांच्या घरात ६ डिसेंबरला घडत असलेलं दृश्य हे असं होतं.

आदल्या दिवशी, शरयू नदीच्या काठी वसलेल्या अयोध्या नगरीवर भर दुपारी काळोख दाटून आला होता. कसला भयानक काळोख तो. याच दिवशी त्या तथाकथित कारसेवकांच्या जमावानं साडेचारशे वर्षांची पुरातन मशीद पार जमीनदोस्त करून टाकली होती.

विश्व हिंदू परिषदेचं म्हणणं असं होतं, की ती मशीद प्रभू रामचंद्रांच्या जन्मभूमीवर उभारण्यात आलेली असल्यामुळं ते स्थळ ही हिंदूंची धार्मिक मालमत्ता होती. विभागीय स्वयंसेवकांनी कारसेवेची किंवा साफसफाईची एक योजना आखली होती. या योजनेअंतर्गत बाबरी मशिदीची अंतर्बाह्य स्वच्छता करण्यात येणार होती- धार्मिक भूमीचं पावित्र्य राखण्यासाठी.

-आणि या तथाकथित कारसेवेची सुरुवात होऊन पंचवीस मिनिटंदेखील झाली नसतील, तोच तो भयंकर उत्पात घडायला सुरुवात झाली. कारसेवकांनी अमानुषपणे मशीद भुईसपाट करण्याचा चंग बांधला. विश्व हिंदू परिषदेच्या उच्च पदाधिकाऱ्यांच्या, भारतीय जनता पार्टीतील वरिष्ठांच्या, उच्च पदाधिकाऱ्यांच्या, राष्ट्रीय स्वयंसेवक संघ आणि बजरंग दलाच्या सदस्यांच्या उपस्थितीत भर दिवसा हे नाट्य घडत होतं. सेंट्रल रिझर्व्ह पोलिस फोर्स, तसंच प्रॉव्हिन्शियल आर्म्ड कॉन्स्टॅब्युलरीच्या सशस्त्र

पोलिसांच्या आणि जवानांच्या, उत्तर प्रदेश पोलिस अधिकाऱ्यांच्या डोळ्यांदेखत सारं घडत होतं आणि सगळे पापणीही न हलवता मुकाट्यानं बघत उभे होते.

मशीद बघता बघता जमीनदोस्त झाली. दुपारी पावणेतीन वाजता मशिदीचा एक घुमट खाली आला. चार वाजता दुसरा आणि पावणेपाच वाजता तिसरा घुमटदेखील धर्मांध कारसेवकांनी मोडून तोडून, पार त्याचे तुकडे तुकडे करून टाकले.

हे सगळं चालू असताना मातीच्या ढिगाऱ्याखाली चार कारसेवक जिवंत गाडले गेले. शेकडो जखमी झाले.

या सगळ्याचा अगदी बारीक तपशिलांसह सविस्तर वृत्तान्त सुरंजनच्या हातांतल्या वर्तमानपत्रात दिलेला होता. मथळाच केवढा ठळक अक्षरात होता :

'बाबरी मशीद जमीनदोस्त.'

सुरंजन कधी अयोध्येला गेला नव्हता, की कधी बाबरी मशीद त्यानं पाहिलेली नव्हती. बांग्लादेश सोडून आजवर कधी बाहेर जायचा योगच आला नव्हता. जमीनदोस्त झालेल्या ठिकाणी खरोखर रामजन्मभूमी होती, की पवित्र मशिदीची जागा, याच्याशी त्याला स्वत:ला काहीही देणं-घेणं नव्हतं. पण एक निश्चित होतं, सोळाव्या शतकातील त्या धर्मस्थळाचं उच्चाटन हा भारतातील आणि भारताबाहेर असलेल्या मुस्लिम समाजाला फार मोठा धक्का होता. त्यांच्या भावनांना हात घातला गेला होता आणि त्याचबरोबर या कृत्यामुळं हिंदू धर्मीयांचीही काही कमी हानी झाली नव्हती. वृत्तपत्राच्याच भाषेत सांगायचं, तर 'आंतरराष्ट्रीय सामंजस्य आणि लोकांची सामाजिक सदसद्विवेकबुद्धी' यांना फार मोठा धक्का पोहोचला होता. सुरंजन ते वृत्त पुढं वाचू लागला :

'या कृत्यामुळे बांग्लादेशातसुद्धा याच्या प्रतिक्रिया एका फार मोठ्या धर्मद्वेषाच्या रूपाने उठल्यावाचून राहणार नाहीत. मंदिरे उद्ध्वस्त करण्यात येतील. हिंदूंची घरे जाळली जातील. त्यांची दुकाने फोडण्यात येतील. भाजपाच्या प्रेरणेमुळे कारसेवकांनी बाबरी मशीद फोडली; पण त्यामुळे बांग्लादेशातील धर्मपंडित अधिकच पेटून उठले आहेत. भाजपा, विहिंप आणि त्यांच्या सहकाऱ्यांना असे का वाटले, की त्यांच्या या वेडाच्या भरात केलेल्या कृत्याचे पडसाद फक्त भारताच्या चौकटीपुरतेच मर्यादित राहतील? खुद्द भारतात या प्रकारानंतर जागोजागी जातीय दंगली उसळल्या आहेत. पाचशे लोक मृत्युमुखी पडले आहेत किंवा सहाशे, हजार सुद्धा असतील. आपल्या जातीच्या व धर्माच्या हिताचे रक्षण करू पाहणाऱ्या हिंदूंना हे कळले तरी का, की बांग्लादेशात जवळपास अडीच कोटी हिंदू राहत आहेत? बांग्लादेशातच काय, पण पश्चिम आशियातील जवळजवळ सर्वच देशांमध्ये हिंदू विखुरलेले आहेत. आपल्या या कृत्याचे काय परिणाम होणार आहेत, याचा या हिंदू धर्मांधांनी

विचार कसा केला नाही? एक राजकीय पक्ष या नात्याने भाजपाने तरी हा विचार करायला हवा होता, की भारताला सगळ्या जगापासून वेगळा काढता येणार नाही. भारताला जर एकदा कर्करोगाने ग्रासले, तर त्याच्या वेदना साऱ्या जगभर पसरत जातील. विशेषत: भारताच्या शेजारी देशांना तर ती कळ आधी जाणवेल.'

सुरंजननं डोळे मिटले. मग परत उघडले. माया त्याला म्हणत होती,

"तू काहीच करायचं नाही, असं ठरवलं आहेस का? आपल्या आईवडिलांना धक्का न लागू देणं ही तुझी जबाबदारी आहे. आपल्या सर्वांची तू काळजी घेशील, असं ते गृहीत धरून चालले आहेत."

सुरंजननं हातपाय ताणून चांगला आळस दिला आणि जांभई देत तो म्हणाला,

"तुला जायचं, तर जा. मी घराबाहेर पाऊल टाकणार नाही."

"आणि मग त्यांचं काय?"

"मला काय माहीत?"

"आणि काही वेडंवाकडं झालं, म्हणजे?"

"होऊन होऊन काय होणार आहे?"

"त्यांनी आपल्या घरावर धाड घातली, काही जाळपोळ केली, तर?"

"केली, तर करू दे."

"करू दे काय करू दे? तू काय त्या वेळी नुसता बघत बसणार?"

"छे: ! बसणार नाही. लोळणार."

सुरंजननं उपाशी पोटीच एक सिगारेट शिलगावली. त्याला चहाची तलफ आली होती. रोज कशी किरणमयी सकाळी आयता चहा आणून द्यायची. पण आज अजून आली नव्हती. मायाकडे चहा मागण्यात काहीच अर्थ नव्हता. तिच्या डोक्यात सगळ्यांनी कुठं तरी सुरक्षित ठिकाणी पळून जायचं शिरलं होतं. या क्षणी तिला जर चहा मागितला, तर बया आरडाओरडा करून सगळं घर डोक्यावर घ्यायची. तसा आपला आपण उठून चहा करता आला असता, म्हणा. पण त्याला अतिशय कंटाळा आला होता. दुसऱ्या खोलीत मोठमोठ्यांदा टी.व्ही. चालू होता. त्याच्या समोर बसून त्या सी.एन.एन.च्या त्याच त्याच बातम्या पुन्हा ऐकण्याची त्याची बिलकूल इच्छा नव्हती.

अचानक त्याला पुढच्या खोलीतून मायाचा आरडाओरडा ऐकू आला,

"दादा नुसता लोळून पेपर वाचतोय. त्याला कुठं जगाची काही फिकीर आहे?"

परिस्थिती किती बिकट ओढवली आहे, हे सुरंजनला समजत नव्हतं, असं नाही. कुठल्याही क्षणी जमाव घरात घुसेल, लूटमार करून घराला आग लावून

निघून जाईल. अशा वेळी कमाल म्हणा किंवा हैदर म्हणा, कुणीही त्यांना नक्कीच आसरा दिला असता. पण त्यांच्याकडे मदतीची याचना करायची त्याला लाज वाटत होती. मायाची मोठ्यांदा बडबड चालूच होती.

"तुमची कुणाचीच जर घराबाहेर पडायची इच्छा नसेल, तर माझी मी उठून निघून जाईन. मी पारुलच्या घरी जाईन आणि परिस्थिती सुधारेपर्यंत तिथंच राहीन. नाही तरी दादा आपल्याला दुसरीकडे कुठं घेऊन जाईल, असं चिन्ह दिसतच नाहीये. त्याला कदाचित याहून जास्त जगण्याची इच्छा नसेलही, पण मला आहे."

तिच्या या शेवटच्या उद्गारांवरून एवढंच सिद्ध होत होतं, की आपला दादा आपल्या सर्वांसाठी काहीही हालचाल करणार नाही, हे तिला आता कळून चुकलं होतं व त्यामुळंच स्वत:चा जीव वाचवायला तिला स्वत:च काही तरी करणं भाग होतं.

सुरंजन आपला एकटा स्वत:शी विचार करत पडला होता. समजा, घराबाहेर पडलं, तरी सुरक्षिततेची काय हमी आहे? नव्वद सालच्या ऑक्टोबर महिन्यात नशिबानं साथ दिली होती. जीव वाचला होता. त्या वेळी लागोपाठ घडलेल्या घटना त्याच्या डोळ्यांपुढं नाचू लागल्या.

- *जमावानं ढाकेश्वरीच्या मंदिराला आग लावली होती. पोलिसांनी त्यांना थांबवण्याचा यत्किंचितही प्रयत्न केला नव्हता. मुख्य सभामंडपाची राखरांगोळी झाली होती. मंदिराच्या नृत्यमंडपाचीही मोडतोड करण्यात आली होती.*
- *शिवमंदिर, अतिथिकक्ष आणि श्रीधाम घोष यांची परंपरागत वास्तू जमीनदोस्त करण्यात आल्या होत्या.*
- *गौडीय मठाचे मुख्य मंदिर, नृत्यगृह आणि अतिथिकक्ष यांची मोडतोड करून मंदिरातील मौल्यवान चीजवस्तू लंपास करण्यात आल्या होत्या.*
- *माधव गौडीय मठाच्या आतील मुख्य मंदिर उद्ध्वस्त करण्यात आले होते.*
- *जयकाली मंदिराचा विनाश केला गेला होता.*
- *ब्राह्मो समाजाच्या भोवतालच्या तटबंदीच्या वर बांधलेला कक्ष तसेच आतल्या भागातील रामसीतेच्या मंदिरातील नक्षीकाम केलेले कोरीव सिंहासन उद्ध्वस्त करण्यात आले होते. मंदिराचा गाभाराही या हल्ल्यातून वाचू शकला नव्हता.*
- *नया बझार येथील वस्तीची धूळधाण उडवण्यात आली होती तसेच बनग्राम येथील मंदिराचीही.*
- *शाँखरी बझाराच्या प्रवेशद्वारापाशीच किती तरी हिंदूंच्या दुकानांची लुटालूट*

आणि जाळपोळ करण्यात आली होती. शैला वितान, सुरमा ट्रेडर्स, सलून्स, टायरची दुकाने, लाँड्र्या, मीता मार्बल, साहा कॅबिनेट रेस्टॉरंट... हिंदूंचे काही म्हणता काही वाचले नव्हते. खरे तर, शाँखरी बझारच्या तोंडाशी उभे राहिल्यावर जेवढ्या दूरवर नजर पोहोचेल, तिथपर्यंत नुसता विनाश दिसत होता.

- ☐ *धारामी (डेमरा) येथील शनि मंदिर, तसेच आखाड्याचा काही भाग उद्ध्वस्त करण्यात आला होता.*
- ☐ *किमान पंचवीस कुटुंबांची राहती घरे, दोन-तीनशे जातीयवादी गुंडांनी मिळून, जाळून नष्ट केली होती. लक्ष्मी बझारमधील वीरभद्र मंदिराच्या भिंती पाडून आतल्या सर्वच चीजवस्तूंचा निकाल लावण्यात आला होता.*
- ☐ *इस्लामपूरमधील सोन्याचांदीची दुकाने, तसेच छत्र्यांची दुकाने आगीत भस्मसात झाली होती.*
- ☐ *नवाबपूर रोडवरील सुप्रसिद्ध मरण चाँद हलवायाचे दुकान व त्याचेच पुराना पलटण येथील दुकान या दोहोंचीही प्रचंड हानी झाली होती.*
- ☐ *रायबझारमधील कालीमातेच्या मूर्तीची अवस्था तर बघवत नव्हती.*
- ☐ *सुत्रापूरमध्ये गुंड हिंदूंच्या दुकानांची केवळ मोडतोड करून गप्प बसले नव्हते. त्यांच्या पाट्या उतरवून त्या ठिकाणी मुसलमानी नावांच्या पाट्या चढवण्यात आल्या होत्या.*
- ☐ *नवाबपूरमधील 'घोष अँड सन्स' या दुकानाचीही आधी अशीच मोडतोड करून नंतर दुकानाच्या पुढील भागात 'नवाबपूर युवा युनियन क्लब' असा फलक टांगण्यात आला होता.*
- ☐ *ताथारी बझारमधील बोत्थोली मंदिर उद्ध्वस्त करण्यात आले होते.*
- ☐ *नवाबपूरमधील रामधन पसारी नामक दुकानातील सामानासुमानाचा नायनाट करण्यात आला होता.*
- ☐ *बाबू बझार पोलिस चौकीपासून केवळ काही यार्ड अंतरावर असलेल्या 'शुकलाल मिष्टान्न भांडारा'चीही लूटमार झाली होती.*
- ☐ *जतिन आणि कंपनीची शोरूम, तसेच फॅक्टरी सुद्धा या हल्ल्यातून वाचल्या नव्हत्या.*
- ☐ *पुरातन साँप मंदिराची मोडतोड झाली होती.*
- ☐ *सदर घाट चौकात असलेल्या रतन सरकार मार्केटची आधी लूटमार झाली आणि नंतर मोडतोड करण्यात आली होती.*

सुरंजननं नव्वद सालच्या दंगलीत उद्ध्वस्त झालेल्या ठिकाणांची मनातल्या

मनात उजळणी केली.

दंगल, दंगल म्हणतात, ती हीच का? नव्वद सालच्या प्रकाराला दंगल नाव देता आलं असतं का? 'दंगल' या शब्दाचा अर्थ एका जातीच्या लोकांनी दुसऱ्या जातीचा बळी घेणं असा होतो का? मुळीच नाही. या प्रकाराला दंगल म्हणून संबोधणं योग्य नाही. एका जातीनं दुसऱ्या जातीचं पावित्र्य आणि एकान्त यांचा अतीव निर्घृणपणे भंग केला होता. जुलूम-जबरदस्ती केली होती.

खिडकीतून उन्हं आत उतरली होती. सुरंजनचं कपाळ उन्हात चमकत होतं. पण हिवाळ्याचे दिवस होते. उन्हाच्या उबेत बरंच वाटत होतं. सुरंजन तसाच बिछान्यावर चहाची वाट बघत पडून राहिला.

इकडे दुसऱ्या खोलीत त्याचे वडील, सुधामयबाबूदेखील गतकाळच्या विचारांत गढून गेले होते. ते स्वत: तरुण असताना त्यांच्या आत्या आणि काका एकेक करत बांग्लादेश सोडून गेले होते. मयमनसिंगहून फूलबाडीकडे जाणाऱ्या आगगाडीच्या गार्डाच्या शिट्टीमधे देश सोडून निघालेल्या लोकांचे करुण आकांत मिसळून जायचे. जेव्हा त्याचे शेजारीच देश सोडून जायला निघाले तेव्हा त्यांनी तरुण सुधामयच्या वडिलांची कितीक आर्जवं केली :

"सुकुमार, आमच्याबरोबर चल. निघून जाऊ इथून. हा देश केवळ मुसलमानांचा आहे. या देशात आता जिवाची देखील शाश्वती राहिलेली नाही."

पण सुकुमार दत्त आपल्या निर्णयाशी ठाम राहिले. आयुष्यात जी मूल्यं आजवर जतन केली, त्यांना असा दगा द्यायचा? ते शक्य नाही. ते म्हणत,

"जर तुम्हांला तुमच्या स्वत:च्या देशातच सुरक्षिततेची हमी नाही, तर ती पृथ्वीवर आणखी तरी कुठं असणार? काही झालं, तरी मी माझ्या मातृभूमीपासून पळ काढणार नाही. तुम्हांला जायचं, तर खुशाल जा. माझ्या वाडवडिलांची ही मालमत्ता सोडून मी मुळीच येणार नाही. या नारळी-पोफळीच्या बागा, लांबच लांब पसरलेली हिरवीगार शेतं, दोन बिघा जमिनीवर उभं असलेलं माझं घर... हे सगळं सोडून सियालदाह स्टेशनाच्या प्लॅटफॉर्मवर एक निर्वासित म्हणून राहू?"

त्या वेळी सुधामय अवघा एकोणीस वर्षांचा होता. त्याचे बरेचसे मित्र देश सोडून कायमचे भारतात चालले होते. ते त्याला वारंवार बजावत होते,

"एक ना एक दिवस तुझ्या वडिलांना आपल्या निर्णयाचा पश्चाताप करावा लागणार आहे."

सुधामयला मात्र आपल्या वडिलांचं बोलणं पटलं होतं. तो म्हणे,

"मी माझी मातृभूमी सोडून दुसरीकडे काय म्हणून जाऊ? मी जगेन तो याच मातीत आणि मरेन तोही इथंच."

पण तरीही माणसांचा ओघ बाहेर वाहतच राहिला. कॉलेजातील विद्यार्थ्यांची संख्या दिवसेंदिवस रोडावत राहिली. १९४७ मध्ये जे लोक देश सोडून गेले नव्हते, तेही आता चालले होते. अखेर सुधामयच्या कॉलेजात मूठभर मुसलमान विद्यार्थी आणि तेवढेच दरिद्री हिंदू विद्यार्थी शिल्लक ठरले.

लायटन मेडिकल कॉलेजमधून वैद्यकीय पदवी संपादन करून तो बाहेर पडला.

१९५२ मधला तरुण आणि उत्साहानं सळसळणारा चोवीस वर्षांचा सुधामय... त्या वेळी ढाक्याच्या रस्त्यारस्त्यांवर, गल्ल्याबोळांतून एकच चर्चा होती. बांगला भाषा ही राष्ट्रीय भाषा व्हायला हवी. पाकिस्तानचे राष्ट्राध्यक्ष मुहम्मद अली जीना यांनी मात्र ही मागणी धुडकावून लावली आणि उर्दू ही पाकिस्तानची राष्ट्रभाषा म्हणून घोषित करण्यात आली. पण पूर्व पाकिस्तानमधील (त्या वेळी बांग्लादेश हे स्वतंत्र राष्ट्र निर्माण झालं नव्हतं.) तरुण व धडाडीच्या राजकारणी लोकांचा निर्धार कायम होता. ते जीनांच्या निर्णयाविरुद्ध उठले. शहरांचे रस्ते त्यांच्या रक्तानं न्हाऊन निघाले पण कुणीच हार मानायला तयार नव्हतं. बांगला हीच राष्ट्रभाषा झाली पाहिजे. सुधामयच्या अंगातही क्रांतीचं रक्त सळसळू लागलं. 'आम्हांला बांगलाच हवी...' असे नारे देत तो मिरवणुकींच्या अग्रभागी राहू लागला. रफीक, सलाम, बरकत, जब्बार यांची पोलिसांनी जेव्हा हत्या केली, तेव्हा तो तिथं मौजूद होता. चिन्हं तर दिवसेंदिवस अशी दिसत होती, की एक दिवस याची पण हत्या होणार आणि हा हुतात्मा होणार.

नंतर १९६९ सालच्या राष्ट्रीय चळवळीतही सुधामयचा सहभाग होताच. अयूब खानांच्या पोलिसी फौजांना दिसताक्षणीच गोळीबार करण्याचा हुकूम दिलेला असल्यानं त्या मिरवणुकींवर बंदुका रोखून तयार होत्या. परंतु आपल्या अकरा कलमी मागण्यांची पूर्तता व्हावी म्हणून मोर्चा घेऊन निघालेले निधड्या छातीचे बंगाली डगमगणार होते थोडेच? आलमगीर मन्सूर मिन्टू पोलिसांच्या गोळीबाराला बळी पडला. त्याचं प्राणहीन कलेवर दोन्ही हातांत धरून सुधामय मयमनसिंगच्या रस्त्यावरून निघाला. त्याच्या मागोमाग बंगाली बोलणारे हजारो पाकिस्तानी नागरिक साश्रुनयनांनी मूकपणे निघाले. मार्शल लॉ आता लवकरच लादला जाण्याची चिन्हं दिसत होती.

१९५२ ची भाषिक चळवळ, १९५४ च्या युनायटेड फ्रंट इलेक्शन्स, १९६२ ची शैक्षणिक चळवळ, १९६६ ची सहा कलमी चळवळ, आगरताला कटाविरुद्ध निषेध म्हणून काढण्यात आलेली चळवळ, १९७० सालच्या सार्वत्रिक

निवडणुका आणि १९७१ सालची स्वातंत्र्याची चळवळ... राजकीय दृष्ट्या सजग असलेल्या बंगाली तरुणांनी एकत्र येण्यामागे ही एवढी कारणं घडत गेली. प्रत्येक चळवळीनंतर एक गोष्ट स्पष्ट होत गेली. देशाचे केवळ द्विराष्ट्रीय सिद्धान्ताच्या आधारे दोन तुकडे करणं ही एक अत्यंत चुकीची पायरी होती.

मौलाना अबुल कलाम आझाद यांनी म्हटलं होतं :
"It is one of the greatest frauds on the people to suggest that religious affinity can unite areas, which are geographically, economically, linguistically and culturally different. It is true that Islam sought to establish a society, which transcends racial, linguistic, economic and political frontiers. History has, however, proved that after the first few decades or at the most after the first century, Islam was not able to unite all the Muslim Countries on the basis of Islam alone."

("ज्या दोन प्रदेशांमधे भौगोलिक, आर्थिक, भाषिक आणि सांस्कृतिक तफावत आहे, ते प्रदेश केवळ धर्माच्या नात्याने एकत्र बांधून ठेवणे शक्य आहे, असे सांगणे ही लोकांची मोठीच दिशाभूल करण्यासारखे आहे. जातीय, भाषिक, आर्थिक आणि राजकीय सरहद्दी नसतील असा एक समाज स्थापन करण्याचे इस्लामचे ध्येय आहे, हे खरेच आहे. परंतु इतिहासाने हे वारंवार सिद्ध करून दाखवले आहे, की वेगवेगळ्या देशांना केवळ ते देश इस्लामधर्मी आहेत, या बळावर एका छत्राखाली आणणे इस्लामला शक्य झालेले नाही.")

द्विराष्ट्रीय सिद्धान्ताचे (Two-nation theory) प्रत्यक्षात आचरण करणे व्यवहारात किती अशक्य आहे, हे खुद्द जीनांनाही ठाऊक होते. जेव्हा माऊंटबॅटन पंजाब आणि बंगालचे तुकडे करण्याविषयी बोलत होते, तेव्हा ते स्वत:च म्हणाले होते,

"A man is Punjabi or Bengali before he is Hindu or Muslim. They share a common history, language, culture and economy. You will cause endless bloodshed and trouble."

("माणूस हिंदू किंवा मुसलमान असण्याआधी तो पंजाबी किंवा बंगाली असतो. त्यांची संस्कृती, इतिहास, भाषा आणि आर्थिक पार्श्वभूमी एक असते. तुमच्या या कृत्यामुळे नाहक रक्तपातच होईल.")

१९४७ सालापासून १९७१ सालापर्यंत बंगाली लोकांनी एकामागोमाग एक रक्तपात पाहिले. या सर्वांचं एकत्रित पर्यवसान १९७१ सालच्या स्वातंत्र्यलढ्यात झालं. तीस लाख बंगाली आयुष्यांची आहुती पडल्यानंतर स्वातंत्र्यप्राप्ती झाली.

माणसाची राष्ट्रीय भावना ही त्याच्या धर्मावर अवलंबून नसते, हे यावरून सिद्ध झालं. भाषा, संस्कृती व इतिहास यांचा भक्कम पाया निर्माण झाला व त्यावर प्रखर राष्ट्रवादाची उभारणी झाली. पाकिस्तानामधे अगदी सुरुवातीला पंजाब आणि बंगालमधील मुसलमानांमध्ये एकीची भावना निर्माण झाली. पण थोड्याच दिवसांमधे हिंदू व मुसलमान बंगाल्यांनी देश दोन तुकड्यांत विभागलेला असणं किती फोल आहे, हे सिद्ध करून दिलं. पाकिस्तानातील मुसलमानांशी तडजोड करायला लागावी, हा विचार त्यांना पटेना.

१९७१ मध्ये मयमनसिंगमधील एस. के. हॉस्पिटलमध्ये सुधामय डॉक्टर म्हणून नोकरीस लागलेला होता. घरात आणि हॉस्पिटलमध्ये प्रचंड जबाबदारी, कामाचा बोजा होता. स्वदेशी बझारमधील एका दुकानाच्या गाळ्यात सायंकाळचा वैद्यकीय व्यवसायही चालू होता. किरणमयी आपल्या सहा महिन्यांच्या दुसऱ्या बाळात गुंतलेली होती. पहिला मुलगा सुरंजन त्या वेळी बारा वर्षांचा होता. सुधामयवर कौटुंबिक जबाबदारी तर होतीच पण हॉस्पिटलसुद्धा अक्षरशः त्याच्या एकट्याच्या जिवावर चाललं होतं. त्यातूनही कधी तरी सवड काढून तो आपला मित्र शरीफ याच्या घरी बैठकीला जात असे. इतर मित्रांची तिथं गाठ व्हायची.

आठ किंवा नऊ मार्चचा दिवस असेल. त्याचे मित्र शरीफ, फैजल, बबलू आणि निमाई रेसकोर्सवर शेख मुजीबुर रहमान यांचं भाषण ऐकायला गेले होते. मध्यरात्रीच्या सुमाराला परत येता येता त्यांनी सुधामयचा दरवाजा ठोठावला. सुधामय तेव्हा ब्रह्मपालीला राहत होता. मुजीबुर आपल्या भाषणात म्हणाले होते,

"आणखी एक जरी गोळी बंदुकीतून उडाली, माझा आणखी एक जरी बांधव मारला गेला, तरी माझी तुम्हां सर्वांना अशी विनंती आहे, की एकेका घराचा एकेक कोट करा. गरज पडेल, तेव्हा शत्रूचा मुकाबला करण्यासाठी शक्य ती साधनसामग्री गोळा करा. हा लढा स्वातंत्र्याचा आहे. हा मुक्तिसंग्राम आहे."

उत्साहानं सळसळत त्याचे मित्र म्हणाले होते,

"सुधादा, आपण काही तरी पाऊल उचलायला हवं."

नुसतं वाट बघत बसून काही साध्य होणार नव्हतं, हे सुधामयला देखील माहीत होतं. पण त्याच्यावर बायकामुलांची, हॉस्पिटलच्या नोकरीची जबाबदारी होती. त्यामुळं तो गप्प बसला.

नंतर पंचवीस मार्च रोजी पाकिस्तानी जवानांनी बंगाली लोकांवर अचानक हल्ला चढवला. परत एकदा सुधामयचे मित्र त्याचं दार ठोठावायला आले,

"आपल्याला युद्धावर गेलं पाहिजे," ते कुजबुजत्या स्वरात म्हणाले, "दुसरा

काही मार्गच उरलेला नाही.''

सुधामयपुढं मोठाच पेच पडला. आज त्याच्या विचारांच्या केंद्रस्थानी त्याचे कुटुंबीय होते. शिवाय युद्धावर जाण्याइतका तो तरुण राहिला नव्हता. पण त्याच्या मित्रांचं बोलणंही विसरता येत नव्हतं. ते वारंवार कानांत घुमत होतं. हॉस्पिटलमधल्या कामांत त्याचं चित्त लागेना. अखेर त्यानं किरणमयीशी विचारविनिमय केला. आपला नवरा जरा कुठं निघून गेला, तर आपल्याला एकटीला हे सगळं सांभाळणं जमेल का? नुसत्या विचारांनी किरणमयी घाबरून गेली. कावरीबावरी झाली. ती म्हणाली,

''त्यापेक्षा आपण भारतात जाऊ. आपले शेजारी एकेक करत चाललेच आहेत.''

ही तर वस्तुस्थिती होती. सुकांत चट्टोपाध्याय, सुधांशु हलदार, निर्मलेंदु भौमिक, राजन चक्रवर्ती- सगळे शेजारी निघून गेले होते. १९४७ चं सत्र पुन्हा चालू झालं होतं. सुधामय चिडायचा. संतापायचा. अशा लोकांची भ्याड म्हणून संभावना करायचा.

यानंतर काही दिवस गेले.

एकदा निमाई त्याच्याकडे येऊन म्हणाला,

''सुधादा, सैन्य रस्त्यारस्त्यांवर आलं आहे. ते हिंदूंना पकडून ठार मारतायत. चला, आपणही पळून जाऊ या.''

१९४७ मध्ये त्याचे वडील सुकुमार दत्त आपला देश सोडून न जायच्या निर्णयाशी ठाम राहिले होते. सुधामयनं सुद्धा अगदी त्याच शब्दांत निमाईला सांगितलं,

''तुम्हांला जायचं, तर तुम्ही जा... मी माझं घर सोडून जाणार नाही. त्या पाकिस्तानी कुत्र्यांना मारून आम्ही आमचं स्वातंत्र्य मिळवू. मग नंतर यायचं, तर या परत.''

अखेर किरणमयीनं मुलांना घेऊन फुलपूरला फैजूलच्या खेड्यातल्या घरात राहायचं आणि शरीफ, बबलू आणि फैजूलबरोबर सुधामयनं नालिताबाडीला जायचं, असं ठरलं. पण हा सगळा बेत बाजूलाच राहिला. आधीच सैनिकांनी त्याला ताब्यात घेतलं. तो धोका पत्करून कुलूप आणण्यासाठी घराबाहेर पडला होता. पण रस्त्यारस्त्यांवर सैन्य होतं आणि एकही बंगाली सुरक्षित नव्हता. कसा तरी जीव मुठीत धरून तो रस्त्यानं निघाला. काही दुकानांची एक फळी उघडी होती. अचानक तीन माणसं त्याच्या पुढं येऊन उभी ठाकली. त्यांनी त्याला थांबवलं. त्याचं मानगूट धरून एकजण खेकसला,

"तुझं नाव काय, रे, एऽऽ ?"

आता यांना कुठलं नाव सांगावं, हेच सुधामयला समजेना. मग किरणमयीच्या मैत्रिणींनी एकदा तिला पढवून ठेवलं होतं, त्याची त्याला आठवण झाली. जर जिवंत राहायचं असेल, तर आपलं नाव फातिमा अख्तर किंवा असंच काही तरी सांगत जा, असं त्या तिला बजावत. आपल्या नावावरून आपण हिंदू आहोत, हे या छळवाद्यांना कळलं, तर मग आपलं काही खरं नाही, हे सुधामयच्या लक्षात आलं. आपले वडील सुकुमारबाबू, आजोबा ज्योतिर्मयबाबू आणि आपण या सर्वांची नावं विसरून त्यानं कापऱ्या आवाजात स्वतःचं नाव सिराजुद्दीन हुसेन असं सांगितलं. पण त्यांचा विश्वास बसला नाही. एकानं ओरडून सुधामयला लुंगी सोडायला सांगितली. पण सुधामयची वाट न बघता आपणच त्याची लुंगी फेडली...

निमाई, सुधांशु आणि राजन का पळून गेले, त्या प्रखर वास्तवाची जाणीव त्याला या क्षणी प्रथम झाली...

हिंदुस्थानचे जेव्हा पूर्व पाकिस्तान, पश्चिम पाकिस्तान आणि भारत असे तुकडे झाले, तेव्हा बरेच हिंदू आपली पूर्व पाकिस्तानातली घरं सोडून भारतात निघून गेले. ते त्या वेळी भारतात जाऊ शकले, याचं कारण जातीय आधारावर भारतीय उपखंडाची फाळणी झाल्याकारणानं हिंदू नागरिकांना आपल्याला पाहिजे त्या देशात जाऊन राहण्याकरता भारताच्या सरहद्दी खुल्या ठेवण्यात आल्या होत्या.

श्रीमंत, सुशिक्षित, उच्च मध्यमवर्गीयांचे तांडेच्या तांडे गेले.

१९८१ सालच्या शिरगणतीनुसार बांग्लादेशात १ कोटी, ५ लाख, ७० हजार किंवा संपूर्ण देशाच्या लोकसंख्येच्या १२.१ टक्के हिंदू होते. नंतरच्या बारा वर्षात ही संख्या सुमारे दोन ते अडीच कोटींवर जाऊन पोहोचली. अधिकृतरीत्या देशातील हिंदूंचा आकडा मुद्दामच एवढा जास्त असल्याचं जाहीर केलं गेलं नाही. पण सुधामयच्या स्वतःच्या अंदाजाप्रमाणे या सुमाराला म्हणजे १९९० च्या सुरुवातीला संपूर्ण देशाच्या लोकसंख्येच्या वीस टक्के तरी हिंदू होते.

१९०१ मध्ये ३३.१ टक्के हिंदू पूर्व बंगालमध्ये राहत होते. हाच आकडा १९११ मधे मात्र ३१.५ इतका कमी झाला. १९२१ साली आणखी कमी होत तो केवळ ३०.६ टक्के झाला. १९४१ साली आणखी कमी होत बंगालमधील हिंदूंची संख्या एकूण लोकसंख्येच्या २८ टक्के झाली. ती आणखीही कमी होत जाणार होती. १९४७ साली झालेल्या फाळणीनंतर केवळ दहा वर्षांत हिंदूंचं प्रमाण २८ टक्क्यांवरून २२ टक्के झालं. गेल्या चाळीस वर्षांत हिंदूंच्या संख्येत जेवढी घट झाली नसेल, तेवढी या दहा वर्षांत झाली. पाकिस्तानी राजवटीतही हिंदूंचा भारताकडे ओघ चालूच राहिला. १९६१ सालच्या आकडेवारीनुसार हिंदूंची टक्केवारी

१८.५ टक्क्यांपर्यंत खाली घसरली आणि १९७४ मध्ये तर फक्त १३.५ टक्के हिंदू राहिले. मात्र बांग्लादेश स्वतंत्र झाल्यानंतर हिंदूंचा हा भारताकडे चाललेला ओघ जरासा कमी झाला. १९८१ मध्ये देशाच्या लोकसंख्येपैकी १२.१ टक्के लोक हिंदू होते. त्यावरून असा निष्कर्ष काढणं शक्य झालं, की आपली वडिलार्जित घरं सोडून भारताकडे कायमचं प्रयाण करणाऱ्या हिंदूंचं प्रमाण आता घटलं होतं. पण हे असं आणखी किती काळ चालणार होतं? १९९० साली झालेल्या दंगली आणि आत्ता १९९२ साली उसळलेल्या दंगली विचारात घेता हे अवघड होतं.

आता हिंदूंनी हा देश कायमचा सोडून जायचं होतं, की काय?

सुधामयबाबूंच्या छातीच्या डाव्या भागात कळ जाणवत होती. जुनी कळ. परत परत डोकं वर काढणारी. पण आता डोकंही ठणकू लागलं होतं. कदाचित ब्लडप्रेशर वाढलं असेल. टी.व्ही.वर सहा डिसेंबरच्या त्या उत्पाताचे वारंवार, पुन्हा पुन्हा वृत्तान्त चालूच होते. आता दरवेळी बाबरी मशिदीचं ते दृश्य दाखवत नव्हते. पण त्याचा उल्लेख मात्र हमखास असायचा. हिंदूंना बहुसंख्याक जमातीच्या रागाचे बळी पडण्यापासून वाचवण्याकरता बहुधा सरकारनं सी.एन.एन.ला दृश्य न दाखवण्याची विनंती केली असावी. पण अर्थात छोट्याशा ठिणगीनं सुद्धा भडका उडून पेटून उठणारे लोक, ते काय दंगली सुरू करण्यासाठी सी.एन.एन.च्या वृत्तावर अवलंबून राहणार होते?

सुधामयबाबूंच्या छातीत फार जोराची चमक आली. त्यांनी छाती जोराजोरानं चोळली, दुःख कमी व्हावं, म्हणून आणि ते शांतपणे बिछान्यावर पडून राहिले.

माया अजूनही व्हरांड्यात अस्वस्थपणे येरझाऱ्या घालत होती.

आपल्या मुलीला, खरं तर इथून कुठं तरी पळ काढायचा आहे, याची सुधामयबाबूंना पूर्ण कल्पना होती. पण ते कसं शक्य होतं? सुरंजन अडून बसला होता ना!

व्हरांड्यात उन्हामुळं मायाची लांबलचक सावली पडली होती.

सुधामयबाबूंनी टक लावून पाहिलं.

किरणमयी शांतपणे बसून होती. तिच्या डोळ्यांत उदास, मूक विनवणी होती,

'आपण जगू या. इथून कुठंतरी दूर जाऊ या.' तिचे डोळे जणू सांगत होते.

पण सुधामयबाबूंनी जरी जायचं ठरवलं असतं, तरी कुठं जाणार होते ते? या वयात ही सगळी धावपळ जमली तरी असती का? आजवर कधी त्यांनी कातडीबचाऊपणा केला नव्हता. उलट, प्रत्येक ठिकाणी ते अग्रेसरच असायचे. पाकिस्तानी सरकारविरुद्ध निदर्शनं असली, तर त्यांत सगळ्यांत पुढं ते असायचे. अशा चळवळीत भाग घेताना घर, संसार, मुलंबाळं कशाचा विचार देखील त्यांच्या मनाला शिवला नाही. पण तो उत्साह, तो जोश आता कुठून येणार?

एकदा बांग्लादेशाला स्वातंत्र्य प्राप्त झाल्यानंतर मुसलमानांइतकेच हिंदूंनाही राजकीय, आर्थिक, सांस्कृतिक आणि धार्मिक बाबतींतले हक्क प्राप्त होतील, अशी त्यांची धारणा होती. पण दुर्दैवानं धार्मिक बाबतीतील समानतेचं तत्त्व हळूहळू घसरणीला लागलं होतं. आज बांग्लादेशाचा राष्ट्रीय धर्म म्हणून इस्लामला अधिकृत दर्जा देण्यात आला होता आणि ज्या प्रतिगामी विचारसरणीच्या लोकांनी १९७१ च्या स्वातंत्र्यसंग्रामाला विरोध केला होता, तेच लोक आता डोक्यावर बसले होते. मोर्चे काढत होते. सभा घेत होते. १९९० साली हिंदूंची जी अमानुष कत्तल झाली, त्यापाठीमागे याच लोकांचा हात होता; हेच गुंड हिंदूंची घरं-दारं, दुकानं उजाड होण्यास कारणीभूत होते.

सुधामयबाबूंनी क्षणभर डोळे मिटले.

आता या वेळी तरी काय होईल, कोण जाणे! एक गोष्ट निश्चित होती. हिंदू धर्मांधांनी बाबरी मशीद उद्ध्वस्त केल्याचा परिणाम बांग्लादेशातील हिंदूंना भोगावा लागणार होता. १९९० सालच्या दंगलीत जर मुसलमान मूलतत्त्ववाद्यांनी सुधामयबाबूंसारख्या हिंदूंना सोडलं नव्हतं, तर ते आता १९९२ साली तरी का सोडतील? आणि म्हणून उंदरांसारखा वाट फुटेल तिकडे पळ काढायचा? केवळ हिंदू आहोत म्हणून? केवळ भारतातल्या हिंदूंनी बाबरी मशीद उद्ध्वस्त केली म्हणून? पण त्या कृत्याला काय आपण जबाबदार आहोत का?

परत एकदा त्यांनी वळून व्हरांड्यात पडलेल्या मायाच्या सावलीकडे पाहिलं.

सावलीची सारखी हालचाल चालू होती. अचानक ती सावली लुप्त झाली आणि माया स्वतःच खोलीत आली. तिचा सुंदर, भावपूर्ण चेहरा काळजीनं विदीर्ण झाला होता. घामेजून गेली होती ती. ती मुद्दामच मोठ्यांदा म्हणाली,

"तुम्ही लोक पडा असेच इथं कुजत. मी चालले."

किरणमयीनं आवाजात जरा जरब आणून विचारलं,

"तू कुठं जायचं ठरवलं आहेस?"

पण आईच्या आवाजातील जरबेला जराही भीक न घालता माया जोरजोरात केस विंचरत राहिली.

"मी पारुलच्या घरी चालले आहे... तुम्हांला जर जगायची इच्छाच नसेल, तर त्याला मी काय करणार? दादा काही घर सोडून जायचं लक्षण दिसत नाहीये."

"आणि तुझ्या नावाबद्दल तू काय करणार आहेस? नीलांजना नाव सांगितलंस, तर सगळं बिंग फुटेल..." सुधामयबाबू म्हणाले. आपण स्वतःचं नाव सिराजुद्दीन सांगितलं होतं, त्या घटनेची त्यांना सारखी आठवण होत होती.

मायावर त्याचा काही परिणाम झाला नाही.

"ला इलाहा इल्ललाह मुहम्मदुन रसूलल्लाह, एवढं नुसतं म्हटलं, की झालं. मुसलमान व्हायला आणखी काय लागतंय? मी तेच करणार आणि आपलं नाव फिरोझा बेगम सांगणार''

"माया..." किरणमयी दु:खावेगानं म्हणाली.

मायानं खाऊ की गिळू, अशा नजरेनं आपल्या आईकडे पाहिलं. आपण जे करणार आहोत त्यात चूक तरी काय आहे, असा भाव तिच्या चेहऱ्यावर स्पष्ट उमटला होता.

सुधामयबाबूंनी असहायपणे उसासा टाकला आणि मायावरून आपली नजर किरणमयीकडे वळवली.

मायाची अस्वस्थता त्यांना मनोमन समजत होती. अवघं एकवीस वर्षांचं वय. १९४७ सालची फाळणी तिनं पाहिली नव्हती आणि १९५० किंवा १९६४ सालच्या दंगलीही पाहिल्या नव्हत्या. देशाला १९७१ मध्ये स्वातंत्र्य मिळालेलंही तिनं पाहिलं नव्हतं. अगदी लहान वयापासून तिला फक्त हे ठाऊक होतं, की आपल्या देशाचा धर्म इस्लाम आहे आणि आपण आणि आपले कुटुंबीय हिंदू या अल्पसंख्याक गटात मोडतो. आपल्याला जगण्यासाठी वेळोवेळी प्रस्थापितांशी तडजोडी कराव्या लागतात. तिनं १९९० सालच्या दंगलीचा आणि त्यातून उद्भवलेल्या वेदनांचा पुरेपूर अनुभव घेतला होता. आपल्या आयुष्याचा अशा पद्धतीनं हकनाक बळी जाऊ द्यायचा नाही, एवढं ठरवायला तो अनुभव पुरेसा होता...

सुधामयबाबूंच्या छातीतली कळ तीव्र होत गेली आणि मायाबद्दल चाललेले विचार त्या तीव्रतेनं दूर पळून गेले.

सुरंजनची चहाची तलफ काही भागली नाही. तो उठून मोरीत गेला.

खरं तर, दात घासायच्या आधीच पहिला चहा मिळाला असता, तर किती बरं झालं असतं? पण ते नशिबात नव्हतं. मायाची जराशी पण चाहूल लागत नव्हती. खरंच, पळाली होती की काय पोरगी?

सुरंजननं सावकाश दात घासले.

सगळ्या घरात भयाण शांतता पसरली होती. जसं काही कुणी मरायलाच टेकलं होतं. कुठल्याही क्षणी कडकडाट होऊन या शांततेचा भंग होईल, असं वाटत होतं- जणू काही ते सगळे ज्या मरणाची वाट बघत होते, त्याचीच ती खूण होती.

चहाची परत एकदा तलफ आली आणि सुरंजन सुधामयबाबूंच्या खोलीत शिरला. बिछान्यावर आरामात बसून तो म्हणाला,

"माया कुठं आहे?"

पण त्याच्या प्रश्नाला कुणी उत्तर दिलं नाही.

किरणमयी खिडकीपाशी विमनस्कपणे बसली होती. ती उठून स्वयंपाकघरात गेली.

सुधामयबाबू आढ्याकडे नजर लावून बसले होते. त्यांनी डोळे मिटले आणि कुशीला वळले. सुरंजनकडे कुणाची ढुंकून देखील बघायची इच्छा दिसत नव्हती.

आपण, आपल्यावर असलेली आई, वडील, बहिणीची जबाबदारी नीट पार पाडलेली नाही, ही जाणीव सुरंजनला हळूहळू होऊ लागली. आपल्या कुटुंबीयांकरता त्यानं कुठं तरी सुरक्षित निवारा शोधून काढणं, खरं तर, अपेक्षित होतं; पण ते काही तो करू शकला नव्हता. किंबहुना ते करण्याचं त्यानं हेतुपुरस्सर टाळलं होतं.

माया जहांगीर नामक एका तरुणाच्या प्रेमात आहे, याची सुरंजनला कल्पना होती आणि संधी मिळताच ती त्याच्याबरोबर निघून जाईल, हेही त्याला पुरेपूर ठाऊक होतं. आता तर ती घराबाहेर गेलेलीही होती. आपण कोण थांबवणार तिला?

मुसलमान लोकांमधल्या तथाकथित आधुनिक विचारसरणीच्या लोकांमधे आजकाल जरा कुठं गावात जातीय दंगल उसळली, की आपल्या परिचयाच्या हिंदूंची जाऊन चौकशी करायची पद्धत निघाली होती. त्यामुळं तो बेटा जहांगीर मायाची विचारपूस करायला नक्की येणार.

सद्य: परिस्थितीत तर माया भावनेच्या भरात केवळ याबाबत कृतज्ञता व्यक्त करण्यापोटी सुद्धा त्याच्याशी लग्न करून मोकळी होईल. तो पोरगा तिच्यापेक्षा दोन वर्षं पुढं होता आणि सुरंजनला मनोमन सारखं वाटायचं, की तो काही इतक्या सहजासहजी मायाशी लग्न करणार नाही. हा असला आंतरजातीय विवाह करणं बांग्लादेशात किती अशक्य कोटीतलं आहे, हा तर त्याचा स्वत:चाच अनुभव होता.

त्यानं परवीनशी लग्न ठरवलं होतं. पण परवीनचं मत होतं, त्यानं त्यासाठी मुस्लिम धर्म स्वीकारावा आणि ही मागणी त्यानं साफ धुडकावली होती. त्याच्या मते, त्याला स्वत:ला काय किंवा परवीनला काय, धर्मांतर करायची काय गरज होती? शिवाय परवीननं हिंदू माणसाशी लग्न ठरवावं, ही कल्पनाच मुळात तिच्या घरच्यांना मान्य नव्हती. अखेर त्यांनी तिचं लग्न एका श्रीमंत मुसलमानाशी करून दिलं होतं. तिनं खूप विरोध, खूप आरडाओरडा केला. पण काही उपयोग झाला नाही. अखेर ती घरच्यांना शरण गेली.

सुरंजननं विषादानं बाहेरच्या व्हरांड्यावर नजर टाकली.

हे घर भाड्याचं होतं. अंगण नाही. अनवाणी पायानं हुंदडायला बाहेर मोकळी जागा नाही.

किरणमयी चहाचा कप घेऊन आत आली. आईकडून चहाचा कप हातात घेत

सुरंजन सहजपणे म्हणाला,

"डिसेंबर उजाडला, तरी अजून गारवा नाही. मी हिवाळ्यात सकाळी खजुराचा रस किती आवडीनं प्यायचो, ते अजून आठवतं."

किरणमयीनं निःश्वास सोडला.

"हे भाड्याचं घर. इथं कुठून आणायचा फळांचा रस? त्या घरात मी एवढी हौसेनं झाडं लावली होती. ते घर कवडीमोलानं विकून टाकलं."

सुरंजन चहाचे घुटके घेत विचारात गढून गेला.

तिकडे असताना माळीबाबा सकाळी सकाळी ताजा रसाचा ग्लास घेऊन यायचा. माया आणि तो झाडाखाली उभं राहून थंडीनं कुडकुडत त्याची मजा बघायचे. बोलायला तोंड उघडलं, की सकाळच्या वेळी तोंडातून वाफा बाहेर पडायच्या. हिरव्याकंच शेतांमधून पळायला गंमत वाटायची. आंब्यांनी लगडलेली आमराई, जांभळं, फणस, पेरू, नारळी, पोफळी... सगळं सगळं गेलं.

लहानपणी कितीकदा सुधामयबाबूंनी त्याला जवळ घेऊन सांगितलं असेल,

'ही आपल्या वाडवडिलांची जमीन आहे. हिचा कधी त्याग नाही करायचा.'

पण दुर्दैवानं खुद्द सुधामयबाबूंवरच ती सगळी मालमत्ता विकायची पाळी आली.

माया अवघी सहा वर्षांची असतानाची गोष्ट. एक दिवस शाळेतून येताना ती वाट चुकली होती. गावात खूप शोधलं, तरी सापडली नाही. नातेवाइकांकडे पाहिलं, मित्रमंडळींच्या, ओळखीपाळखीच्या घरी शोधलं, आकाशपाताळ एक केलं, तरी ती सापडली नाही. घरात सगळ्यांच्या मनावर विलक्षण दडपण होतं.

एडवर्ड स्कूलच्या जवळपास हिंडणाऱ्या गुंडांनी तर तिला पळवलं नसेल?

दोन दिवसांनी माया आपली आपण घरी परतली. पण तिला काही सांगता येत नव्हतं.

त्यानंतरचे दोन महिने ती फार विचित्र वागत होती. झोपेतही अस्वस्थ असायची. मध्यरात्री घाबरून उठायची. कुणी भेटायला आलं, की घाबरायची. रात्री कधी कधी कुणी तरी घरावर दगड मारू लागलं, धमक्यांनी भरलेली निनावी पत्रं यायला लागली. मायाला पळवून नेऊ आणि खंडणी भरल्याविना सोडणार नाही... असल्या धमक्या.

सुधामयबाबूंनी स्वतः जाऊन पोलिस चौकीवर तक्रार नोंदवली. पण तिथल्या लोकांनी नुसती तक्रार लिहून घेतली, इतकंच. बाकी काही दखल घेतली नाही.

आणखी किती तरी प्रकारांनी त्यांना त्रास भोगायला लागला. गावातली उनाड मुलं फळबागांमध्ये घुसायची, भाज्यांचे वाफे तुडवायची, फुलं कुस्करून टाकायची आणि ह्यांना नुसतं बघत बसण्याविना काही करता यायचं नाही.

अधिकृतरीत्या या गोष्टींना आळा घालणं काही शक्य नाही, असं एकदा लक्षात

आल्यावर सुधामयबाबूंनी आपल्या शेजाऱ्यापाजाऱ्यांशी तक्रारी करायला सुरुवात केली. पण सगळे एकच म्हणायचे :

"आम्ही तरी काय करणार? हे असंच चालत आलंय. त्यात काही बदल होणार नाही."

सुरंजननं आपले मित्र जमा करून त्या गुंडांना अद्दल घडवायचा प्रयत्न केला. पण सुधामयबाबूंना ते पटेना. त्यापेक्षा मयमनसिंग सोडून निघून जाण्याची भाषा ते बोलू लागले. त्यांना घर विकावंसं वाटू लागलं.

घर विकायला आणखीही एक कारण होतंच. बऱ्याच दिवसांपासून या घराच्या संदर्भात कोर्टकचेऱ्या चालू होत्या. त्यांचा शेजारी शौकतअली यानं बनावट कागदपत्रं तयार करून मालमत्तेचा बराचसा भाग बळकावला होता. त्याच्याशी कोर्टात भांडण्याची ताकद सुधामयबाबूंपाशी आता उरली नव्हती.

सुरंजनला मात्र वडलांचं हे वागणं पटत नव्हतं. हे घर विकून टाकण्याची कल्पना त्याला मान्य नव्हती. त्या वेळी तो कॉलेजात शिकणारा उत्साही, तडफदार तरुण होता. डोक्यात खूप ध्येयं आणि स्वप्नं होती. स्टूडंट्स युनियनतर्फे तो कॉलेजच्या कार्यकारी मंडळाचा सदस्य म्हणून निवडूनही आला होता. जर त्यानं मनात आणलं असतं, तर त्या गुंडांची चांगली धुलाई केली असती. पण सुधामयबाबूंनी त्याला त्यावेळी आवर घातला.

आता ही जमीन, घरदार विकून कायमचं ढाक्याला जाऊन राहायचं, असं निश्चित झालं होतं. नाही तरी स्वदेशी बझारमध्ये असलेल्या त्यांच्या दवाखान्यात हल्ली कोणी पेशंट येईनासे झाले होते, हे त्यांनी आपल्या घरच्या मंडळींना पटवून दिलं. जे कोणी हाताच्या बोटांवर मोजण्याएवढे पेशंट यायचे, ते हिंदू आणि इतके गरीब, की त्यांच्याकडून फी घेण्याची सुद्धा लाज वाटावी.

पण अजूनही आपण जिथं लहानाचे मोठे झालो, ती प्रचंड जमीन त्यांना आठवत होती. नुसता घराचा इमलाच दोन बिघा जमिनीवर उभा होता. ज्या घराची दहा लाख टका किंमत आली असती, ते घर रईसुद्दीन साहिबला केवळ दोन लाख टका किमतीला विकलं होतं. तो दिवस त्यांना अजून आठवत होता.

घर सोडून जाण्याची वेळ आल्यावर सुधामयबाबूंनी आपल्या बायकोला हाक मारून म्हटलं,

"चला, आता सामानाची बांधाबांध करून निघायला हवं."

त्यावर ती जमिनीवर पडून खूप रडली.

आपण हे आजोबा, पणजोबांपासून चालत आलेलं घर सोडून खरंच निघालोय, या गोष्टीवर सुरंजनचा विश्वास बसेना. आपला जन्म जिथं झाला ते घर, जिथं शेतात बागडत लहानपण घालवलं ते ठिकाण, ब्रह्मपुत्रा नदीच्या काठी वसलेलं... सगळे

मित्र जिथं राहतात ते गाव- हे सगळं काही सोडून, दूर निघून जायला त्याचं मन तयार होईना.

ज्या मायामुळं सुधामयबाबूंनी हे घर सोडून जायचा निर्णय घेतला, तिलाही ते घर सोडून जायचं नव्हतं. ती जोरजोरात मान हलवून म्हणाली,

"सुफियाला सोडून मला नाही यायचं..."

सुफिया तिची शाळेतली मैत्रीण. जवळच राहायची. रोज संध्याकाळी दोघी जणी तासन् तास बाहुल्या घेऊन भातुकली खेळायच्या. त्या दोघी अगदी जिवलग मैत्रिणी होत्या.

-आणि सुधामयबाबूंचं स्वतःचं तरी काय? जरी हे घर सोडून आता जायचं, या निर्णयाला ते ठाम असले, तरी त्यांनाही आपलं जन्मगाव सोडताना विलक्षण दुःख होत होतं. पण ते म्हणायचे,

"आयुष्य इतकं छोटं आहे. उरलेले दिवस तरी मुलाबाळांबरोबर सुखासमाधानात घालवावेत."

पण तसं सुखासमाधानानं जगणं कुठं तरी शक्य होतं का? कदाचित कुठंच नसावं, असा विचार मनात येऊन ते उदास झाले.

ढाका शहरी पोहोचल्यावर सुधामयबाबूंनी सुटकेचा निःश्वास सोडला. त्यांनी धोतराऐवजी आता पायजमा घालायला सुरुवात केली होती.

काही दिवस लोटल्यावर आपल्या वडिलांची अवघड परिस्थिती सुरंजनच्या लक्षात आली. घडलेल्या घटनांनीच त्यांना या परिस्थितीत आणून लोटलं होतं आणि सुखासमाधानाचं आयुष्य जगण्यामधे जो भलामोठा अडचणींचा डोंगर उभा होता,तो ते स्वतः काय किंवा त्यांचा मुलगा काय, कुणीच दूर करू शकत नव्हतं.

विचाराच्या तंद्रीत सुरंजन व्हरांड्यातल्या उन्हाकडे टक लावून बघत बसला. अचानक जवळजवळ येत चाललेल्या मोर्च्याच्या गोंगाटानं त्याची समाधी भंग पावली. आवाज जसजसा जवळ येऊ लागला, तसा त्यात काय घोषणा देणं चाललंय, हे सुरंजन कान देऊन ऐकू लागला.

सुधामयबाबू आणि किरणमयीदेखील आवाजाच्या रोखानं कान देऊन ऐकू लागले.

किरणमयीनं घाईघाईनं उठून आधी खिडक्या लावून घेतल्या. पण मोर्चा घरावरून जात होता. आवाज बंद खिडकीतूनही आत येत होते.

'हिंदूंना वेचून पकडू, सकाळ-संध्याकाळ न्याहारीसंगे खाऊ...'

सुधामयबाबू थरथर कापू लागल्याचं सुरंजनच्या लक्षात आलं. आई बंद

खिडकीला पाठ लावून उभी होती.

सुरंजनला आठवलं, नव्वद साली सुद्धा त्यांनी अगदी याच घोषणा दिल्या होत्या.

हे लोक होते तरी कोण? दुःखाची गोष्ट ही, की ती सगळी शेजारपाजारची मुलं होती. जब्बार, रमजान, आलमगीर, कबीर आणि अबेदिन! सगळे मित्रच. एकाच गल्लीत राहणारे. वारंवार भेटणारे. कधी हेवादावा नाही. द्वेष नाही. एकत्र जमून महत्त्वाच्या बाबींवर चर्चा करायचे. निर्णय घ्यायचे आणि आता हेच लोक सुरंजनच्या जिवावर उठले होते. त्याची खांडोळी करून खायची होती त्यांना!

सुधामयबाबू जेव्हा पहिल्यांदा ढाक्यात आले, तेव्हा असित रंजननंच त्यांच्यासाठी टॉन्तीबझारमधे घर भाड्यानं घेतलं होतं. तेव्हाच त्यांनी म्हटलं होतं,

"सुधामय, तुम्ही श्रीमंताच्या पोटी जन्माला आलात. या भाड्याच्या घरात कसे काय राहाल?"

पण सुधामयबाबू म्हणाले,

"का नाही? बाकीचे लोक नाही राहत?"

"ते राहतात; पण तुम्हांला जन्मापासून कधी कुठल्या गोष्टीची ददात नाही. खरं तर, तुम्ही तुमचं घर का विकलं? माया लहानशी मुलगी तर आहे. आजच्या तरुण मुलींना जे भय आहे, ते तरी निदान तिला नाही. आमची मुलगी उत्पला. तिला तर आम्हांला शिकायला कलकत्त्याला पाठवावी लागली. कारण गुंडगिरी इतकी, की तिला रोज रस्त्यानं कॉलेजात जाणं मुश्किल होऊन बसलं. गल्लीतले गुंड रोज धमकी द्यायचे, हिला पळवून नेऊ म्हणून. आता ती आपल्या मामाजवळ असते. तिलजला गावी. दादा, तरणीसाठी मुलगी असणं म्हणजे केवढं ओझं असतं, ठाऊक आहे ना?"

आपला मित्र असित रंजनच्या बोलण्यात पुष्कळ तथ्य आहे, ही सुधामयबाबूंना कल्पना होती. आपल्या मित्राचं बोलणं ऐकता ऐकता त्यांना कुठं तरी ऐकलेल्या घटनेची आठवण झाली.

एका गुंडांच्या टोळक्यानं भररस्त्यात कॉलेजात निघालेल्या एका तरुणीची साडी फेडली होती. ती तरुणी मुस्लिम होती आणि ते निंद्य कृत्य करणारी मुलं सुद्धा.

त्याचमुळं सुधामयबाबूंनी मनाची एवढीच समजूत घातली, की एकदा मुलगी वयात आली, की मग ती हिंदू आहे का मुसलमान, हा प्रश्न नसतो. अबलेवर नेहमीच दादागिरी केली जाते. स्त्रिया जात्याच दुर्बल आणि पुरुष सबल.

असित रंजनची धोका पत्करायची तयारी नव्हती. त्यामुळं त्यानं अखेर आपल्या दोन्ही मुलींना कलकत्त्याला पाठवून दिलं. त्याचं तसं बरं चाललं होतं. स्वतःच्या मालकीचं जवाहिरांचं दुकान होतं इस्लामपूरमधे. शिवाय चांगलं दुमजली घर होतं.

पण त्यानं घराची आजवर कधी दुरुस्ती केली नव्हती, की कधी नवीन घर विकत घेण्याचा विचार केला नव्हता.

एक दिवस तो सुधामयबाबूंना म्हणाला,

"दादा, तुम्ही जवळचे सगळे पैसे खर्च करून टाकू नका. शिल्लक टाका. जर शक्य असेल, तर जमीनजुमला विकून जे काही पैसे तुम्हांला मिळाले आहेत, ते माझ्या नातेवाइकांकडे पाठवून द्या. ते तुमच्यासाठी तिकडे जमीन विकत घेतील."

"तिकडे म्हणजे कुठं?" सुधामयबाबूंनी विचारलं.

"कलकत्त्याला." असित रंजन कुजबुजत्या स्वरात म्हणाला. "मी पण थोडी-फार जमीन घेऊन ठेवली आहे."

ते ऐकून सुधामयबाबू खूप रागावले.

"म्हणजे तुझ्या मते पैसा मिळवायचा इथं आणि खर्च करायचा त्या देशात? तुला तर देशद्रोहीच म्हणायला हवं."

सुधामयबाबूंचं ते चिडणं बघून असित रंजनला खूप आश्चर्य वाटलं. एखाद्या हिंदूला असं बोलताना त्यानं कधीच ऐकलं नव्हतं. जो बघावं, तो इथं पैसे जमवून भारतात जमीन घेण्याच्या चिंतेत होता. कारण बांग्लादेशातलं त्यांचं भवितव्य निश्चित नव्हतं. या देशात स्थायिक व्हायचं आणि एक दिवस अचानक अवघ्या अस्तित्वाची पाळंमुळं उखडून फेकून दिली जायची. हाती करवंटी यायची. हा धोका पत्करणार कोण?

आपण आपलं वडिलोपार्जित घर कशाला सोडलं, अशी खंत सुधामयबाबूंना वारंवार अस्वस्थ करायची.

हे एवढं महत्त्वाचं पाऊल उचलण्यापूर्वी आपलं वडिलोपार्जित घरावरचं गाढ प्रेम आडवं कसं आलं नाही? मायाच्या सुरक्षिततेचा प्रश्न होता; पण ते कुठंही राहिले असते, तरी तो प्रश्न येणारच होता. शिवाय अपहरणाच्या बाबतीत हिंदू किंवा मुसलमान असा भेदाभेद नव्हताच मुळी. दोघांचही अपहरण होई. मग त्यांच्या कुटुंबीयांना जे दुःख, ज्या यातना होत, त्या सारख्याच असायच्या. मग त्यांचा धर्म कुठला का असेना, त्या सगळ्यातून शेवटी तोच तो जुना प्रश्न डोकं काढायचा.

आपण एक हिंदू म्हणून आपल्याला भय आहे, की आपल्या घरात भीतीच्या छायेत राहणारा एक माणूस म्हणून?

हा प्रश्न आपला आपल्याला मोठ्यांदा विचारायची देखील सुधामयबाबूंना भीती वाटायची.

टॉन्तीबझारातल्या त्या एवढ्याशा घरात बसून ते परत परत आपण वाडवडिलांचं

घर सोडून या परक्या ठिकाणी कशाला पळून आलो, याचा विचार करत राहायचे.
आपण स्वत:पासून तर पळ काढत नाही ना? एकेकाळी एका भल्यामोठ्या मालमत्तेचे मालक असून सुद्धा आपल्याला निर्वासित असल्यासारखं का वाटायचं? खोटी कागदपत्रं करणाऱ्या शौकत अलीविरुद्ध आपण केस हरणार, अशी भीती मनाला का वाटायची? स्वत:च्या मालकीच्या घराबाबतीतला खटला हरणं किती नामुश्कीचं होतं. पण घडल्या गोष्टीचा नीट, सारासार विचार केला, तर केस हरल्यानंतर खाली मान घालून, पराजित होऊन पळ काढण्यापेक्षा तत्पूर्वी उजळ माथ्यानं गाव सोडणं किती तरी चांगलं.

त्यांचाच एक चुलत भाऊ आपल्या मालकीच्या घरासंदर्भातली केस हरला होता. तान्मेलमधील अकूर टकूर भागात तो राहत होता आणि जमीर मुन्शी नामक त्याच्या शेजाऱ्यानं त्याच्या जमिनीच्या एका यार्डावर मालकी सांगितली होती. खटला कोर्टात गेला. पाच वर्षांनंतर शेजाऱ्याच्या बाजूनं निकाल लागला. सुधामयबाबूंचे काका तारापद घोषाल यांना बांग्लादेश सोडून कायमचं भारतात निघून जाणं भाग पडलं.

तारापद काकांसारखी वेळ आपल्यावर येऊ नये, म्हणून तर सुधामयबाबूंनी आपलं घर विकलं नसेल ना?

शिवाय गेल्या काही दिवसांपासून गावातलं आपलं महत्त्व हळूहळू कमी होत चाललं आहे, अशी जाणीवही त्यांना होऊ लागली होती. किती तरी जवळचे मित्र सोडून गेले होते, तर कुणी प्राणास मुकले होते. जे कुणी जिवंत होते आणि तसेच तिथं राहत होते, तेही अगदी हताश, निराश होते... जणू काही जगण्यासारखं आयुष्यात आता काही उरलंच नव्हतं. त्यांच्याशी कधी बोलायची वेळ आली, म्हणजे सुधामयबाबूंना वाटायचं, हे सगळे भीतीच्या छायेत जगताहेत. जसा काही मध्यरात्री कुणी राक्षस येऊन त्यांच्यावर झडप घालणार आहे. सगळ्यांच्या स्वप्नातली भूमी होती- भारतभूमी. जवळजवळ प्रत्येक जण संधी मिळताच सरहद्द पार करण्याचे गुप्त बेत आखत होता.

सुधामयबाबू वारंवार म्हणायचे,

"देशात जेव्हा युद्ध चालू होतं, तेव्हा तुम्ही भ्याडासारखे पळालात. मग आपला मोठेपणा दाखवायला परत आलात... आणि आता जरासं भय वाटताच परत भारतात चाललात. खरोखर, काय भ्याड आहात तुम्ही लोक!''

त्यांचा तो संतापलेला अवतार बघून त्यांचे मित्र जतीन देवनाथ, तुषार कर, खगेश, किरण त्यांच्यापासून चार हात लांबच राहू लागले. जर कधी योगायोगानं रस्त्यात गाठ पडलीच, तरी त्यांना अवघडल्यासारखं व्हायचं.

हळूहळू सुधामयबाबू स्वतःच्याच गावात परके परके झाले. आश्चर्य म्हणजे, त्यांचे मुस्लिम मित्र-शकूर, फैजल, माजिद आणि गफ्फार सुद्धा दुरावत चालले होते. अर्थात त्यांचं कारण वेगळं होतं. जेव्हा म्हणून एखाद्या मुसलमान मित्राच्या घरी जावं, तेव्हा,

'सुधामयबाबू, जरा त्या खोलीत जाऊन बसता का, मला नमाज पढायचाय.'
किंवा
'अरे, तुम्ही आज आलात होय? पण नेमका घरी मिलाद आहे...'
असली वाक्यं कानांवर येऊ लागली.

त्यांचे डाव्या विचारसरणीचे मित्र जसजसे वयानं मोठे होऊ लागले, तसतसे ते धार्मिक होऊ लागले. सुधामयबाबूंना असल्या बाबतीत जरा सुद्धा रस नव्हता. त्यामुळं त्यांना मित्रांविना खूप एकाकी वाटू लागलं. आपल्या गावातून तर्कसुसंगत विचार, भावनाप्रधानता आणि माणुसकी अशी हळूहळू लोप पावत चालली आहे, या गोष्टीचा सुधामयबाबूंच्या मनावर खोलवर परिणाम झाला. त्यांचं मन विद्ध झालं. अखेरीस त्यांनाही या साऱ्यापासून पळ काढावासा वाटू लागला. बांग्लादेशापासून नव्हे, तर आपल्या लाडक्या मयमनसिंग गावापासून आता पळून जावं. आपली स्वप्नं पार धुळीला मिळून, मृत्यूनं आपला घास घेण्यापूर्वीच पळून जावं.

सुरुवातीला त्या छोट्याशा घरात वावरायला सुरंजनला फार जड वाटायचं. सवयच नव्हती. त्यानं खूप विरोध केला. पण मग कालांतरानं तो तिथं रुळला. त्यानं आता विद्यापीठात नाव दाखल केलं. नवीन मित्र मिळाले. जवळच्या परिसरावर त्याचा जीव जडला. थोड्या दिवसांतच तो राजकारणात शिरला. बैठका व्हायच्या, मोर्चे निघायचे, त्यांत जावं लागायचं.

किरणमयीला देखील प्रारंभी नवीन वातावरणात राहणं जड गेलं. कधी तरी रात्री अचानक जुन्या घराची आठवण व्हायची आणि तिला रडू कोसळायचं. घेवड्याच्या वेलीला दिलेला आधाराचा खांब नीट उभा असेल ना? आपल्या झाडाच्या पेरूसारखी चव गावात कुणाच्याच पेरूंना नव्हती... नारळाच्या झाडांची कुणी नीट निगा राखत असेल ना?...

सुधामयबाबूंनादेखील काही कमी वेदना होत नसत.

ढाक्यात बदली होऊन आल्यावर सुधामयबाबूंनी सरकारी नोकरीसाठी अर्ज केला होता. मयमनसिंगमध्ये असताना ते ज्या हुद्द्यावर होते, त्याच्याही वरच्या हुद्द्याची ती जागा होती. पण जेव्हा जेव्हा ते नोकरीच्या अर्जाचं काय झालं, याची

चौकशी करायला मंत्रालयात जात, तेव्हा त्यांना बाहेर एका लहानशा खोलीत बसवून ठेवत. कारकुनांच्या सोबत. अगदी क्वचित त्यांना असिस्टंट प्रायव्हेट सेक्रेटरीच्या खोलीत बसायला सांगत.

'त्यांनी माझी फाईल तरी पाहिली का? मला सांगा ना जरा!' असं कितीकदा विचारलं; पण कधी त्यांना धड उत्तर मिळालं नाही.

कधी तरी मंत्रालयातले लोक नुसतं 'हो' किंवा 'नाही' असं त्रोटक उत्तर द्यायचे. पण तितकंच.

एखादा कधी तरी त्यांना म्हणायचा,

''डॉक्टर, माझ्या मुलीचं पोट बिघडलंय. तिच्या छातीतही डावीकडे दुखतंय, असं म्हणते. तुम्ही तिला काही औषध लिहून द्या ना.''

सुधामयबाबू त्यावर तत्परतेनं आपली बॅग उघडून कागद-पेन काढायचे आणि औषध लिहून द्यायचे.

नंतर ते विचारायचे,

''फरीदबाबू, माझं काम होईल ना?''

त्यावर फरीदबाबू आपली बत्तिशी दाखवत हसून म्हणायचे,

''आमच्या हातांत काही आहे असं वाटतं का तुम्हांला?''

काही दिवसांनी त्यांना कळलं, की त्यांच्या हाताखाली असलेल्या लोकांना बढती मिळाली होती. सुधामयबाबूंच्या डोळ्यांदेखत त्यांची स्वत:ची फाईल दडपण्यात आली होती आणि डॉ.करीमुद्दीन व डॉ.याकूब मोला यांच्या फाइली वर ठेवण्यात आल्या होत्या. हे दोघे डॉक्टर एव्हाना असोसिएट प्रोफेसर सुद्धा झाले होते. सुधामयबाबू मात्र अजूनही जोडे झिजवत होते.

कधीही मंत्रालयात चौकशीला गेलं तरी उत्तर ठरलेलं,

'आज तर नाहीच. उद्या बघू. तुमची फाईल आम्ही सचिवांकडे पाठवली आहे.'

किंवा

'तुम्ही असं करा, परवा या. आता साहेब मीटिंगमध्ये आहेत.'

कधी कधी तर -

'साहेब दौऱ्यावर गेले आहेत. एक महिन्यानं या तुम्ही.'

सुधामयबाबू निमूटपणे ही उत्तर ऐकून घ्यायचे.

अखेर या सगळ्यांतील फोलपणा त्यांच्या लक्षात आला.

दोन वर्षांच्या प्रतीक्षेनंतर त्यांना कळून चुकलं, की ज्यांना बढती मिळायचीच होती, त्यांना लायकी नसतानाही पात्र ठरवून वर चढवण्यात आलं होतं. सुधामयबाबूंची निवृत्ती जवळ येत चालली होती. एव्हाना त्यांनी निदान असोसिएट प्रोफेसर तरी व्हायला हवं होतं. खरं तर, ते कधी कुठल्या गोष्टीची मागणी करणारे नव्हते.

नोकरीबाबत तर कधीच नाही...

अखेर ते निवृत्त झाले, ते असिस्टंट प्रोफेसर म्हणूनच.

त्यांचा माधवचंद्र पाल नामक एक सहकारी होता. सुधामयबाबूंच्या नोकरीतल्या शेवटच्या दिवशी तो त्यांच्या गळ्यात हार घालून त्यांच्या कानात कुजबुजला,

''मुस्लिम देशात राहायचं, म्हणजे जास्त कशाची अपेक्षा बाळगून चालत नाही. जे मिळतंय तेच पुष्कळ झालं, असं समजायचं.''

असं म्हणून ते बळं बळं हसले.

माधवचंद्र स्वत:सुद्धा असिस्टंट प्रोफेसरच होते; आणि त्यांना मागे सारून अनेकांना बढती देण्यात आली होती. त्यांच्याबद्दल खूप आक्षेप होते. त्यांतला एक म्हणजे ते सोव्हिएत रशियाला जाऊन आले होते.

खरं तर, देशामधे कधी उघडपणे हिंदू-मुसलमान असा भेदभाव केला जात नव्हता. राज्यघटनेनुसार सुद्धा हिंदूंना सरकारात, पोलीस खात्यात किंवा सैन्यात नोकरी अथवा बढती देऊ नये, असं कुठंही नमूद केलेलं नव्हतं. पण तरी सुद्धा व्यवस्थापनात सेक्रेटरी किंवा ॲडिशनल सेक्रेटरीचं पद भूषवणारा एकही हिंदू नव्हता. हाताच्या बोटांवर मोजण्याएवढे तीन जॉईंट सेक्रेटरी आणि अगदी मूठभर डेप्युटी सेक्रेटरी होते. यांच्यापैकी कुठल्याही अधिकाऱ्याला बढती मिळण्याची कधीच आशा नव्हती, हे सुधामयबाबूंना ठाऊक होतं. पोलीस खात्यात तर संपूर्ण देशात फक्त तीन हिंदू डी.सी. (डेप्युटी कमिशनर) होते. हायकोर्टात एकच न्यायाधीश हिंदू होते. पोलिस खात्यात तरी काय, मूठभर हिंदू होते. ते सुद्धा अगदी खालच्या हुद्दयांवर. पण सुपरिटेंडेंट ऑफ पुलीस एकदेखील नाही.

खूप दिवसांनंतर सुधामयबाबूंच्या लक्षात आलं, की आपण सुधामय दत्त नामक हिंदू असल्यामुळंच आपल्याला कधी असोसिएट प्रोफेसर होता येणार नाही. आपलं नाव जर मुहम्मद अली किंवा सालीमुल्ला चौधुरी वगैरे असतं, तर सगळं कसं सोपं झालं असतं.

हे अशा प्रकारचे भेदभाव काही फक्त सरकारी नोकरीपुरते मर्यादित नव्हते. धंद्यात किंवा व्यापारात देखील एखादा हिंदू आपल्या स्वत:च्या जिवावर फार काही मिळवू शकत नव्हता. धंद्यात मुसलमान भागीदार करून घेणं फार जरुरीचं. कारण ज्या संस्थेला हिंदू नाव असेल, अशा संस्थेची नोंदणीच करून घेतली जात नसे. कुठलीही राष्ट्रीयीकृत बँक किंवा व्यापारउद्योगांना साहाय्य करणारी बँक एकट्या हिंदू संस्थेला मदत करण्यास तयार होत नसे.

हे सगळं नैराश्य पचवूनही सुधामयबाबू तिथं स्थायिक झाले. टॉन्तीबझारमधल्या त्या लहानशा घराला त्यांनी घरपण आणलं. त्यांनी आपल्या वाडवडिलांचं घर जरी सोडलं असलं, तरी त्यांना आपला देश सोडायचा नव्हता.

ते अनेकदा म्हणायचे,

"फक्त मयमनसिंग हा काही माझा देश नाही. अख्खा बांग्लादेश माझा देश आहे."

घरातल्या इतरांना मात्र त्यांचं हे बोलणं पटत नसे.

किरणमयी अनेकदा नि:श्वास सोडून म्हणायची,

"मी, खरं तर, तळ्यात मासे वाढवत, बागेत भाज्यांची निगा राखत असायची. तिथं मुलांना घरच्या झाडांची ताजी फळं मिळायची आणि इथं मिळवलेल्या पैशातला बराचसा भाग तर या घराचं भाडं भरण्यात जातो."

कधी तरी रात्री सुधामयबाबूंना ती उठवायची आणि म्हणायची,

"ते घर विकून आलेले पैसे आणि तुम्हांला निवृत्तीनंतर मिळालेली रक्कम असं मिळून बरेच पैसे जमले आहेत. चला पार तिकडे... आपले किती तरी नातेवाईक तिकडे गेलेलेच आहेत."

सुधामयबाबूंची त्यावरची उत्तरंही ठरलेलीच असायची.

"तुला काय वाटतं, तुझे नातेवाईक तुला एक दिवस तरी खायला घालतील? तुला वाटत असेल, आपण त्यांच्यापाशी जाऊन राहू, म्हणून. पण तू गेल्यावर त्यांना वाटेल, तू नुसतीच भेटायला आली आहेस म्हणून आणि लगेच विचारतील, कुठं उतरलात? चहा घेणार?"

"पण आपल्याजवळ आपले पैसे आहेत ना. आपल्याला काही भीक नकोय कोणाची!" किरणमयी हट्टानं म्हणायची.

यानंतर सुधामयबाबूंचा निग्रही स्वभाव मान वर काढायचा.

"मी काही येणार नाही. तुला जायचंय ना, तू जा. मी आपलं जुनं घर सोडलं, हे खरंय. पण आपल्याला आपला देश सोडायचा नाहीये."

काही काळ ते तॉन्तीबझारमधे राहिले. नंतर ते घर बदलून आरमणी टोला इथं गेले व तिथं सहा वर्षं राहिले. त्यानंतर अखेर गेली सात वर्षं ते टिकाटुली इथं या सध्याच्या घरात राहत होते. दरम्यानच्या काळात आपल्याला हृदयविकार असल्याचं सुधामयबाबूंना कळून चुकलं होतं. निवृत्त झाल्यानंतर रोज संध्याकाळी तो गोपीबाग इथं एका लहानशा दुकानाच्या गाळ्यात वैद्यकीय व्यवसाय करत. पण अलीकडे आता रोज रोज तिथं जाणंही कठीण होत चाललं होतं. त्यांचे रुग्णच त्यांच्या घरी औषधासाठी येत. बाहेरच्या खोलीत एक टेबल ठेवलं होतं. त्यावर ते रोग्यांना तपासत. खोलीत त्याखेरीज एक दिवाण, एक बाबूंची बैठक आणि कोपऱ्यात खुर्च्या होत्या. शेल्फात विविध प्रकारची पुस्तकं मांडली होती. वैद्यकीय जर्नल्स, साहित्य, समाजशास्त्रावरील पुस्तकं, राजकारण...

सुधामयबाबूंचा बराचसा वेळ याच खोलीत जायचा. संध्याकाळच्या वेळी निशित बाबू, अख्तारुज्जमन, शैहदुल इस्लाम आणि हरिपद त्यांना भेटायला यायचे. ते सगळे एकत्र बसून देशातल्या राजकीय परिस्थितीची चर्चा करत. किरणमयी सगळ्यांना चहा करून आणायची. बरेच जण चहा बिनसाखरेचा प्यायचे. तरुण कुणीच नव्हतं. सगळे थकलेले. कुठलं ना कुठलं दुखणं प्रत्येकाला होतंच. सुधामयबाबूंचं तेच होतं.

आणखी एका मोर्च्याचा बाहेरून आवाज आला आणि सुधामयबाबू दचकून उठले.

सुरंजन संतापानं धुमसत, दातावर दात आपटत बसला होता.

किरणमयी बरीच घाबरली होती.

सुधामयबाबू आता बरेच शांत झाले होते.

खरं तर, त्यांनी काही तरी प्रतिक्रिया दाखवायला नको होती का?

भीती, दडपण, संताप... निदान काही तरी...?

२

सुरंजनचे बरेचसे मित्र मुसलमान होते. तसा त्यांच्यांतला कुणीच फार धार्मिक वगैरे नव्हता आणि सुरंजन हिंदू असूनही त्यांनी त्याला जवळचा मानलं होतं. गेल्याच वर्षी कमालनं सुरंजनला आपल्या घरच्या मंडळींना घेऊन घरी बोलावलं होतं. सुरंजनचे पुलक, काजल, असीम, जयदेव असे हिंदू मित्रदेखील होते. पण कमाल, हैदर, बेलाल आणि रबिउलशी त्याची घनिष्ठ मैत्री होती आणि जेव्हा जेव्हा काही अडचणींचे प्रसंग आले, तेव्हा हैदर, कमाल, बेलाल हेच त्याच्या मदतीला धावून आले होते, त्याचे हिंदू मित्र नव्हे.

एकदा अचानक मध्यरात्री सुधामयबाबूंना सुऱ्हावर्दी हॉस्पिटलात दाखल करण्याची वेळ आली. दीड वाजता डॉ. हरिपदांनी हृदयविकाराच्या धक्क्याचं निदान केलं आणि लगेच त्यांना हॉस्पिटलमध्ये हलवण्याची सूचना केली.

सुरंजननं हे काजलला कळवताच तो जांभई देत म्हणाला होता,

''असं रात्री भलत्या वेळी कसं हलवणार आपण त्यांना? सकाळ उजाडेपर्यंत वाट बघू. मग काय ते करू.''

पण बेलालच्या कानावर ही गोष्ट पडताच तो मात्र तातडीनं धावून आला, आपली गाडी घेऊन. त्यानंच सगळी व्यवस्था केली. सुधामयबाबूंना हॉस्पिटलात दाखल केलं. नंतरचीही धावपळ त्यानंच केली. त्या वेळी त्यानं सुधामयबाबूंना वारंवार धीर दिला होता,

'काही काळजी करू नका. काका. सगळं ठीक होईल. मी तुमच्या मुलासारखाच तर आहे.'

आपल्या मित्राचं ते बोलणं, ती काळजी करणं बघून सुरंजनला भरून आलं होतं.

सुधामयबाबू जेवढे दिवस हॉस्पिटलमध्ये होते, तेवढे दिवस रोज बेलाल भेटायला यायचा. नुसती सुधामयबाबूंच्या प्रकृतीची डॉक्टरांजवळ चौकशी करूनच तो थांबला नव्हता, त्यानं हॉस्पिटलच्या डॉक्टरांशी स्वत: बोलून त्यांची विशेष काळजी घेण्याची त्यांना सूचना केली होती.

आपल्या मित्रासाठी जातीनं इतकं सगळं करणारे किती मित्र असतील? काजलजवळही पैशाला काही कमी नव्हतं. पण त्याचं मन इतकं मोठं होतं का?

सुधामयबाबूंच्या दुखण्याचा, हॉस्पिटलचा बराचसा खर्च रबिउलनं पुढं येऊन उचलला होता.

एक दिवस असाच अचानक तो त्यांच्या टिकाटुलीतल्या घरी येऊन सुरंजनला म्हणाला,

"काय, रे, तुझे वडील हॉस्पिटलमध्ये आहेत ना?" आणि त्यावर सुरंजन काही बोलण्याआधीच जवळच्या टेबलावर अलगद एक बंद लखोटा ठेवून म्हणाला, "आम्ही मित्रच आहोत तुझे. आम्हांला परकं मानू नकोस." एवढंच बोलून जसा आला, तसा निघूनही गेला तो.

सुरंजननं लखोटा उघडला. आत पाच हजार टके होते.

सुरंजनला आपले मुसलमान मित्र जवळचे वाटायला काही एवढी आर्थिक मदत फक्त कारणीभूत नव्हती. आपल्या हिंदू मित्रांपेक्षा सुद्धा त्याला ते विचार आणि भावनेच्या बाबतीत अधिक जवळचे वाटायचे.

थोडक्यात काय, तर काजल, असीम आणि जयदेवपेक्षा हैदर, कमाल आणि रबिउलशी त्याची मैत्री अधिक खोल, अधिक जवळची होती.

प्रेमाच्या बाबतीतही तेच झालं. कुणा अर्चना, दीप्ति, गीता किंवा सुनंदापेक्षा परवीन त्याला भावली होती. आपली वाटली होती.

सुरंजननं मैत्री करताना मित्रांच्या जातीपातीचा विचार कधी मनातही आणला नव्हता. लहान असताना त्याला आपण हिंदू आहोत एवढं ठाऊक होतं. पण त्याचा खरा अर्थ त्याला कधी कळला नव्हता. मयमनसिंगमधे शाळेत तिसरी किंवा चौथीत असताना एकदा त्याचं वर्गातल्या खलीद नावाच्या मुलाशी चांगलंच वाजलं होतं. भांडण चांगलं रंगात आलं आणि दोघांही मुलांनी एकमेकांना यथेच्छ शिव्या द्यायला सुरुवात केली. तेव्हा खलीदनं सुरंजनला 'हिंदू, हिंदू' म्हणून चिडवलं. सुरंजनला ती वाईट शिवी वाटली. डुक्कर किंवा कुत्तरडा वगैरेंसारखी.

पुढं तो जरा मोठा झाल्यावर त्याला हिंदू हे एका विशिष्ट धर्माच्या लोकांना म्हणतात आणि आपण त्याच धर्माचे आहोत, असं लक्षात आलं.

नंतर तो आणखी मोठा, आणखी समजूतदार झाल्यावर त्यानं आसपासच्या सगळ्यांना आपण आधी एक माणूस आहोत आणि त्यानंतर बंगाली आहोत, असं सांगून टाकलं. बंगाली वंश हा कुठल्याही धर्मानं तयार केलेला नसून लोकांनी जातीपातींचे भेद मानू नयेत व सुखासमाधानानं एकत्र राहावं, असा त्याचा आग्रह

होता. तो आपल्या घरच्यांना आणि जवळच्या मित्रांनाही वारंवार हेच सांगायचा, की आपण बंगाली आहोत फक्त आणि बंगाली लोकांनी तरी जातिभेद मानू नयेत. 'बंगाली' असा नुसता शब्द उच्चारला, तरी त्याचा अर्थ एकात्मता, अभेद्यता असा व्हायला हवा.

दुर्दैवानं सुरंजनच्या या उदात्त विचारांना बांग्लादेशात तरी कुणी फारसा पाठिंबा दिला नाही. खरं तर, एका देशातल्या लोकांनी एकत्र यावं, म्हणून कुणीच धडपड केली नाही.

धडपड केली, ती फक्त एका धर्माच्या लोकांनी एकत्र यावं, म्हणून. मग ते लोक वेगवेगळ्या देशांत राहणारे का असेनात. त्याचमुळं झालं काय, की केवळ धर्मभिन्नतेच्या आधारावर एकाच समाजात राहणाऱ्या लोकांमध्ये फूट पडत गेली. एका विशिष्ट गटाला वेगळं काढण्यात आलं. उपऱ्यासारखं वागवलं जाऊ लागलं. त्यांच्या स्वत:च्याच देशात उपेक्षितासारखं वाटू लागलं त्यांना; आणि देशात सर्वत्र हे असंच वागणं योग्य आहे, अशी लोकांची धारणा होऊन बसली. त्याचा शेवट हिंदू-मुसलमानांमध्ये फार मोठी दरी निर्माण होण्यात झाला.

आता आठ डिसेंबर सगळ्या देशभर हरताळ आहे. मूलतत्त्ववाद्यांनी बंद पुकारला आहे. आधी जमात-ए-इस्लामी या बलाढ्य पक्षाच्या प्रवक्त्यानं जाहीर केलं होतं, की हा बंद बाबरी मशीद उद्‌ध्वस्त केल्याच्या निषेधार्थ पुकारण्यात आला आहे.

सुरंजननं दोन दिवस नुसते लोळून काढले- त्या बंदचा एकंदर परिस्थितीचा विचार करत. आपल्या ढाका शहरात काय चाललंय, ते स्वत: उठून बघावं, यासाठी काही त्यानं हातपाय अजून तरी हलवले नव्हते.

शेजारच्याच खोलीत त्याची आई सुद्धा अंथरुणावर पडून होती. आपल्या सगळ्यांचं आता काय होणार, या चिंतेनं तिला ग्रासलं होतं.

सुधामयबाबूंना काही भीती वगैरे वाटत होती की नाही, देवच जाणे. त्यांनी एक गोष्ट स्पष्ट करून सांगितली होती, की काहीही झालं, तरी कुठं लपून बसायचं नाही. मग मृत्यू आला तरी बेहत्तर. मुसलमानांनी घरात घुसून आपले तुकडे तुकडे जरी करून टाकले तरी हरकत नाही.

आपल्या वडिलांनी घेतलेला हा पवित्रा कितपत योग्य आहे, याबद्दल सुरंजनला काही सांगता येत नव्हतं. पण त्याचाही निश्चय आपल्या वडिलांइतकाच दृढ होता. काहीही झालं, तरी घरातून पळ काढायचा नाही. माया स्वत:च्या जबाबदारीवर निघून गेली होती. त्यामुळं त्याबाबत त्याच्या हातांत काही नव्हतं. पारुल रिफ्फत

नावाच्या आपल्या मुस्लिम मैत्रिणीच्या घरी ती आश्रयाला गेली होती. बिचारी माया, ती वाचली, तर बरं.

त्यानं उठून बाहेर जायची तयारी सुरू केली. ते पाहून किरणमयी अचानक उठून म्हणाली,

"तू कुठं निघालास आता?"

"मी जरा गावात चक्कर मारून, काय परिस्थिती आहे, ते बघून येतो. हरताळ, बंद वगैरे कितपत आहे, कोण जाणे."

"सुरो, अरे, बाहेर नको जाऊ. काय होईल, कुणी सांगावं?"

"जे व्हायचं, ते होईल. नाही तरी एक ना एक दिवस सगळ्यांना मरायचंच आहे... आणि कृपा करून आता घाबरून जाऊ नको. तुम्ही लोक घाबरलात ना, की मला अगदी वैताग येतो, बुवा." सुरंजन चापूनचोपून केस विंचरत चिडक्या आवाजात म्हणाला.

किरणमयी भीतीनं कापत सुरंजनच्या जवळ गेली.

"सुरंजन, माझं जरा ऐक, आत्ता बाहेर जाणं धोक्याचं आहे. बाहेर हरताळ असला, तरी ते देवळं आणि दुकानं फोडताहेत. घरीच थांब. आत्ताच अगदी, गावात काय चाललंय. ते बघायला जायचं काही नडलंय का?"

पण सुरंजन असा ऐकणार होता थोडाच? लहानपणापासूनच तो बंडखोर. आत्ता किरणमयीचं ऐकायची गरजच काय? तो तिच्याकडे दुर्लक्ष करून बाहेर पडला. त्याबरोबर सुधामयबाबूंनी नुसतं आश्चर्यानं आपल्या मुलाकडे पाहिलं. पण त्याला थांबवलं मात्र नाही.

संध्याकाळची घुसमटून टाकणारी हवा. उदासवाणी. भयानक. घराच्या चार भिंतींमधे सुरंजनला भीतीची जाणीव झाली नव्हती, ती आता बाहेर पडल्यावर होऊ लागली. पण तरीही गावातून फेरफटका मारायचा, असं त्यानं ठरवलं.

थोडं पुढं गेल्यावर त्याच्या एक गोष्ट नव्यानं लक्षात आली. या खेपेला त्याच्या जिवलग मित्रांपैकी कोणीही त्यांची साधी चौकशी सुद्धा केली नव्हती. ते त्याला विचित्र वाटलं. बेलाल, कमाल... कुणीही नाही.

-आणि जरी कुणी बोलवायला आलं असतं, तरी आपण त्यांच्याबरोबर थोडेच जाणार होतो? कशासाठी जायचं? दरवेळी शहरात दंगा झाला, की गाशा गुंडाळून दुसऱ्याच्या घरी जायचं? ही शरमेची गोष्ट होती. खरोखर. गेल्या खेपेला सुद्धा दंगा झाल्याबरोबर आपण कमालच्या घरी जाऊन राहिलो, हा मूर्खपणाच झाला. आता या वेळी ते त्याला आपल्या घरी घेऊन जायला आले असते, तर तो त्यांना हेच म्हणणार होता,

"एकीकडे आम्हांला मारायला येता आणि एकीकडे आमच्यावर दया दाखवता? त्यापेक्षा या देशातल्या सगळ्या हिंदूंना तुम्ही एकत्र करून रांगेनं उभं केलं आणि गोळ्या घालून ठार मारलं, तर बरं होईल. मग तुमचे सगळे प्रश्न सुटून जातील. त्यांना गटागटानं पकडून ठार मारायला लागायचं नाही आणि त्यांना चोरटेपणानं वाचवल्याचा आवही आणायची गरज पडणार नाही."

सुरंजन गल्लीतून बाहेर पडून मोठ्या रस्त्याला लागला, तेव्हा काही पोरांचा घोळका जोरात ओरडला,

"पकडा, पकडा त्याला ! तो हिंदू आहे !"

ती मुलं शेजारपाजारची होती. गेली सात वर्षं त्यांची दिवसातून एकदा तरी गाठ व्हायची. त्यांतली काही मुलं तर सुरंजनच्या चांगली ओळखीची होती. त्यांतला एक आलम नावाचा मुलगा त्यांच्या संस्थेची वर्गणी मागायला नेहमी घरी यायचा. त्यांच्या संस्थेच्या एका सांस्कृतिक कार्यक्रमात सुरंजनचं गाणं सुद्धा ठेवण्यात आलं होतं. आपण यांतील काही मुलांना डी.एल. रॉय आणि हेमांग विश्वास यांची गाणी शिकवावी, असंही त्याला वाटून गेलं होतं. ती मुलं त्याच्या घरी अनेकदा कसली ना कसली मदत मागायला यायची आणि आपले शेजारी या नात्यानं सुधामयबाबू सगळ्यांना फुकट औषध द्यायचे.

आज हेच लोक त्याच्या जिवावर उठले होते, त्याला मारायला धावले होते. का? तर तो एक हिंदू म्हणून.

सुरंजन तातडीने विरुद्ध दिशेला चालत निघाला. भिऊन नव्हे, शरमेपोटी. ही मुलं आपल्याला मारणार, या कल्पनेनं त्याला लाज वाटली. दु:ख झालं. ही लज्जा, ही शरम त्याला स्वत:बद्दल वाटत नव्हती, तर त्याला मारायला उठलेल्या त्या लोकांबद्दल वाटत होती. जे लोक दुसऱ्यांचा छळ करतात, त्यांनाच जास्त शरम वाटते. ज्यांचा छळ होत असतो, त्यांना नव्हे!

सुरंजन शापला चौकापर्यंत चालत गेला. त्या परिसरात भयाण शांतता होती. लोकांचे घोळके तुरळक ठिकाणी उभे होते. इतस्तत: फुटक्या विटांचे तुकडे, अर्धवट जळलेली लाकडं आणि काचांचे तुकडे पसरले होते. काही वेळापूर्वी या भागात दंगल झाली होती, हे तर उघड होतं. काही तरुण मुलं घाईघाईनं कुठल्याशा कामगिरीवर निघाली होती. दुसरीकडं काही भटकी कुत्री उगीच हिंडत होती. काही रिक्षावाले जोरजोरात घंटी वाजवत त्याच्या पुढून गेले.

नक्की काय घडलं होतं, ते सुरंजनला कळेना.

कुत्र्यांना मात्र जातीयवादाची किंवा उगीच कोणी धरून नेण्याची भीती नसल्यानं

ती मजेत इकडे तिकडे धावत होती. कदाचित कधी नव्हे ते रस्ते इतके रिकामे सापडल्याबद्दल त्यांना आनंद झाला असावा.

सुरंजनला वाटलं, आपणही असंच धावावं.

नेहमीचा गजबजलेला मोतीझील कमर्शियल भाग आज सुनसान होता.

सुरंजनला आपल्या बालपणीची आठवण झाली.

इथं फूटबॉल खेळायला, नाही तर रस्त्यांत स्टंप रोवून क्रिकेट खेळायला किती मजा येईल!

एकीकडे मनात असे सुखद विचार घोळवत त्यानं डावीकडच्या एका अर्धवट जळलेल्या इमारतीकडे पाहिलं.

अरे, हे तर इंडियन एअरलाईन्सचं ऑफिस दिसतंय. त्याच्या पाटीची तर पार वाट लावलेली होती; आणि दारं-खिडक्याही जागेवर नव्हत्या. काही लोक त्या जळक्या इमारतीकडे बघत, हातवारे करत, हसत उभे होते.

तो तिथं उभा राहून बघत असतानाच आपल्यावर कुणाची तरी नजर असल्याचं त्याला जाणवलं. तो हळूच त्या जळक्या इमारतीपासून बाजूला झाला.

किती घरं जळाली, याच्याशी आपल्याला काय करायचंय?

तो तसाच पुढं चालत राहिला. पुढं आणखी काही घरं पेटलेली होती.

त्याला पेट्रोलच्या धुराचा वास फार आवडायचा. आत्ता आसमंतात भरून राहिलेला जळक्या लाकडाचा वास सुद्धा आपल्याला छान वाटतोय की काय? कदाचित असेलही.

कम्युनिस्ट पार्टी ऑफ बांग्लादेशच्या ऑफिसाबाहेर लोकांचा जमाव थांबला होता. रस्त्यावर दगडांचा खच होता. जवळच असलेल्या पुस्तकांच्या दुकानातून सुरंजननं कितीकदा पुस्तकं विकत घेतली होती. ते दुकानही आज वाचलं नव्हतं.

सुरंजनच्या पायांत एक अर्धवट जळलेलं पुस्तक आलं. ते मॅक्झिम गॉर्कीचं 'आई' (Mother) हे पुस्तक होतं.

क्षणभर त्याला वाटलं, आपणच पाव्हेलव्होलासोव्ह आहोत, आपण आपल्या आईला पेटवून देऊन पायांखाली तुडवतो आहोत.

त्या नुसत्या विचारांनच तो शहारला. पुस्तक त्याच्या पायदळी होतं. आता आणखी बरेच लोक जमा झाले होते. ते जोरजोरात कुजबुज करत होते. सगळं वातावरणच ताणलेलं, भारलेलं होतं. काय घडलं असेल? काय घडणार असेल? कुणालाच काही ठाऊक नव्हतं. अफवांचं नुसतं पीक आलं होतं.

कम्युनिस्ट पार्टीचं ऑफिस जाळण्यात आलं होतं, हे उघड होतं, पण का? कुणी म्हणत होते, कम्युनिस्ट लोकांनी आपली ध्येयधोरणं बदलली होती, तरी

सुद्धा मुस्लिम धर्मांधांच्या तडाख्यातून ते सुटू शकले नव्हते. कॉम्रेड फरहाद यांचा म्हणे, मृत्यू झाला होता आणि त्यांची मोठी अंत्ययात्रा काढण्यात येणार होती. मोठी शोकसभाही (मिलाद) बोलावण्यात आली होती. तिला सर्व जण उपस्थित होते आणि या सर्वांवर कडी, म्हणे, कम्युनिस्ट पक्षाचं ऑफिस जातीयवादी शक्तींनी पेटवून दिलं होतं.

सुरंजननं आगीत भस्मसात झालेल्या सी.पी.बी.च्या ऑफिसकडे विषण्णपणे पाहिलं.

अचानक सुरंजनला कैसर आपल्याकडे येताना दिसला. त्यानं दाढी केली नव्हती, की केस विंचरले नव्हते. त्याचे डोळे लालभडक दिसत होते.

त्यानं विचारलं,

''तू कशाला बाहेर पडलास?'' त्याच्या आवाजात एक अनामिक भीती होती.

''का बरं? मी का नाही बाहेर पडायचं?'' सुरंजननं जरा जोरातच विचारलं.

''नाही रे, तसं नाही... पण तुला माहितीच आहे. ही डुकरं... ही सगळी धर्माबद्दलची चर्चा. मला सांग, खरंच का त्यांचा धर्मावर विश्वास आहे? जमात शिबिर यूथ कमांडच्या अतिरेक्यांनीच घडवून आणलंय सारं. त्यांनीच पार्टीचं ऑफिस, पुस्तकांचं दुकान आणि इंडियन एअरलाईन्सचं ऑफिस जाळून टाकलं. हेच लोक आधी स्वातंत्र्य मिळवण्याच्या विरुद्ध होते... आणि आता हेच दंगाफसाद घडवायला नुसतं निमित्त मिळतंय का, म्हणून टपून बसलेले आहेत. जसे काही आपण सगळे त्यांचा आरडाओरडा ऐकण्याची वाटच बघत असतो.''

ते दोघंही त्या जाळपोळीतून, गर्दीतून एकदम बाहेर पडले.

सुरंजननं विचारलं,

''आणखी कुठं कुठं जाळपोळ झाली आहे?''

''चितगांवमधल्या तुलसीधाम, पंचाननधाम आणि कैवल्यधाम या मंदिरांचीही मोडतोड झाली आहे. माळीपाडा, स्मशानमंदिर, कुरबानीगंज, कालीबाडी, चट्टेश्वरी, विष्णुमंदिर, हजारी लेन, फकीर पाडा या सगळ्या भागांतील देवळांना आगी लावण्यात आल्या आहेत. गंमत म्हणजे, त्याच वेळी एकीकडे जातीय सलोख्यासाठी मिरवणुकाही काढण्यात आल्या !''

सुरंजननं मोठा सुस्कारा सोडला.

कैसरनं विसकटलेले केस कपाळावरून मागे सारले आणि तो म्हणाला,

''काल काही फक्त देवळांचीच ही स्थिती झालेली नाही. त्यांनी माझीघाटावरच्या कोळी वस्तीलाही आग लावली काल. किमान पन्नास तरी घरं पूर्णपणे उद्ध्वस्त झाली.''

''आणखी काय?'' सुरंजननं एकदम तिऱ्हाइतासारखं विचारलं.

"त्यांनी जयदेवपूरमधल्या माधवमंदिरावर आणि दुर्गा मंदिरावर धाड घातली. शेरपूरला कृषिकेंद्रातील अन्नपूर्णा मंदिर आणि शेरीघाट आश्रमातील कालीमंदिराचा पूर्ण नायनाट झाला. फरीदपूरमधे रामकृष्ण मिशनची देवळं लुटली गेली. गुरू आणि शिष्यांना मारहाण झाली. ते जखमी झाले."

"आणि?"

"नरशिंदीला चलाकचड आणि मनोहरदीमधली घरं आणि देवळं उद्ध्वस्त करण्यात आली. नारायणगंजमधल्या रूपगंज स्टेशनाजवळ मरापाडा बझार आहे ना, तेथील देऊळ पाडून टाकलं. कोमिल्लामधे जुना अभय आश्रम त्यांनी जाळला. नोआखालीमधे सुद्धा बरीच हिंसक कृत्यं झाली."

"म्हणजे कशी?"

"सुधाराम पोलिस स्टेशनपाशी असलेला अधरचाँद आश्रम आणि सात हिंदू घरं जाळण्यात आली. गंगापूरमधली सगळी हिंदू घरं त्यांनी आधी लुटली आणि नंतर त्यांना आगी लावल्या. चौमुहानीचं काली मंदिर, दुर्गीपूरचं दुर्गा मंदिर, कुतुबपूर आणि गोपालपूरची मंदिरं जमीनदोस्त झाली. डॉ.पी.के.सिंगांचा औषधाचा कारखाना, अखंड आश्रम, छयानी विभागातील देवळं उद्ध्वस्त करण्यात आली. चौमुहानी, बाबूपूर, तेतुईया, मेहदीपूर, राजगंज बझार, टेंगीरपाडा, कझीरहाट, रसूलपूर, जमीनदारहाट आणि पोडाबाडी इथं दहा देवळं आणि अठरा हिंदू घरं लुटून नंतर पेटवण्यात आली. इतकंच काय, एक दुकान, एक मोटार व एका बाईला जिवंत जाळण्यात आलं. भावर्दी इथल्या सतरा घरांमधील तेरा घरांना आगी लावण्यात आल्या. सगळीच्या सगळी घरं लुटली गेली आणि स्त्रियांचा छळ केला गेला. विप्लव भौमिक याला भोसकण्यात आलं. काल विराहिमपूरमधील सगळ्या घरांची आणि देवळांची नासधूस करण्यात आली. चरहाजीरी गावातील जगन्नाथ मंदिर, तीन दुकानं आणि क्लब इथं लूटमार करून ती लुबाडण्यात आली. चरपार्वती गामावमध्ये दोन घरं, दशेरहाटमधे एक घर चूरकुकरी आणि मूछापूरमधे दोन देवळं, तसंच, एक कालीमातेचं मंदिर जाळण्यात आली. सिराजपूरमध्ये राहणाऱ्या सगळ्या लोकांना मारहाण करण्यात आली. सगळी घरं आधी लुटून, नंतर पेटवून देण्यात आली."

उत्पाताची ही भलीमोठी यादी ऐकून झाल्यानंतर सुरंजन फक्त 'अच्छा' इतकंच म्हणाला. आणखी काही म्हणण्याची त्याची इच्छाही नव्हती. लहानपणी जात असू, तसे लाथेनं दगडांना ठोकर मारत रस्त्यानं जावं, असं त्याला वाटू लागलं.

कैसर आणखीही बऱ्याच जाळपोळींबद्दल, लूटमारींबद्दल बोलत होता, पण सुरंजनचं त्याच्याकडे लक्ष नव्हतं. त्याला ते सगळं ऐकण्यात रसही नव्हता.

चालता चालता दोघेही प्रेस क्लबसमोर थांबले. इमारतीबाहेर वार्ताहरांचा घोळका थांबला होता. त्यांची जोरजोरात कसली तरी चर्चा चालू होती. सुरंजननं कान देऊन त्यांचं बोलणं ऐकण्याचा प्रयत्न केला. काही लोक म्हणत होते, की भारतातील दंगलींमधे आणि पोलिसांच्या गोळीबारात कमीत कमी दोनशे लोक मृत्युमुखी पडले होते. जखमी झालेल्यांची संख्या तर हजारो होती. रा.स्व.संघ, शिवसेना आणि इतर मूलतत्त्ववाद्यांच्या संघटनांवर बंदी घालण्यात आली होती. लोकसभेमधे अडवाणींनी आपल्या विरोधी पक्षाच्या नेतेपदाचा राजीनामा देऊ केला होता. कुणी म्हणत होते, की चितगांवमध्ये नंदनकानन तुलसीधाम यांचा शिष्य दीपक घोष हा पळ काढत असताना त्याला जमाती पक्षाच्या लोकांनी पकडलं होतं. त्याला ते खरं तर, जिवंत जाळणार होते पण तिथं जवळच काही दरवान उभे होते त्यांनी दीपक मुस्लिम आहे, असं सांगितल्यामुळं त्याला नुसती मारहाण करून जमातीच्या लोकांनी सोडून दिलं.

सुरंजनला जे जे ओळखत होते, त्यांना तो तिथं उभा असलेला बघून आश्चर्याचा धक्का बसला. आणखी भडका उडण्याची शक्यता आहे. त्यामुळं सुरंजननं वेळेवर घरी गेलेलं बरं, असं सर्व जण वारंवार त्याला सांगत होते.

सुरंजन त्यावर काहीच बोलला नाही. तो गोंधळून गेला होता. दिशाहीन झाला होता.

केवळ आपलं नाव सुरंजन दत्त आहे, म्हणून आपण घरी थांबायचं; पण त्याच वेळी कैसर, लतीफ, बेलाल आणि शाहीन यांनी आरामात घराबाहेर हिंडायचं; एवढंच नव्हे, तर घडलेल्या घटनांची चर्चा करायची. जातीयवादाविरुद्ध काढलेल्या मोर्च्यात सहभागी व्हायचं, हा कुठला न्याय? सुरंजन सुद्धा सदसद्विवेकबुद्ध्यनुसार वागणारा तर्कसुसंगत आणि स्वतंत्र विचार करणारा नव्हता का?

तो भिंतीला रेलून शून्यात बघत उभा राहिला. त्यानं जवळच्या दुकानातून विकत घेतलेली 'बांग्ला फाईव्ह' सिगारेट शिलगावली. त्याला खूप एकाकी, हरवून गेल्यासारखं वाटू लागलं.

भोवतालच्या गर्दीत त्याला ओळखणारे किती तरी लोक होते. त्यांतल्या काही जणांशी तर त्याची बरीच जवळची ओळख होती. आणि तरीही तो किती एकटा होता!

भोवतालच्या या लोकांमधे बाबरी मशीद उद्ध्वस्त झाल्याबद्दल जोरजोरात चर्चा चालू होती पण त्यात आपण हिरिरीनं भाग घेऊ शकत नाही, याचा त्याला विषाद वाटला. त्याला त्यांच्यात मिसळावं, अशी कितीही ऊर्मी आली असली, तरी त्या समुदायामध्ये व त्याच्यामध्ये एक सीमारेषा होती आणि ही रेषा पार करणं त्याला शक्य नव्हतं.

लोक आपल्याला का टाळत आहेत, हे त्याला आता कळून चुकलं. लोक त्याला एकटा पाडत होते. कुणाला त्याची दया सुद्धा वाटत होती. पण ही गोष्ट स्वीकारणं त्याला जड जात होतं.

त्यानं सिगारेटचा एक मोठा झुरका घेऊन धुराची वलयं हवेत सोडली. पण त्याला आपल्या हातापायांतली शक्ती जाऊन आपण हतबल झालो आहोत असं वाटू लागलं आणि तो खाली कोसळला.

सुरंजनकडे कुतूहलानं बघणारे लोक आता वाढू लागले. बऱ्याच लोकांना मुळात तो तिथं आलाच कसा, याचं आश्चर्य वाटत होतं. रस्त्यावर बाकी एक सुद्धा हिंदू नव्हता. सर्व जण दारं बंद करून, भीतीनं गुपचूप घरात बसून होते. त्यामुळं एकट्या सुरंजननं हे असलं धाडस करावं, याचा लोकांना धक्का बसणं स्वाभाविक होतं.

जवळ मोर्च्याची तयारी चालू होती. त्यात भाग घेण्यासाठी कैसर आला होता. वार्ताहर सुद्धा घिरट्या घालत होते. खांद्यांवर लटकणाऱ्या बॅगा आणि कॅमेरे सांभाळत. लुत्फरही त्यांच्यांत होता. पण सुरंजननं मुद्दामच त्याला हाक मारली नाही. थोड्याच वेळानं लुत्फर स्वत:च त्याच्यापाशी येऊन आश्चर्यानं म्हणाला,

"दादा, तुम्ही इथं कशाला आलात?"

"का बरं? मी का नाही यायचं?"

लुत्फरला बरीच काळजी वाटत होती.

"दादा, घरी काही अडचण तर नाही ना?"

लुत्फरचं ते बोलणं, काळजी करणं, त्याचा तो आश्वासक स्वर. सुरंजनला वाटलं, एरवी हा मुलगा किती लाजाळू, कधी कुणाकडं मान वर करून बघणार देखील नाही. फार चांगला मुलगा. सुरंजननंच 'एकता' मासिकाच्या संपादकाशी बोलून, याला नोकरी मिळवून दिली होती.

लुत्फर बेन्सन सिगारेट पेटवून म्हणाला,

"सुरंजनदादा, खरंच काही अडचण नाही ना?"

सुरंजन हसून म्हणाला,

"अडचण? कसली अडचण?"

लुत्फर जरासा संकोचून म्हणाला,

"तुम्हांला ठाऊकच आहे, दादा. देशातली ही अशी परिस्थिती..."

सुरंजननं सिगारेटचं थोटूक चिरडून विझवलं. आजवर लुत्फर इतपत मोठ्या आवाजात कधी बोलला नव्हता. आज असा बोलतोय, हे आश्चर्यच. लुत्फर जरा आगाऊपणाच करतोय. असं सुरंजनच्या मनात आलं.

लुत्फरनं सिगारेटचा धूर सोडून, कपाळाला आठ्या घालत म्हटलं,

“दादा, मला वाटतं, आज तुम्ही जरा कुठं तरी दुसरीकडे राहिलेलं बरं. या वेळी तुमच्या स्वत:च्या घरात राहणं सुरक्षित नाही. निदान दोन रात्री तरी जवळपासच्या एखाद्या मुसलमान शेजाऱ्यांकडे का नाही जाऊन राहत?”

सिगारेटच्या दुकानाबाहेर धूम्रपान करणाऱ्यांच्या सोयीसाठी जळता सुंभ टांगून ठेवला होता.

सुरंजननं त्या सुंभाकडं निर्विकारपणे पाहिलं आणि मुद्दामच आवाजात तुटकपणा आणून तो म्हणाला,

“नाही.”

“नाही?”

सुरंजनचा हा पवित्रा पाहून लुत्फरला आश्चर्य वाटलं.

लुत्फरच्या आवाजातली तळमळ, काळजी सुरंजनला जाणवली. पण हा पोरगा, तसं बघायला गेलं, तर नवीन ते काय सांगतोय? नाही तरी आजकाल जो कुणी भेटतो तो हेच तर सांगत सुटतो,

“तुमच्या घरात राहणं ठीक नाही. कुठं तरी जाऊन लपा. घराबाहेर पडू नका. आपण कोण, ते कुणाला सांगू नका. परिस्थिती जरा निवळल्याखेरीज बाहेर पडू नका...”

सुरंजनला अजून एखादी सिगारेट पेटवायची होती. पण लुत्फरचा तो गंभीर चेहरा, सारखं सावधगिरीच्या सूचना देणं बघून त्यानं तो विचार बदलला. तो हाताची घडी घालून सभोवार पाहू लागला.

झाडं हिवाळ्यात हिरव्यागार पालवीनं गच्च भरली होती.

हिवाळा हा त्याचा फार आवडता ऋतू. हिवाळा आणि त्याबरोबर येणाऱ्या इतर गोष्टी. सकाळी न्याहारीला गरम गरम धिरडी, रात्री झोपायला उन्हात सुकवून ठेवलेल्या ऊबदार रजया आणि आईनं सांगितलेल्या भुताखेतांच्या गोष्टी.

इतक्यात खांद्यावर बॅग लटकावून चाललेल्या एका दाढीवाल्यानं त्याला जोरात धक्का दिला आणि तो भानावर आला. तो माणूस लुत्फरजवळ जाऊन उभा राहिला आणि आत्तापर्यंत कुठंकुठं, काय काय घडामोडी झाल्या, त्याची लांबच लांब यादी लुत्फरला ऐकवू लागला.

ढाकेश्वरी मंदिर, सिद्धेश्वरी काली मंदिर, रामकृष्ण मिशन, महाप्रकाश मठ, नारिंदा गौडीय मठ, भोलागिरी आश्रम या सर्वांवर दगडफेक झाली. त्यांची लूटमार करण्यात आली. स्वामीबाग आश्रम देखील लुटण्यात आला. शनी आखाड्याजवळील पंचवीस घरं पेटवण्यात आली. शनी मंदिर व दुर्गा मंदिर अशी दोन्ही उद्ध्वस्त करून नंतर जाळण्यात आली. नारिंदाचा ऋषिपाडा आणि दयाल गंजचा जलपाडा

यांचीही यातून सुटका झाली नाही. फार्म गेट, पलटण, नवाबपूर मरणचाँद मिठाईचं दुकान व टिकाटुलीचं देशबंधू मिठाई दुकान जमीनदोस्त करून, पेटवून देण्यात आली. ठंठेरी बझारच्या देवळासही आग लावण्यात आली.

'ओहऽऽ !' लुत्फरनं खोल निःश्वास टाकला.

आता आपण इथून निघावं की काय, असा सुरंजन विचार करू लागला. कारण त्याला त्याच्या सहवासात जास्त वेळ थांबण्याची इच्छा नव्हती. पण त्याच वेळी आपल्याला काय हवंय, कुठं जायचंय याचीदेखील त्याला नीटशी कल्पना नव्हती.

इथं थांबून मोर्च्यात सहभागी व्हावं का कुठं तरी दूर निघून जावं? नाही तर एखाद्या जंगलात जावं- जिथं कुणी मित्र, नातेवाईक नसतील.

...खांद्याला बॅग लटकावलेला दाढीवाला घोषणा देत गर्दीत मिसळून गेला.

लुत्फरनं जाण्याची तयारी सुरू केली. कारण सुरंजनच्या त्या बेपर्वा वागण्याचा त्याला त्रास होऊ लागला होता.

अजूनही वातावरणात प्रचंड ताण होता. सुरंजनला परत एकदा तिथं चाललेल्या सगळ्यामध्ये भाग घेण्याची इच्छा होऊ लागली. त्याला त्या जमावात मिसळायचं होतं, त्याला जळून उद्ध्वस्त झालेल्या देवळांची पाहणी करायची होती. त्याला लूटमार झालेल्या दुकानांची व घरांची विचारपूस करायची होती. त्याला नुकत्याच घडलेल्या घटनांविरुद्ध आवाज उठवायचा होता.

'या धर्मांध लोकांना चाबकानं फोडून काढलं पाहिजे. हे ढोंगी धर्ममार्तंड सगळे तोतये आहेत, धर्माच्या नावानं भडकवणारे.'

पण ह्यांपैकी एकही गोष्ट करणं त्याला जमलं नाही. या सगळ्यांत भाग घेण्याची त्याची इच्छा होती, ती त्याच्या भोवताली जमलेल्या लोकांच्या सहानुभूतिपूर्ण दृष्टिक्षेपांमुळं आणखी दडपली गेली. हे लोक न बोलता जणू त्याला सुचवत होते, की या सर्व घटनांमधे भाग घेण्याची त्याची योग्यताच नाही आणि आजपर्यंत विविध विषयांवर भाषणं देण्यात आणि निरनिराळ्या प्रकारच्या चळवळीचं नेतृत्व करण्यात तो इतका पारंगत असून सुद्धा! आज एका अनामिक शक्तीनं त्याला जसं काही मुकं करून टाकलं होतं. आजूबाजूचा कुणीही त्याला बोलण्याकरता, काही कृती करण्याकरता किंवा लढण्याकरता प्रोत्साहन देताना दिसत नव्हतं.

कैसर गर्दीतून मार्ग काढत त्याच्याकडे आला. तो कुजबुजला,

"बाबरी मशीद घटनेविषयी चर्चा करण्याकरता ते बैतुल मुकर्रम इथं सभा घेण्याचा बेत आखत आहेत. लोक जमा होऊ लागले आहेत. तुम्ही लोक घरी गेलेलं सुरक्षित ठरेल."

"तू नाही घरी जात?"

"छे, मुळीच नाही!'' कैसर म्हणाला, ''त्यापेक्षा मी जातीय सलोख्यासाठीची सभा ऐकायला जाईन.''

कैसरच्या मागेच लीटन आणि माहताब नावाची दोन मुलं उभी होती. ती सुद्धा म्हणाली,

''ते तुमच्याच भल्यासाठी आहे. त्यांनी जलखाबारलाही आग लावली आहे. आपल्या आजूबाजूला सर्वत्र हे घडतंय. तुमची ओळख पटली, तर ते काय करतील, याची तुम्हांला कल्पना आहे का? ते सुरे आणि चाकू घेऊन उघडपणे फिरताहेत!''

सुरंजनला घरी पाठवावं म्हणून कैसरनं रिक्षा बोलावली.

सुरंजनचा हात पकडून लुत्फर आला आणि जबरदस्तीनं म्हणाला,

''दादा, सरळ घरी जा. तुम्ही आज बाहेर पडलातच का, ते मला खरंच समजत नाही.''

त्याच्या आजूबाजूचा प्रत्येक जण त्यानं घरी निघून जावं, असा आग्रह करू लागला. जे लोक त्याला ओळखत नव्हते ते फक्त काय घडतंय, ते बघायला तिथं आले. सुरंजन हिंदू असल्याकारणानं त्याचं इथं थांबणं सुरक्षित नाही, असं त्या मित्रांनी स्पष्ट केलं. बाकीच्यांनी माना डोलावून संमती दिली.

''होय!'' ते म्हणाले, ''त्यांनी घरी जायलाच हवं!''

पण जबरदस्तीनं कुणी परत घरी घालवून देण्यासाठी काही सुरंजन घराबाहेर पडला नव्हता.

त्याच्या मित्रांनी त्याला हलकेच रिक्षाकडे ढकललं. लुत्फरनं अजूनही त्याचा हात पकडला होता.

सुरंजननं एकदम बंडखोरपणे त्याच्या हाताला हिसका दिला व आपला हात सोडवून घेतला.

सुरंजन थकला होता. त्याला फक्त बिछान्यात पडून विश्रांती घ्यावीशी वाटत होती. पण आपण अस्वस्थपणे उलथेपालथे होत आहोत, हे त्याच्या ध्यानात आलं. त्यात आणखी तो बाहेर पडला होता.

सुरंजन घराबाहेर पडल्यानंतर लगेच घरावर थाप पडली. सुधामयबाबू बिछान्यात उठून बसले. सुरंजन परत आला आहे, या आशेनं. पण तो सुरंजन नव्हता. ते अख्तारुज्जमन होते, शेजारीच राहणारे साठ वर्षांचे निवृत्त प्राध्यापक.

ते म्हातारे गृहस्थ आत आले. आत येताच त्यांनी लगेच कडी लावून घेतली.

''काही त्रास तर नाही झाला?'' त्यांनी दबलेल्या आवाजात विचारलं.

खोलीतल्या टेबलावर पडलेल्या पुस्तकांच्या ढिगाऱ्याकडे सुधामयबाबूंनी एकवार

पाहिलं आणि उदासीनपणे म्हटले,

"छे, काय घडलं असणार आहे?"

अख्तारुज्जमन एक खुर्ची ओढून बसले. त्यांना पाठदुखीचा त्रास होता. त्यामुळं आपली पाठ वाजवीपेक्षा जास्त ताठ ठेवून ते म्हणाले,

"तुम्ही बाबरी मशिदीबद्दल सगळं ऐकलं असेलच. त्यातलं काही सुद्धा शिल्लक उरलं नाही. शरमेची गोष्ट आहे."

सुधामयबाबूंनी कुणाचीच बाजू न घेता नुसता हुंकार दिला.

"तुम्हांला काहीच म्हणायचं नाही? तुमचा त्यांना पाठिंबा आहे का?"

"माझा त्यांना कशाला पाठिंबा असेल?"

"मग तुम्ही काहीच कसं म्हणत नाही?"

"दुष्ट लोकांनी दुष्ट काम केलं आहे. मला सर्व गोष्टींबद्दल वाईट वाटतं."

"एखाद्या धर्मनिरपेक्ष देशात ही असली गोष्ट घडू शकते, याच्यावर माझा विश्वासही बसत नाही. लाजिरवाणी गोष्ट आहे. संपूर्ण देशाची राष्ट्रीयत्वाची भावना, त्या सगळ्या राजकीय घोषणा, त्यांचं सर्वोच्च न्यायालय, लोकसभा, त्यांचे राजकीय पक्ष, ती लोकशाहीची परंपरा, ती त्यांची भाकितं सगळा नुसता आरडाओरडा, वातावरण गरम करणं आहे. तुम्ही काही म्हणा, सुधाबाबू, भारताच्या मानानं या देशात विशेष काही दंगल वगैरे नाही."

"ठीक आहे. पण मग १९६४ चं काय? १९९० चं काय? आणि आत्ता..."

"१९६४ नव्हे १९५० म्हटलं तर जास्त योग्य ठरेल. १९५० नंतर १९६४ सालच्या दंगलीमधे एक गोष्ट ठळकपणे स्पष्ट झाली. ती म्हणजे, जातीयवादाविरुद्ध उत्स्फूर्त विरोध. ज्या दिवशी माणिक मिया, जाहुर हुसेन चौधरी आणि अब्दुस सलाम यांच्या नेतृत्वाखाली दंगली सुरू झाल्या, सर्व वृत्तपत्रांमधे ठळक मथळे झळकले, 'पूर्व पाकिस्तान, आपल्या हक्कांसाठी उभे राहा.' एका हिंदू कुटुंबाचं रक्षण करताना अमीर हुसेन चौधरी नावाचा एक पंचावन्न वर्षांचा माणूस मृत्युमुखी पडला. किती चटका लावण्यासारखं होतं ते!"

सुधामयबाबूंच्या छातीतलं दुखणं वाढलं होतं. ते आपल्या बिछान्यावर जरा आरामात टेकून बसले. कदाचित कपभर गरम चहा पिऊन जरा बरं वाटलं असतं. पण कोण देणार गरम चहा? सुरंजनच्या वागण्यानं किरणमयी इतकी त्रासली होती, की ती चहा करेल, अशी अपेक्षाच नव्हती.

सुरो एकटा कशाला निघून गेला? आणि जायचंच होतं, तर बरोबर हैदरला का नाही घेऊन गेला? पण सुरंजन पहिल्यापासूनच असा मनस्वी होता. त्यानं जायचं ठरवलं असतं, तर त्याला थांबवणं शक्य झालं नसतं.

सुधामयबाबूंना हे सगळं ठाऊक होतं. पण काळजी, चिंता, त्रास करून घेणं

हा मनुष्यस्वभाव होता. त्याला तर्कशास्त्र ठाऊक नव्हतं. त्यांनी आपली काळजी, चिंता दडवली आणि परत एकदा अख्तारुज्जमन यांच्याकडे बघितलं.

सुधामयबाबू म्हणाले,

"विरोधाभास असा, की सर्व धर्मांचं ध्येय अखेर एकच असतं-शांती. आणि तरीही धर्माच्या नावाखाली इथं एवढी अशांती माजली आहे, इतका रक्तपात झाला आहे, इतके लोक भरडले गेले आहेत. विसाव्या शतकाच्या अखेरीला या असल्या हिडीस कृत्याला साक्षी राहावं लागतंय. तेही धर्माच्या नावाखाली, ही दु:खाची गोष्ट आहे. धर्माचा झेंडा फडकावून, मनुष्यप्राण्याला आणि मानवतेला पायदळी तुडवणं नेहमीच सोपं ठरलं आहे.''

आता काही उत्तर न देण्याची अख्तारुज्जमन यांची पाळी होती.

किरणमयी दोन कप चहा घेऊन खोलीत आली.

"तुमच्या छातीतलं दुखणं वाढलं आहे का?'' तिनं आपल्या पतीला विचारलं. "तुम्ही गोळ्या का घेत नाही?'' असं म्हणत ती पलंगावर बसली.

अख्तारुज्जमन तिला म्हणाले,

"बौदी (वहिनी), तुम्ही शंख (पांढऱ्या बांगड्या-बंगाली स्त्रियांचं सौभाग्यचिन्ह) घालत नाही? सिंदूर लावत नाही?''

किरणमयी नजर खाली झुकवून म्हणाली,

"१९७५ सालापासून नाही.''

"बरं झालं. निदान तुमच्या सुरक्षिततेची तरी हमी राहील. नंतर दु:ख करण्यापेक्षा सुरक्षित असलेलं बरं.''

किरणमयी निर्जीवपणे हसली.

त्याच वेळी सुधामयबाबूंच्या ओठांवरही तसंच हसू आलं.

अख्तारुज्जमन यांनी आपला चहा मोठे मोठे घुटके घेत संपवला.

सुधामयबाबूंचं छातीतलं दुखणं कमी तर निश्चित होत नव्हतं. ते म्हणाले,

"मी पण धोतर नेसणं सोडलंय, बऱ्याच दिवसांपूर्वी. माझ्या जिवासाठी, माझ्या मित्रासाठी.''

अख्तारुज्जमन कप खाली ठेवून म्हणाले,

"मी आता निघतो. घरी जाण्यापूर्वी विनोदबाबूंची चौकशी करण्याचा माझा विचार आहे.''

प्रोफेसर निघून गेल्यावर सुधामयबाबू परत गादीवर पडले. चहाच्या कपाला त्यांनी स्पर्शही केला नव्हता. तो टेबलावर निवून गेला होता.

किरणमयीनं दार लावून घेतलं आणि ती बसली. तिची पाठ प्रकाशाकडे होती

आणि तिचा चेहरा छायेत होता.

एकेकाळी किरणमयी कीर्तन फार सुंदर करायची. ती ब्राह्मण बाडिआतील एका प्रसिद्ध वकिलांची मुलगी. सोळाव्या वर्षी तिचं लग्न झालं. लग्नानंतर सुधामयबाबूंनी तिला रवींद्रसंगीत शिकण्यास उत्तेजन दिलं. तिनं थोडे दिवस मिथुन डे यांच्याकडे शिक्षणही घेतलं. थोड्याच दिवसांत ती इतकी चांगली गायिका झाली, की तिला बरेचदा मयमनसिंगमधे जाहीर गायन करण्यासाठी बोलावणी येत. कारण त्या गावात चांगले गायक फार थोडे होते.

एकदा टाऊन हॉलमधे तिचं गाणं होतं, ती घटना सुधामयबाबूंना आठवली. समीर चंद्र डे नामक एका सुप्रसिद्ध गायकाच्या गाण्यानंतर किरणमयीची व्यासपीठावर जाण्याची पाळी आली, तसा सुधामयबाबूंनाच घाम फुटला.

तिचे 'आनंदलोके, मंगललोके, बिराजो सत्यसुंदरो...' हे स्वर ऐकताना श्रोते तल्लीन होऊन गेले होते. तिनं आणखी गाणी गावी, अशी मागणी करू लागले होते. त्यांच्या विनंतीस मान देऊन किरणमयीनं आणखी तीन तरी गाणी म्हटली असतील. तिनं ती इतक्या भावपूर्णतेनं म्हटली होती, इतकी सुंदर, की सुधामयबाबूंसारखे नास्तिकही हेलावून जाऊन त्यांचे डोळे पाणावले होते.

स्वातंत्र्य मिळाल्यानंतर किरणमयी जाहीर गायन करायला नाखूश असे.

एकदा एका कार्यक्रमाला सुमिता नाहा आणि मिताली मुखर्जी यांच्यासारखे कलावंत येणार असताना, त्या कार्यक्रमात तिनं गावं म्हणून सुरंजननं आपल्या आईची खूप आर्जवं केली होती. पण तिनं हसून त्याला सांगितलं होतं,

"मी आता रियाझ करत नाही. माझा आवाजही आता सुरेल राहिलेला नाही. मी गाणं न म्हटलेलंच बरं."

सुधामयबाबू तिला म्हणाले होते,

"उगीच विनय दाखवू नकोस. तू इतकं सुंदर गायचीस, लोक तुला चांगलं ओळखतात. एकेकाळी लोक तुझं कौतुक करून तुला आणखी गायला सांगायचे."

"होय, मला ठाऊक आहे ते. पण जे लोक टाळ्या वाजवून कौतुक करायचे, तेच असंही म्हणायचे, 'हिंदू बायका निर्लज्ज असतात, म्हणूनच त्या गाणं शिकतात आणि परक्या लोकांसमोर खुशाल बसून सगळ्यांसाठी गाणं गातात' "

"म्हणजे, मुसलमान बायका गात नाहीत?"

"अलीकडे गातात. पण पूर्वी त्यांना एवढं महत्त्व मिळालेलं नव्हतं. त्या वेळी आपल्याला सर्व प्रकारचे टोमणे सहन करायला लागायचे. मिनतीदी इतकी सुंदर गायिका होती. पण एकदा काही लोकांनी तिला गाठून ती मुसलमान मुलींना गाणं शिकवत असल्याचा आरोप केला, तेव्हा ती खरी खट्टू झाली."

“पण गाणं शिकवणं ही तर किती चांगली गोष्ट आहे, नाही?” सुधामयबाबू म्हणाले.

“सगळ्यांना नाही ना तसं वाटायचं. स्त्रियांनी गाणं शिकता कामा नये, असं किती तरी पुरुष म्हणायचे. त्यामुळं स्त्रियांचं शील, नीतिमत्ता खराब होईल, असं त्यांना वाटायचं.”

“अच्छा, असं असं.”

हळूहळू किरणमयीचा गाण्यातला सगळा रस संपून गेला. तिचे गुरू उस्ताद मिथुन डे तिला उत्तेजन द्यायचा खूप प्रयत्न करत; परंतु किरणमयी सुस्कारा टाकून म्हणायची,

“नाही, दादा. मी आता इथून पुढं काही गायची नाही. नाच-गाणं असभ्य आहे, असं जर लोक म्हणत असतील, तर काय फायदा?”

सुधामयबाबूंनी तिच्या जाहीरपणे न गाण्याच्या इच्छेस मान दिला. पण कधी तरी ती घरीही गाणं म्हणायला नाही म्हणते, याबद्दल मात्र ते कुरकुर करायचे. पण घरात गाण्यासारखं वातावरण होतंच कुठं?

पुष्कळदा, मध्यरात्री दोघांना झोप येत नसली, की ते उठून, बेचैन होऊन, छतावर जायचे. तिथं आकाशातल्या दूरवरच्या ताऱ्यांकडे बघत असताना त्यांना ब्रह्मपुत्रा नदीकाठच्या आपल्या घराची आठवण यायची. अशा वेळी परत परत किरणमयी टागोरांच्या गाण्याची धुन गुणगुणायची. त्या गाण्यात कधी न विसरता येणाऱ्या रम्य आठवणींबद्दल म्हटलेलं असायचं.

तिचं गाणं ऐकता ऐकता सुधामयबाबूंचं कठोर मन मृदू व्हायचं. गतकाळातील सुंदर गोष्टींची त्यांना ओढ लागायची. बालपणी जिथं भटकंती केली ती शेतं, शाळेचं पटांगण, दुथडी भरून वाहणारी नदी आणि नदीच्या काठाकाठानं रानात घुसणारा रस्ता या सगळ्यांनी ते कासावीस व्हायचे.

स्वभावत: कठोर असलेले सुधामयबाबू उतारवयात सोसाव्या लागलेल्या दु:खांनी मोडून गेले होते. अनेकदा मध्यरात्री ते डोळ्यांत पाणी येऊन उठत. त्या दु:खाला वाट करून देण्यासाठी आपल्या पत्नीस घट्ट मिठी मारत.

१९७१ साल हे विशेषकरून वाईट गेलं. कारण त्यावर्षी त्यांचे मित्र जगमोहन घोषाल, प्रफुल्ल सरकार आणि निताई सेन अक्षरश: त्यांच्या डोळ्यादेखत मारले गेले होते. युद्धकैद्यांच्या तुरुंगात त्यांना गोळ्या घालण्यात आल्या होत्या. नंतर त्यांचे मृतदेह ट्रकमधून जंगलात नेऊन फेकून देण्यात आले.

पाकिस्तान्यांच्या नजरेस जेव्हा कधी हिंदू पडत, तेव्हा ते त्यांना पकडून बुटांच्या लाथा घालत, बंदुकीच्या संगिनीनं त्यांच्यावर हल्ला करत, आधी त्यांचे डोळे काढून नंतर त्यांच्या पाठी मोडत असत. याही अमानुषपणातून ते वाचले, तर त्यांना ठार केलं जाई.

सुधामयबाबूंनी अनेक मुसलमान लोकांना मारहाण होताना पाहिली होती. पण सहसा त्यांना जीवदान दिलं जाई. हिंदूंच्या बाबतीत असं कधी घडत नसे.

स्वातंत्र्यलढ्याच्या वेळी ज्या लोकांनी देशासाठी लढून प्राणार्पण केलं, त्यांचे मृतदेह स्थानिक झाडूवाल्यांच्या वस्तीतील विहिरीत ढीग करून ठेवण्यात आले होते. एकीकडे देश नवीन मिळालेलं स्वातंत्र्य साजरं करत असताना, त्यांच्या ओळखीच्या माजिद, रहीम, इद्रिस, आदी लोकांचे नातेवाईक आले होते आणि मेहतरपट्टीच्या विहिरीत रचून ठेवलेल्या हिंदू आणि मुसलमानांच्या अस्थींपाशी रडले होते. जेव्हा त्यांना हे कळून चुकलं, की माजिदच्या अस्थी कोणत्या आणि अनिलच्या कोणत्या, हे ओळखणं अशक्य आहे, तेव्हा तर त्यांच्या डोळ्यांतून अश्रूंचा पूरच लोटला होता.

सुधामयबाबूंना पकडून ज्या जखमा केल्या गेल्या होत्या-मोडका पाय, तीन बरगड्यांची मोडलेली हाडं-त्या, तशीच त्यांच्या कापून टाकलेल्या गुप्तेंद्रियावरची जखमही आता भरून आली. पण हृदयातील जखमा मात्र कधीच भरून निघणार नव्हत्या. स्वातंत्र्यलढ्यात भोगलेल्या तुरुंगवासातून सुधामयबाबू मनानं कधीच सावरले नव्हते. तुरुंगातून जिवंतपणे ते परत आले, पण तेवढंच. त्यानंतर त्यांना आपण खरोखर जिवंत आहोत, असं कधीच वाटलं नाही. सतत संकटांच्या छायेत राहून त्यांची मानसिक स्थिती नंतर कधीच सुधारली नाही.

फुलपूरमधील अर्जुनखिला गावात एका बांबूच्या झोपडीत अब्दुस सलाम हे नाव धारण करून ते सात वर्षं राहिले. लोक सुरंजनला शाबिर म्हणायचे आणि किरणमयीला फातिमा. त्यांना त्या गेलेल्या दिवसांची आठवण होई, तेव्हा आपल्या मोडलेल्या फासळ्या जणू काही आपल्या हृदयात घुसत आहेत, असा त्यांना भास होई. मात्र आपल्या पत्नीला फातिमा या नावाखाली राहावं लागतं आहे, याची त्यांना जी काही शरम वाटे, त्यामानानं हे फासळ्यांचं दुःखं तर काहीच नव्हतं.

अखेर डिसेंबरमध्ये स्वातंत्र्यसैनिकांचं फुलपूरला आगमन झालं. 'जोय बांगला'च्या घोषणांनी सारं गाव दुमदुमलं. अखेर आपल्या प्रिय पत्नीला किरण... किरण... अशा आवडत्या नावानं सुधामयबाबूंनी हाक मारली. त्यांच्या हृदयात धगधगणारी वेदना आता शमली. आता लोकांच्यासमोर आपल्या पत्नीला किरणमयी म्हणून हाक मारणं शक्य होतं. 'जोय बांगला'ची खऱ्या अर्थानं त्यांना प्राप्ती झाली होती.

दारावर जोरात थाप पडली. सुधामयबाबू गतकालाच्या स्मृतीतून एकदम भानावर आले.

हरिपद भट्टाचार्य त्यांना भेटायला आले होते.

सुधामयबाबूंनी जिभेखाली धरलेल्या निफिकार्ड गोळीमुळं त्यांचं छातीतील दुखणं आता बरंच कमी झालं होतं. त्यामुळं त्यांनी आपल्या मित्राचं स्वागत केलं.

''काय? बरं नाही का?'' हरिपदांनी विचारलं, ''तुम्ही फार अशक्त दिसताय.''

''होय, हरिपद. बऱ्याच दिवसांपासून अशक्तपणा वाटतोय. मी बऱ्याच दिवसांत माझं ब्लडप्रेशरही तपासलेलं नाही.''

''मला ठाऊक असतं, तर मी माझं ब्लडप्रेशर तपासायचं यंत्र तरी बरोबर आणलं असतं.''

''सुरंजननंही नेमकं याच वेळी बाहेर जाण्याचं काढलं. आम्ही सगळे किती काळजीत आहोत, माहिती आहे? आणि तुम्हांला तरी इकडे यायला कसं जमलं?''

''जवळच्या रस्त्यानं आलो. हमरस्ता टाळून.''

बराच वेळ कुणीही काही बोललं नाही.

नंतर हरिपदांनी आपली शाल काढून ठेवली आणि म्हणाले,

''आज ढाक्यामध्ये बाबरी मशिदीच्या प्रकरणाविरुद्ध निदर्शनं करण्यात आली. एकीकडे शांततेची आवाहनं करणाऱ्या मिरवणुकीही काढण्यात येत आहेत. राजकीय व इतरही अनेक संस्थांनी जातीय सलोखा राखण्याचं आवाहन केलं आहे. संसदेतून खास संदेश पाठवून लोकांना शांतता राखण्याची सूचना केलेली आहे. शेख हसीना यांचा राष्ट्राला उद्देशून संदेश प्रसारित करण्यात आला असून, त्यामध्ये कुठल्याही परिस्थितीत जातीय सलोखा हा राखायलाच हवा, असं सांगितलं आहे. भारतात दोनशेछत्तीस लोक दंगलीमध्ये मृत्युमुखी पडले आहेत. चाळीस गावांमध्ये 'बंद' घोषित करण्यात आला असून, जातीयवादी पक्षांवर बंदी घालण्यात आली आहे. पंतप्रधान श्री.राव यांनी बाबरी मशिदीच्या पुनर्बांधणीची घोषणा केली आहे.''

हरिपदांचा चेहरा गंभीर झाला. ते म्हणाले,

''काय करायचं, ते तुम्ही ठरवलंय? तुम्ही याच ठिकाणी राहणार आहात? आता इथं अधिक राहणं काही बरोबर नाही, असं मला वाटतं. मी माझ्या सासुरवाडीला, माणिकगंजला जावं, असं म्हणत होतो. पण आज संध्याकाळी माझे मेव्हणे आले. त्यांनी सांगितलं, की माणिकगंज शहरात तसेच पोलीस ठाण्याच्या विभागात शंभराहून अधिक घरं लुटून पेटवून देण्यात आली आहेत. वक्झुरी नामक गावात तर सगळीच्या सगळी हिंदू घरं जाळण्यात आली. त्यांनी मध्यरात्री देवेन सूर यांच्या घरात घुसून त्यांनी मुलगी सरस्वती हिला बाहेर काढलं आणि तिच्यावर बलात्कार केला.''

“काय सांगताय? हे खरं आहे?” सुधामयबाबूंना धक्का बसला. ते भिऊन जोरात ओरडले.

“तुमची मुलगी कुठं आहे?”

“माया तिच्या एका मैत्रिणीकडे गेली आहे.”

“मुसलमान घरातच ना?”

“हो.”

“मग ठीक आहे.” हरिपद सुटकेचा निःश्वास टाकत म्हणाले.

हरिपदांनी आणलेल्या बातमीनं सुधामयबाबूंइतकाच किरणमयीलाही धक्का बसला. पण मायानं केलं ते ठीकच केलं, असं हरिपदांच्या तोंडून ऐकल्यावर तिला बरं वाटलं.

सुधामयबाबूंनी चश्मा काढून पुसला आणि परत घातला. ते म्हणाले,

“या भागात वारंवार दंगली होतात. मयमनसिंगमध्ये असताना एवढ्या दंगली आम्ही कधी पाहिल्या नव्हत्या. बरं पण हरिपद, मयमनसिंगमध्ये काय चाललंय. याबद्दल काही कानांवर आलं?”

“होय. फुलपूरच्या बथुआडी गावात दोन देवमय त्रिशालमधील एक छोटा प्रार्थनाकक्ष आणि एक कालीमातेचं मंदिर उद्ध्वस्त करण्यात आले.”

“पण गावात? गावात तरी नक्कीच काही घडलं नसेल. खरं तर, देशाच्या उत्तरभागात दंगली तशा तुरळकच आहेत. किरणमयी, तू काय म्हणत होतीस? मयमनसिंगमध्ये त्यांनी देवळंही जाळली?”

किरणमयी काही बोलणार एवढ्यात हरिपद म्हणाले,

“नॉर्थ ब्रुक हॉल रोडवरील पूजेचं कार्यालय, जमीनदारांच्या घरामधील कालीमातेची मूर्ती आणि देऊळ पूर्णपणे उद्ध्वस्त करण्यात आलं. आज शांतिनगरमधील ‘जलखाबार’ (नाश्ता) नामक मिठाईचं दुकान, सातरूपा स्टोअर लुटून ते जाळण्यात आलं. जमात शिबिरच्या लोकांनी कुश्तिआ इथं मध्यरात्री सहा देवळांवर हल्ले चढवले. शिवाय जेव्हा चितगांव, सिलहेट, भोला, शेरपूर, कॉक्स बझार आणि नोआखलीत घडणाऱ्या घटना कानांवर आल्या, की मला भीती वाटते.”

“भीती? कशाची?” सुधामयबाबूंनी विचारलं.

“लोक मोठ्या प्रमाणावर देशाबाहेर निघून जाण्याची...”

“छे, छे. या देशात काही मोठ्या प्रमाणावर दंगली वगैरे होतील, असं मला तरी वाटत नाही. तसंच, लोक मोठमोठ्या प्रमाणावर देशाबाहेर प्रयाण करतील, असंही वाटत नाही...”

“दादा, १९९० मध्ये काय घडलं होतं, ते विसरलात? का तुम्हांला तेव्हा काही त्रास झाला नव्हता?”

''ओऽ ! ते सगळं इर्शाद सरकारचं नाटक होतं.''

''असं काय, दादा? बांग्लादेश सरकारच्या जनसंख्या ब्यूरोच्या आकडेवारीकडे एकदा बघा. या वर्षी फार मोठ्या प्रमाणावर लोक निघून जाणार आहेत. कृत्रिमरीत्या आणीबाणी निर्माण केली, तर लोक काही आपला देश सोडून जात नाहीत. शेवटी स्वत:च्या मातृभूमीची माती ही काही एखाद्या फ्लॉवर पॉटमधली माती नव्हे, की रोज पाणी द्यावं आणि मधूनच बदलून टाकावी. नाही दादा, मला तर फार घाबरल्यासारखं होत आहे. माझा एक मुलगा कलकत्त्यात शिकायला असतो, पण माझ्या दोघी तरण्याताठ्या मुली इथं आहेत. त्यांच्या काळजीनं मला रात्र रात्र झोप लागत नाही. मला वाटतं, मी निघून जाईन...''

सुधामयबाबू अचानक संतापून उठले. ते चश्मा हातात घेऊन आपल्या मित्रावर जोरात ओरडले,

''हरिपद? काय, वेड लागलंय का? अशा गोष्टींचा परत उच्चार देखील करू नका.''

''तुम्ही काय म्हणणार आहात, ते ठाऊक आहे मला. तुम्ही म्हणाल, माझं इथं या देशात छान चाललंय. भरपूर पैसा कमावतोय, स्वत:चं घर बांधलंय. हो की नाही?''

''नाही हरिपद, हे कारण नाही. इथं तुम्हांला किती पैसा मिळतोय किंवा कोणत्या संधी उपलब्ध आहेत, त्याच्याशी याचा काही संबंध नाही. अगदी जरी पुरेसा पैसा तुम्हांला मिळत नसता, तरीही देश सोडून जाणं योग्यच नव्हतं. हा देश तुमचा नाही? माझ्याकडे बघा. मी एक निवृत्त माणूस. पैसाही काही फार मिळत नाही हल्ली. माझा मुलगाही काही मिळवत नाही. माझा जो काही थोडा फार वैद्यकीय व्यवसाय आहे, त्यातून जी कमाई होईल, तीवर गुजराण करतो. आजकाल तर फारसे कुणी पेशंट येतही नाहीत. पण म्हणून काय मी हा देश सोडून निघून जाऊ? जे आपला देश सोडून जातात, ते अमानुष असतात. आत्ता, या क्षणी, देशातील परिस्थिती काही का असेना, बंगाली लोक मूळचे काही असंस्कृत नाहीत. थोड्या-फार दंगली होताहेत. त्या होणारच, पण सगळं लवकरच निवळेल. दोन शेजारी देश. एकीकडे आग पेटली की दुसऱ्याला त्याची धग लागायचीच... आणि हरिपद, एक लक्षात ठेवा. १९६४ सालच्या दंगली बंगाली मुसलमानांनी सुरू केलेल्या नसून, बिहारी लोकांनी सुरू केल्या होत्या.''

हरिपदांनी परत अंगाभोवती शाल गुंडाळून घेतली आणि ते म्हणाले,

''मी या शालीखाली का लपतो, माहीत आहे? बिहाऱ्यांच्या भीतीमुळं नाही. मला तुमच्या मुस्लिम बंधूंची भीती वाटते.''

असं म्हणून ते गुपचूप घराबाहेर पडले आणि अंधारात अदृश्य झाले.

सुरंजनची काही चाहूल लागली, तर कळावी म्हणून किरणमयीनं दार जरासं उघडं ठेवलं होतं. क्षणाक्षणाला ती अधिकाधिक काळजीत पडत चालली होती. मनावरचा ताण वाढत होता, पण भरकटलेल्या मुलाचं काही परत येण्याचं चिन्ह नव्हतं. थोड्या थोड्या वेळानं अल्लाच्या नावानं घोषणा देत मिरवणुका दारावरून जात होत्या व 'भारत सरकारनं बाबरी मशिदीची पुनर्बांधणी केलीच पाहिजे, नाही तर त्यांची गय केली जाणार नाही' अशा घोषणा लोक परत परत देत होते.

अखेर रात्री बऱ्याच उशिरा सुरंजन परतला. तो इतका थकून गेला होता, की त्याचं पाय लटपटत होते. आज रात्री आपण जेवणार नाही, असं त्यानं आईला सांगितलं.

सुरंजन खोलीतला दिवा मालवून अंथरुणावर पडला पण त्याला काही केल्या झोप येईना. तो नुसता कूस पालटत राहिला. त्याचं मन परत भूतकाळात गेलं.

काही वर्षांपूर्वी तो 'एकता' मासिकाचा वार्ताहर म्हणून काम करत असे. यातूनच आपल्या मनातल्या विचारांचं नीट सुसूत्र संकलन करायची सवय त्याला लागली. तसंच, देशात खरोखरच काय घडतंय, हेही त्याच्या कानांवर सत्य स्वरूपात पडू लागलं.

बांग्लादेश राष्ट्राची उभारणी चार मुख्य तत्त्वांवर झाली होती: राष्ट्रवाद, धर्मनिरपेक्षता, लोकशाही आणि समाजवाद. देश स्वातंत्र्यप्राप्तीसाठी फार काळ झगडला होता. या चळवळीची सुरुवात १९५२ सालच्या भाषिक चळवळीपासून झाली. हा लढा अनेक वर्षं चालू होता. पण अखेर स्वातंत्र्य मिळालं. या प्रक्रियेमध्ये जातीयवाद आणि धर्मांधतेसारख्या दुष्प्रवृत्तींची हार झाली. स्वातंत्र्यप्राप्तीनंतर मात्र ज्या प्रतिगामी शक्तींनी स्वातंत्र्यप्राप्तीमागच्या मूळ भूमिकेलाच विरोध केला होता, त्या सत्तेवर आल्या. राज्यघटनेचा तोंडवळा त्यांनी बदलून टाकला. जातीयवादासारख्या दुष्प्रवृत्तींना आणि ताठर मूलतत्त्ववादाला त्यांनी उजाळा दिला. याच दुष्प्रवृत्तींना स्वातंत्र्याच्या लढ्याच्या वेळी मागे सारण्यात आलं होतं. धर्माचा वापर राजकीय शस्त्र म्हणून करण्यात आला. इस्लाम धर्माचं पालन करण्याची सक्ती फार मोठ्या प्रमाणात लोकांवर करण्यात आली. अशा रीतीनं बेकायदेशीरपणे, राज्यघटनेचा आधार नसताना इस्लाम धर्म बांग्लादेशाचा राष्ट्रीय धर्म बनला. परिणामी जातीयवाद आणि पराकोटीचं धर्मवेड हे दोन्ही हाताबाहेर गेले. पराकोटीचं धर्मवेड आणि जातीयता या दोन्हींमुळं आपल्या देशाला जे काही सहन करावं लागलं, त्याचं सुरंजननं मनातल्या मनात वर्गीकरण केलं.

- कोमिल्ला जिल्ह्यातील दाऊदकांधी या उपविभागात, सवाहन नामक खेड्यात, ८ फेब्रुवारी, १९७९ या दिवशी आजूबाजूच्या खेड्यांमधल्या किमान चारशे लोकांनी गावात राहणाऱ्या काही हिंदू साधूंवर हल्ला केला. हल्ला करता करता ते ओरडत होते,

  'सरकारनं इस्लाम हा राष्ट्राचा धर्म म्हणून जाहीर केला आहे. तेव्हा जर तुम्हांला इस्लामी राष्ट्रात राहायचं असेल, तर तुम्हांला मुस्लिम व्हावंच लागेल आणि जर व्हायचं नसेल, तर तुम्ही हा देश सोडून गेलेलं बरं.'

  आपली घरं लुटणं चाललं असताना, देवळं उद्‌ध्वस्त होत असताना ते साधू असहायपणे बघत राहिले होते. त्यांतल्या कित्येकांना त्यांनी पकडलं आणि घेऊन गेले. त्यांतील काही अजूनही परत आलेले नाहीत.

  काही स्त्रियांवर निर्घृण बलात्कार करून त्यांचा छळ करण्यात आला.

  ज्या काही लोकांवर हल्ला झाला, ते अजून सुद्धा त्यातून सावरलेले नाहीत.
- शिवपूर उपविभागातील अबिरदिया गावात, नरशिंदी जिल्ह्यात नृपेंद्र कुमार सेनगुप्ता आणि त्यांची पत्नी अणिमा सेनगुप्ता यांना वकिलाच्या घरात कोंडून ठेवण्यात आलं आणि त्यांच्या ८.७५ बिघा जमिनीच्या बाबतीत अफरातफर करण्यात आली. ह्या मालमत्तेची कुणातरी दुसऱ्याच्याच नावे नोंद करण्यात आली.

  २७ मार्च, १९७९ रोजी अणिमानं आपला काही लोक छळ करत असल्याची तक्रार नरशिंदी पोलीस सुपरिटेंडंट यांच्याकडे नोंदवली. गुन्हेगारांविरुद्ध 'ब्र'ही काढण्याची शेजाऱ्यांची हिम्मत झाली नाही.

  अणिमाला ताब्यात घेऊन, कोठडीत टाकून, तिचा चार दिवस छळ करण्यात आला. मगच तिला सोडण्यात आलं.
- त्याच वर्षी २७ मे रोजी कौखाली उपविभागातील (पिरोझपूर जिल्ह्यात) दहा ते बारा सशस्त्र लोकांनी हलदारांच्या घरावर हल्ला चढवला. घर जमीनदोस्त केलं, देऊळ उद्‌ध्वस्त केलं आणि 'सगळ्या हिंदूंना मारून टाकावं, सगळी देवळं फोडून टाकावी व त्याजागी मशिदी उभाराव्यात' अशा आरोळ्या ठोकल्या. 'सगळ्या हिंदूंनी ताबडतोब देश सोडून जावं' अशी धमकी देऊन ते निघून गेले.
- गोपालगंज येथील मुख्य शिक्षणाधिकाऱ्यांची, हिंदू महिलांना नोकरीचं वचन देऊन मोहपाशात अडकवण्याबद्दल प्रसिद्धी होती आणि त्या आमिषाला बळी पडल्या, की ते त्यांच्यावर बलात्कार करत असत. देमाकोयीर गावातल्या विश्वास कुटुंबीयांपैकी दोन स्त्रियांवर अशाच रितीनं

बलात्कार झाला. याच मनुष्यानं हिंदू शाळामास्तरांना आणि शिक्षकांना बदल्या करण्याच्या धमक्या देऊन, त्यांच्याकडून लाचेच्या स्वरूपात मोठाल्या रकमा उकळल्या होत्या.

- ☐ गोपालगंज येथील अल्टी गावात जगदीश हलदार यांच्या घरावर पोलिस आणि सशस्त्र गुंडांनी धाड घातली. दोहोंनी मिळून घरातल्या सगळ्या माणसांना मारहाण केली आणि घरातील सगळ्या चीजवस्तू लुटून नेल्या. निघून जाण्याआधी त्यांनी घरातल्या प्रत्येक माणसाला ठार मारण्याची धमकी दिली.
- ☐ त्याच वर्षी १२ ऑगस्ट रोजी आणखीही अनेक हिंदू घरांवर पोलिसांनी आणि मुसलमान तरुणांनी अशाच प्रकारचे अत्याचार केले. या प्रकारात अनेक देवळंही उद्‌ध्वस्त करण्यात आली. आशुतोष रॉय, सुकुमार रॉय, मनोरंजन रॉय, अंजलि रॉय, सुनीति रॉय, बेला विश्वास, इत्यादींचा छळ करण्यात आला. हल्लेखोर परतण्याआधी धमकी देऊन गेले, 'या देशात एकही देऊळ शिल्लक राहणार नाही.'
- ☐ गोपालपूर जिल्ह्यातील मकसदपूर उपविभागामध्ये मूलतत्त्ववाद्यांनी आणि पोलिसांनी सुद्धा मकसदपूर उपविभागाच्या चेअरमनच्या मृत्यूच्या प्रकरणाचा बराच गवगवा केला. या मृत्यूचा बदला म्हणून त्या भागातील हिंदूंना छळाची धमकी देण्यात आली.

  वसुदेवपूरमधील शिबूची पत्नी व महाताली गावातील कुमारी अंजलि यांवर पोलिसांनीच बलात्कार केला.
- ☐ पिरोझपूर जिल्ह्यातील स्वरूपकाठी उपविभागात असलेल्या वस्तुकथी गावात वीस जून रोजी पोलिसांनी अचानक हिंदू जमातींवर हल्ला केला. वस्तुकथी नदीच्या काठी असलेली हिंदूंची पिकं पोलिसांनी नष्ट केली. शेतकऱ्यांना पकडून नेण्यात आलं व मोठ्या प्रमाणावर खंडणी घेऊन मगच सोडण्यात आलं.
- ☐ त्याच गावी ११ जून रोजी उपविभागातील आरोग्य केंद्राची कर्मचारी मिनती रानी, तिची भावजय व भाऊ यांची पोलिसांनी रस्त्यावर उलटतपासणी केली व नंतर त्यांना तात्पुरतं कोठडीत बंद केलं. तिथं त्यांना बऱ्याच धमक्या देण्यात आल्या. पाच हजार टका दंड भरल्यानंतर त्यांची सुटका झाली.
- ☐ स्वरूपकाठीमधील पूरबजला गावातील सुधांशुकुमार हलदार यांची मुलगी शिऊली आपल्या काकांकडे जात असताना रस्त्यावरून तिला एका गुंडानं पळवून नेलं. ती रस्त्यावर बेशुद्धावस्थेत सापडली. गावातील

वडीलधाऱ्यांपाशी सुधांशु हलदार यांनी न्यायाची मागणी करताच त्यांना सांगण्यात आलं,

"तुम्हांला जर हे सहन करता येत नसेल, तर तुम्हांला देश सोडून जावं लागेल."

- ७ एप्रिल, १९७९ रोजी, बागुरा जिल्ह्यातील शिवगुंज उपविभागात असलेल्या बूढी गंजबझारमध्ये मसजिद समितीच्या सदस्यांनी एका मशीद उभारणीच्या संदर्भातील वादातून डॉ. सचिन्द्र कुमार साहा यांच्या घरावर हल्ला केला. त्यांनी घराची दारं, खिडक्या तोडल्या व घर लुटून नंतर पेटवून दिलं. शेजारीच असलेलं देऊळ जमीनदोस्त झालं. नंतर जमावानं दंगल सुरू केली व दोन तासांत ११ लाख टके किमतीची मालमत्ता लुटण्यात आली. डॉ. साहा यांच्या मुलानं या मारहाणीतून स्वत:ची कशीबशी सुटका करून घेतली व तो स्थानिक पोलीसचौकीत पोहोचला. पोलीस आले, तेव्हा एका बदमाशानं व त्याच्या साथीदारांनी पोलिसांवर लाठ्या, लोखंडी कांबी आणि विटांनी हल्ला चढवला. बरेच पोलीस अधिकारी जखमी झाले. नंतर शिवगंज उपविभागातील हंगामी वरिष्ठ अधिकाऱ्यानं मुख्य गुन्हेगार आणि त्याचे पासष्ट साथीदार यांच्याविरुद्ध खटला भरून त्यांना अटक केली. परंतु त्याहूनही वरिष्ठ अधिकाऱ्यांनी हस्तक्षेप केल्यानंतर त्यांना सोडून देण्यात आलं. या घटनेनंतर डॉ. साहा व कुटुंबीय त्याप्रमाणे त्या भागातील हिंदू लोकांना जिवाची भीती वाटू लागली.
- फरीदपूर जिल्ह्यातील अल्फाडांगा उपविभागात असलेल्या तिक्रापारा गावातील हिंदूंवर ३ व ४ मे, १९७९ रोजी इतका निर्घृण हल्ला झाला की ते एकत्रितपणे आपली, वडिलार्जित घरं सोडून इतरत्र आश्रयाला गेले.
- मागुरा जिल्ह्यातील रायपूर युनियन ऑफ मुहम्मदपूर उपविभागात असलेल्या रहातपूर गावातील हरेन विश्वास यांची पत्नी, अल्पवयीन मुलगी आणि सून यांच्यावर गावातील एका प्रतिष्ठित माणसानं बलात्कार केला. त्याच्याविरुद्ध जेव्हा फिर्याद केली, तेव्हा हरेन विश्वास यांचा त्या माणसानं व त्याच्या साथीदारांनी इतका छळ सुरू केला, की अखेर त्यांना देश सोडून जाणं भाग पडलं.
- १९ व २० मे, रोजी गोपालगंजच्या अखत्यारीत येणाऱ्या कोटालीपाडा उपविभागातील देवग्राम गावच्या अनिलकुमार बागची, सुशीलकुमार पांडे आणि माखनलाला गांगुली यांना पोलिसांनी अटक केली. त्यांच्यावर

वंगभूमी चळवळीत सामील झाल्याचा आरोप ठेवण्यात आला. पोलिसांना मोठी खंडणी दिल्यावरच त्यांची सुटका झाली. झालकाठी जिल्ह्यातील मीराकाठी गावच्या रमेशचंद्र ओझा याला त्याच्या मनाविरुद्ध इस्लाम धर्म स्वीकारायला भाग पाडलं गेलं. त्यानंतर रमेशचंद्र याची पत्नी व त्याचा मोठा भाऊ या दोघांवरही धर्मपरिवर्तनाची सक्ती करण्यात आली. गावातील वडीलधाऱ्यांजवळ त्याच्या पत्नीनं पुष्कळ तक्रारी करूनही त्यांनी त्याकडे कानाडोळा केला. धमक्या वाढतच गेल्या. शेवटी तिनं जिवाच्या भीतीनं गाव सोडून पळ काढला.

- ☐ *गोपालगंजच्या अखत्यारीत येणाऱ्या कचुआ उपविभागातील जवाई गावच्या सुधीर वैद्य यांच्या पत्नीवर पोलीस खात्यातून बडतर्फ झालेल्या पोलिसानंच बलात्कार केला. भीती आणि शरमेपोटी सुधीर वैद्य भूमिगत झाले. त्यांच्या पत्नीला खुनाची धमकी देण्यात आली.*
- ☐ *त्याच गावातील उपेन्द्र माला यांच्या गाईची कत्तल करून तिचं मांस खाण्यात आलं. उपेंद्र यांनी सरकार-दरबारी न्यायाची मागणी केली, तेव्हा त्यांचा अपमान करण्यात आला.*
- ☐ *गोपालगंजमधील बॉलतोली युनियनमध्ये असलेल्या गावात, आपल्या भाताच्या पिकावर धाड घालायला आलेल्या मुसलमानांचा प्रतिकार करत असताना कार्तिक रॉय मारला गेला. पण पतीला नैसर्गिक मृत्यू आला आहे, असं सर्वांना सांगण्याची त्याची पत्नी रेणुका हिच्यावर सक्ती करण्यात आली.*
- ☐ *कोमिला जिल्ह्याच्या लाकसाम उपविभागातील दक्षिण चंद्रपूर गावी राहत असलेले प्रेमानंद शील यांची नवव्या इयत्तेत शिकणारी मुलगी मंजुळा राणी शील हिला रात्री ८ वाजता अब्दुर रहीम व त्याच्या गुंडांनी पळवून नेलं. दुःखानं व्याकूळ झालेल्या कुटुंबीयांनी दुसऱ्या दिवशी लाकसाम पोलीस ठाण्यात फिर्याद दाखल केली. पण अजूनही मंजुळा राणीचा कुठंही पत्ता नाही. तिच्या अपहरणकर्त्यांनी प्रेमानंद शील यांनाही धमक्या दिल्या. पण त्याविरुद्ध पोलिसांत तक्रार करूनही काही उपयोग झाला नाही.*

  त्या विभागात राहणाऱ्या हिंदू कुटुंबीयांना आता आपल्या पोरीबाळींना शाळेत पाठवायची सुद्धा भीती वाटते.
- ☐ *२५ एप्रिल रोजी बारीसाल जिल्ह्यातील उझीरपूर उपविभागात असलेल्या गुटि या गावात पोलिसांनी जेव्हा सोळा हिंदूंना अटक केली, त्या वेळी ते सर्व भजन म्हणत होते. ते सर्व हिंदू जवळच्या पानमळ्यात काम*

करणारे कामगार होते.

- जेसोर जिल्ह्यातील अभयनगर उपविभागात असलेल्या सिद्धीपाशी गावी हिंदू लोक दरबिघा वीसहजार टके किमतीची जमीन केवळ दरबिघा आठहजार टके इतक्या कमी किमतीला विकून टाकून, गाव सोडून पळून चालले होते. याचं कारण राष्ट्रधर्म बिल नामक कायदा पास झाल्यानंतर आता हिंदूंना आपली जमीन व मालमत्ता विकता येणार नाही, अशी अफवा पसरली होती. माधव नंदी यानं आपल्या गावातल्या हिंदू नागरिकांना या अफवेवर विश्वास ठेवू नका, असं सांगितलं. त्यानंतर काही दिवसांत मध्यरात्रीच्या सुमाराला डझनभर सशस्त्र लोकांनी त्याच्या घरावर धाड घातली आणि त्याची तरुण मुलगी व सात महिन्यांची गरोदर असलेली सून या दोघींवर बलात्कार केला.
- कुश्तिया जिल्ह्यातील खोकसा उपविभागात राहत असलेल्या देवेन विश्वास यांना १५ मे रोजी गोळी घालून ठार करण्यात आलं. जरी तक्रार नोंदवली, तरी कुणालाही पकडण्यात आलं नाही.
- १२ व १६ ऑगस्ट, १९८८ रोजी बागेरहाटामधील चितलमारी उपविभागात असलेल्या गरीबपूर गावात काही पोलिसांनी गुंडांच्या साथीनं संपूर्ण गावावर दरोडा घातला. त्यांनी तेथील देवळातील मूर्तीचा भंग केला व गावातील मुलींवर बलात्कार केला. निघून जाताना ते आपल्याबरोबर गावच्या २५ तरुणांना पकडून घेऊन गेले. त्या तरुण मुलांना निर्दयपणे मारहाण केल्यानंतर मोठी खंडणी वसूल करून, मगच त्यांना सोडण्यात आलं. नारायण बैरागी, सुशांत ढाली, अनुकूल बाडई आणि जगदीश वैरागी यांना बराच काळ कैदेत ठेवण्यात आलं.
- चारबालियाडी गावातही हुबेहूब अशीच घटना घडली. पंधरा-सोळा लोकांना पकडून नंतर मोठी खंडणी वसूल केल्यावरच सोडण्यात आलं.
- हिजला व बडबाडिया गावातही अशा प्रकारच्या घटना घडल्या. आठ-नऊ लोकांना पकडून त्यांचा छळ करण्यात आला व लाच खाऊन मगच सोडण्यात आलं.
- सातक्षीरामधील ताला उपविभागात असलेल्या पारकुमिरा गावात रवींद्रनाथ घोष यांची तिसऱ्या इयत्तेत शिकणारी मुलगी छंदा हिच्यावर तिच्या एका शिक्षकानंच १९ मे, १९७९ रोजी बलात्कार केला. त्या रात्री छंदा आपल्या घराच्या व्हरांड्यात आपल्या इतर कुटुंबाबरोबर झोपली होती. मध्यरात्री काही गुंडांच्या मदतीनं त्या शिक्षकानं तिला पळवलं. दुसऱ्या दिवशी छंदा रक्ताच्या थारोळ्यात बेशुद्धावस्थेत पडलेली आढळली.

तिला तातडीनं सातक्षीरा हॉस्पिटलमध्ये नेण्यात आलं. गुन्हेगारांविरुद्ध ताला पोलीस ठाण्यात गुन्हा नोंदवून देखील कुणालाही अटक झाली नाही.

- गोपालगंज जिल्ह्यातील मकसदपूर उपविभागात असलेल्या गोहाला गावी पाच लोकांनी उजालाराणी हिच्यावर बलात्कार केला. याच लोकांनी तिच्या वडिलांची मालमत्ता सुद्धा बळकावली होती. स्थानिक पोलिसांकडे याविषयी तक्रार केली असता त्यांनी गुन्ह्याची नोंद करून घेण्यास सुद्धा नकार दिला.

- बारीसाल जिल्ह्यातील झलकाठी, नलाछिटी, स्वरूपकाठी, बानुरियापाडा, आगैलझरा, उझीरपूर, नझीरपूर आणि गौरनदी या गावांमध्ये कित्येक अल्पसंख्याक जमातीच्या लोकांना सर्वहारा पक्षात दाखल झाल्याबद्दल अटक करण्यात आली. त्यांच्यावर अनेक दिवस अत्याचार केल्यानंतर खंडणी घेऊन मगच त्यांना सोडण्यात आलं. पोलिसांकडून होणाऱ्या अत्याचाराच्या भीतीनं बऱ्याच हिंदूंनी नामांतर केलं.

- अगैलझरा उपविभागात काशिनाथ हलदार याचा पोलिसांनी इतक्या वाईट रितीनं छळ केला, की तो त्यामुळं मृत्युमुखी पडण्याचा धोका निर्माण झाला.

- पिरोझपूर जिल्ह्यातील नझीरपूर उपविभागात असलेल्या नावटाना गाव, दिघा युनियन इथं पोलिसांनी केशव साधू यांच्या एकुलत्या एका मुलावर तो सर्वहारा पक्षाचा सदस्य असल्याचा खोटाच आरोप केला आणि त्याला इतकी निर्दयतेनं मारहाण केली, की आपल्या मुलाची ती अवस्था बघून केशवसाधू यांचा हृदयविकाराच्या धक्क्यानं मृत्यू झाला.

- नारशिंदी जिल्ह्याच्या रायपूर उपविभागात असलेल्या चरमधुआ युनियनमधील चरमधुआ गावात सुमारे ७० ते ८० गुंडांच्या टोळीचं नेतृत्व करणाऱ्या दोघांनी हिंदू घरांवर धाडी घातल्या. त्यानंतर १५० व्यक्तींचा समावेश असलेल्या किमान वीस कुटुंबांनी गाव सोडलं व ते निर्वासित झाले.

- नेत्रकोना जिल्ह्यातील मदन उपविभागात असलेल्या जहांगीरपूर गावात १६ मे रोजी मूलतत्त्ववादी विचारसरणी असलेल्या एका गटानं अल्पसंख्याकांच्या विनय वैश्य नामक नेत्याचं घर लुटलं. विनयबाबूंच्या कुटुंबीयांना ३६ तास अडवून धरण्यात आलं होतं. त्यामुळं लूटमार करणं सोपं गेलं. पोलिसांना कळवताच त्यांनी विनयबाबूंच्याच दोन मुलांना अटक केली. अर्थात नंतर त्यांना सोडण्यात आलं.

- बांकेरगंज, दुर्गापूर गावातील चंद्रपूर युनियन इथं १० डिसेंबर रोजी

गुलामहसन पिंटू यांच्या नेतृत्वाखाली शंभराहून अधिक लोकांनी राजेंद्रचंद्र दास यांच्या घरावर धाड घातली. ज्या कुटुंबीयांनी प्रतिकाराचा प्रयत्न केला, त्यांना नुसती मारहाण करण्यात आली; इतकंच नव्हे, तर त्यांना पेटवून देण्यात आलं. राजेंद्र दास यांनी पोलिसांत तक्रार नोंदवल्यानंतर गुंडांनी त्याच्या घरालाच आग लावली आणि त्यांच्या कुटुंबीयांचे जीव घेण्याची धमकी दिली. नंतर त्यांनी उपविभागाच्या न्यायालयात फिर्याद दाखल केल्यावर सुद्धा अधिकाऱ्यांनी त्यांची काहीही दखल घेतली नाही.

☐ *नोआखाली येथील बेगमगंज उपविभागात असलेल्या मिरवारीसपूर गावच्या दिनेशचंद्र दास यांच्यावर गावातील लोकांनी सगळी मालमत्ता सोडून जाण्याची सक्ती केली.*

या सगळ्या संकटांची एक न संपणारी मालिकाच सुरंजनच्या मन:पटलावरून सरकत होती. त्याला अजूनही झोप लागत नव्हती.

१९८८-८९ या वर्षांत तो 'एकता' मासिकाचा वार्ताहर म्हणून काम करत होता, ते दिवस त्याला आठवले. आपली वही अशा प्रकारच्या छळाच्या आणि अत्याचारांच्या वृत्तांनी कशी भरलेली असायची तेव्हा! त्यांतल्या मोजक्याच तेवढ्या मासिकात छापून जायच्या आणि बाकी वगळल्या जायच्या. त्याचे संपादक त्याला म्हणायचे,

'एक लक्षात घे, सुरंजन. या सर्व घटना 'बळी तो कान पिळी' स्वरूपाच्या आहेत. बलवानांनी शक्तिहीनांचं, श्रीमंतांनी गरिबांचं शोषण करण्याच्या आहेत. तुम्ही जर श्रीमंत असाल, तर मग तुम्ही हिंदू आहात की मुसलमान, याला फारसं महत्त्व नाही. दुर्दैवानं कोणत्याही भांडवलशाही समाजव्यवस्थेचा हा नियम आहे. तू स्वत: जाऊन बघ. गरीब मुसलमानांना सुद्धा छळलं जात आहे. याचं कारण श्रीमंत नेहमीच गरिबांचा छळ करतात- मग आपला बळी हा हिंदू आहे की मुसलमान, हे कुणीही बघत नाही.'

❍

३

या खेपेला हिवाळ्याची थंडी नेहमीइतकी बोचरी नव्हती. सुरंजननं रजई बाजूला सारली. त्याला अंथरुणातून उठावंसं वाटत नव्हतं. रात्रभर डोळ्याला डोळा लागला नव्हता. त्यामुळं तो काल रात्री घडलेल्या घटनांवर विचार करत तसाच आळसात पडून राहिला.

तो गावभर भटकला होता. पण त्याला कुणाला जाऊन भेटावं किंवा कुणाशी बोलावंसं वाटत नव्हतं. आपल्या आई-वडिलांचं म्हणणं धुडकावून लावून, तो तसाच घराबाहेर पडला होता खरा. पण एकीकडे त्याला त्यांची खूप काळजी सुद्धा वाटत होती. अर्थात त्यासाठी परत घरी निघून यावं इतकी काळजी नव्हे. मुख्य अडचण अशी होती, की किरणमयीला वाटणारी भीती त्याला स्वत:लाही जाणवू लागली होती आणि त्याच्या वडिलांच्या औदासीन्यामुळंही काहीच मदत झाली नव्हती आणि त्याची बहीण!

त्याला वाटलं, थोडं ड्रिंक घ्यावं आणि 'आपल्या कुटुंबीयांसाठी काही मदत कर', अशी आर्जवं करणाऱ्या मायाच्या डोळ्यांत तरळलेली भीती त्या प्याल्यात बुडवून टाकावी.

त्याच्या मनात आपल्या बहिणीच्या गोड आठवणी आल्या.

नदीकाठी आपलं बोट धरून बाजूनं चालणारी आपली लहान बहीण...

जणू काल घडलेली गोष्ट!

दरवर्षी पूजेच्या आधी नवीन कपड्यांसाठी ती हट्ट करायची, ते त्याला आठवलं.

सुरंजन तिला सांगायचा,

"पूजाबिजा जाऊ दे. त्या मातीच्या मूर्तीपुढं वेडेवाकडे अंगविक्षेप करत नाचतात... आणि अशा प्रसंगी घालायला तुला नवे कपडे हवेत? खरं तर, तू आता जरा समजूतदार हो."

यावर काळीसावळी सुंदर छोटीशी माया उत्तर द्यायची,

"दादा... असं काय रे? ने ना मला पूजा बघायला."

-आणि मग सुरंजन तिला रागवायचा,

"तू साध्यासुध्या माणसासारखी हो ना. एखाद्या हिंदूसारखं

वागणं आता बंद कर.''

माया जोरात खिदळत म्हणायची,

''का? हिंदू माणसं नसतात?''

१९७१ साली मायाला 'फरीदा' हे नाव धारण करणं भाग पडलं. सुरंजन तिच्या या टोपणनावाची गरज संपल्यानंतरही वर्षभर तिला त्याच नावानं हाक मारायचा. माया त्यावर चिडून त्याच्याकडे रागानं बघायची. मग तिची समजूत घालायला सुरंजन तिला एक चॉकोलेट घेऊन द्यायचा आणि माया सगळा राग विसरून, हरखून जायची. सगळं चॉकोलेट एकदम तोंडात कोंबताना तिचे डोळे जणू आनंदानं नाचायचे.

तिच्याविषयीच्या आणखीही किती तरी छान आठवणी होत्या.

दरवर्षी आपल्या मैत्रिणी ईदच्या दिवशी रंगीबेरंगी फुग्यांनी खेळताना ती बघायची, तेव्हा तिला स्वतःलाही तसेच फुगे हवे असायचे. ती फटाके आणि फुलबाज्यांसाठी हट्ट करायची.

कधी तर ती किरणमयीचा पदर ओढून आपल्या मुसलमान मैत्रिणींच्या घरी करतात, तसली पक्वान्नं करायचा हट्ट करायची.

''नादिराकडे पुलाव आणि मटण करणार आहेत. मला पण पुलाव हवा...'' ती म्हणायची.

मग किरणमयी तिच्यासाठी थोडासा पुलाव करायची.

-आणि आता माया घर सोडून गेली होती. ती परवाच्या दिवशी गेली होती आणि अजून तिच्याबद्दल काही कळलं नव्हतं. त्याचे आईवडील तिची तितकीशी काळजी करताना दिसत नव्हते. कदाचित ती एका मुसलमानाच्या घरी आश्रयाला गेली आहे म्हणूनही असेल. शिवाय घरात जबाबदार अशी मायाच तर होती. एवढी लहान असून ती एवढ्यातच दोन शिकवण्या करून, पैसे मिळवून आणत होती. ती एडन कॉलेजात शिकत होती आणि आपल्या शिक्षणासाठीचे पैसे सुद्धा ती फार क्वचित मागे.

सुरंजनलाच कायम पैशाची गरज असायची. त्याला नोकरी नव्हती आणि आपल्या भौतिकशास्त्रातल्या पदवीचा (मास्टर्स डिग्रीचा) तो काहीही उपयोग करत नव्हता. कॉलेज संपल्यावर लगेच नोकरी शोधायची त्यानं बरीच खटपट केली होती आणि काही ठिकाणी इंटरव्ह्यू सुद्धा दिले होते. विद्यापीठातल्या अतिशय कुशाग्र मुलांपैकी एक होता तो. पण विरोधाभास असा, की ज्या मुलांना त्यानं अभ्यासात

मदत केली होती, त्याच मुलांना परीक्षेत त्याच्याहून जास्त मार्क मिळाले होते. नोकरीच्या बाबतीतही हेच घडलं. ज्या मुलांनी त्याच्याहून कमी मार्क मिळवले होते, त्यांनाही शिक्षक म्हणून नोकरी मिळाली होती. त्याचे इंटरव्ह्यू काही वाईट झाले नव्हते आणि तरीही आश्चर्याची गोष्ट अशी, की आपला इंटरव्ह्यू वाईट झाला म्हणून जे चुकचुकत बाहेर आले होते, त्यांच्या हाती नेमणूकपत्रे आधी पडली होती. सुरंजनला मात्र पत्र आलंच नाही. काही ठिकाणी अशी सबब सांगण्यात आली, की सुरंजनचं वागणं, बोलणं ठीक वाटलं नाही किंवा इंटरव्ह्यू घेणाऱ्या परीक्षकांशी तो नीट, अदबीनं बोलला नाही वगैरे. हे तितकंसं खरं नव्हतं. एक गोष्ट सुरंजनलाही मान्य होती, की तो मुद्दामहून कुणालाही 'अस्सलाम आलेकूम' किंवा 'नमस्कार' म्हणत नसे- त्याच्या मते आदर दाखवण्याची तेवढी काही एकच पद्धत नव्हती आणि वस्तुस्थिती अशी होती, की येता-जाता अस्सलाम आलेकूम म्हणून म्हणून आपल्या परीक्षकांशी अतिशय आदरानं, अदबीनं बोलत, तेच बाहेर पाऊल पडताक्षणी त्यांना शिव्या द्यायला सुरुवात करत. तरीही त्याच मुलांना चांगले, सद्वर्तनी, शिष्टाचारी मानले जाई अन् याच मुलांना इंटरव्ह्यूत उत्तीर्ण सुद्धा केलं जाई. सुरंजननं कधीही खोटी अदब न दाखवल्याचा परिणाम म्हणून त्याला उद्धट, उर्मट असं नाव पडलं. या कारणामुळं असेल किंवा तो हिंदू असल्याकारणानं असेल पण सरकारी नोकरी त्याला मिळत नव्हती. त्याला एका खाजगी कंपनीत नोकरी मिळाली सुद्धा पण ती त्याला आवडली नाही आणि तीन महिन्यांत त्यानं ती सोडून दिली.

मायाला मात्र जगण्याकरता तडजोड कशी करायची, ते ठाऊक होतं. तिच्या शिकवण्याही चालू होत्या आणि लवकरच तिला NGO मध्ये नोकरी मिळण्याची शक्यता होती. सुरंजनला अशी शंका होती, की मायाच्या जहांगीरशी असलेल्या मैत्रीमुळंच तिला सर्व काही सुकर झालं आहे. कृतज्ञतेच्या भावनेतून माया त्याच्याशी लग्न तर करणार नाही? या गोष्टीची त्याला फार भीती वाटत होती.

त्याच वेळी किरणमयी आत आली आणि तिनं त्याला चहा दिला. तिचे डोळे सुजले होते. ती रात्रभर जागली असावी, हे सुरंजनला कळून चुकलं. आपल्यालाही रात्रभर झोप लागलेली नाही, हे तिच्यापाशी कबूल करून तिच्या चिंतेत आणखी भर टाकण्याची सुरंजनची इच्छा नव्हती. त्यामुळं तो जांभई देऊन म्हणाला,

"अरे, इतका उशीर झालाय, याची मला कल्पनाच नव्हती."

त्याचं बोलणं आपल्या कानांवर पडल्याचं किरणमयीनं दाखवलं नाही.

खरं तर, भोवतालच्या परिस्थितीचं तिला काही भान असल्याचं वाटतच नव्हतं. ती नुसती हातात चहाचा कप घेऊन उभी होती.

सुरंजनला वाटलं, तिला आपल्यापाशी काही बोलायचंय.

पण ती एक अक्षरही बोलली नाही. जणू काही आपल्या मुलानं जवळ येऊन तो कप आपल्या हातून घ्यावा, अशी वाट पाहत होती ती.

किरणमयीनं इतका वेळ असं मुकाट्यानं, नि:शब्दपणे उभं राहावं... दोघां मायलेकरांमध्ये केवढी दरी पडली होती!

अखेर सुरंजनच बोलला.

''माया अजून घरी आली नाही?''

''नाही.'' जशी काही त्याच्या तोंडून हा प्रश्न ऐकण्याकरता ती थांबली होती.

त्याला असं वाटलं, की कदाचित आपण याऐवजी आणखी जरी काही विचारलं असतं, तरी तिनं त्याला लगेच उत्तर दिलं असतं.

ती पलंगावर आपल्या मुलापाशी बसली.

तिला भय वाटत असल्यामुळं, असुरक्षित वाटत असल्यामुळंच ती आपल्याजवळ बसली असावी, असा सुरंजननं तर्क केला. तिचे जागरणानं सुजलेले डोळे, विस्कटलेले केस आणि चुरगळलेली साडी या सगळ्यांकडे सुरंजननं पाठ फिरवली. नीट उठून बसत त्यानं चहाचा एक घुटका घेतला.

''ती घरी का येत नाहीये? तिला मुसलमान लोक वाचवताहेत का? तिचा आपल्यावर विश्वास नाही? तिनं आपली साधी चौकशी सुद्धा नाही केली. आपली स्वत:ची कातडी बचावली की झालं?''

किरणमयीनं त्यावर काही उत्तर दिलं नाही.

सुरंजननं सिगारेट पेटवली. आजवर आपल्या आईवडिलांसमोर त्यानं कधी धूम्रपान केलं नव्हतं. पण आजचा दिवस काही सामान्य, नेहमीसारखा दिवस नव्हता. त्यानं सिगारेट पेटवून दीर्घ श्वास घेतला, तोंडातून धूर सोडला, तेव्हा आपण आईसमोर कधीच सिगारेट ओढत नाही, हे त्याच्या लक्षातही आलं नाही.

कसा कोण जाणे, पण आई-मुलामधला दुरावा त्या क्षणी संपला होता, दोघांमध्ये उभी असलेली भिंत निखळून पडली होती.

प्रेमानं आपल्या आईच्या निकट बसणंही किती तरी दिवस झालं नव्हतं. अचानक तान्ह्या बाळासारखं आईच्या मांडीवर डोकं ठेवून पडावं आणि लहानपणी उंच उंच उडवलेल्या पतंगाच्या गोष्टी कराव्यात, असं त्याला वाटलं. नवीनकाका त्याच्यासाठी सिल्हेटमधून छान छान पतंग आणायचे. सुरेख, रंगीबेरंगी पतंग स्वत: तयार करून आकाशात उंच उडवण्याची कला त्यांना चांगली अवगत होती. आकाशात उडत असणाऱ्या बाकी सगळ्या पतंगांना काटून त्यांचा पतंग एकटा उंच भराऱ्या मारायचा.

सुरंजननं आईच्या मांडीकडे आसुसल्या नजरेनं पाहिलं. एक अखेरचं धुराचं वर्तुळ हवेत सोडून तो म्हणाला,

"काल कमाल, बेलाल किंवा आणखी कुणी आलं होतं?"

"नाही..." ती उदासपणे म्हणाली.

कमालला देखील त्यांची चौकशी करावीशी वाटली नाही? हे मात्र विचित्र होतं. आपण मेलो आहोत, अशी तर आपल्या मित्राची समजूत नाही ना? का आता आपला जीव वाचवण्यात त्यांना काही स्वारस्य उरलं नाही?

किरणमयी दाटलेल्या गळ्यानं म्हणाली,

"काल रात्री कुठं होतास तू? घरात आम्ही दोघं एकटेच होतो. आमचं काही झालं, तर त्याची तुला काही पर्वा नाही? आणि बाहेर जर तुला स्वत:ला काही झालं असतं, तर? तुला ठाऊक आहे, दुपारी गौतम अंडी आणायला बाहेर पडला असताना काही मुसलमान मुलांनी त्याला धरून बदडून काढलं. त्याचे पुढचे दोन दात पडले. मी तर ऐकलं, त्याचा एक पाय सुद्धा मोडलाय."

"ओऽ"

"तुला आठवतं? दोन वर्षांपूर्वी शनी तालमीतून गीताची आई आपल्याकडे कामाला यायची? तिचं घर जाळलं होतं, त्यामुळं तिला राहायला सुद्धा घर नव्हतं. मग तिनं दुसऱ्यांची कामं करून, पैसे जमा करून, घर परत बांधलं. आज सकाळी ती मुलांना घेऊन आली होती. तिचं नवीन घर सुद्धा परत जाळलंय त्यांनी. आता मी कुठून तरी विष विकत आणते, असं ती म्हणत होती. मला वाटतं, तिच्या मनावर परिणाम झालाय."

"ओऽ..." सुरंजननं चहाचा कप खाली ठेवला.

"माया जर परत घरी आली, तर तिची आणखीच काळजी करावी लागेल."

"याचा अर्थ काही तिनं जन्मभर मुसलमानाच्या छताखाली राहावं, असा नाही ना?"

सुरंजनचा स्वर कठोर झाला.

होय. एकदा तो सुद्धा सगळ्यांना घेऊन मुस्लिम कुटुंबात आश्रयाला गेला होता, पण त्या वेळी त्याच्यावर इतकं हताश, इतकं निराश होण्याची पाळी आलेली नव्हती. काही दुष्ट माणसं काही दुष्कृत्य करायला टपली आहेत आणि काही दिवसांनी ते सगळं थांबेल, असं त्यांना वाटलं होतं.

पण या खेपेस काही वेगळंच वाटत होतं. एक काही तरी खोलवर शिजलेला कट आहे, कारस्थान आहे, आपणां सर्वांना बळी दिलं जाणार आहे, अशी सारखी भावना होत होती. सुरंजनला या संशयानं इतकं ग्रासलं होतं, की अगदी कमाल, बेलाल, कैसर आणि लुत्फरसारखे जिवलग मित्र सुद्धा जातिनिरपेक्ष आहेत, हे मानणं कठीण जात होतं.

१९७८ मध्ये, झिया-उर्-रहमानच्या राजवटीत 'बिस्मिल्ला' हा शब्द समाविष्ट

केला जावा, म्हणून चळवळ नव्हती केली? परत १९८८ मध्ये इस्लाम हा राष्ट्राचा धर्म म्हणून घोषित करण्यात यावा, म्हणून लोकांनी ओरड केली नव्हती का? अन्यथा अशा तऱ्हेची घोषणा केली गेलीच नसती.

धर्मनिरपेक्षतेवर बंगाली मुस्लिमांची गाढ श्रद्धा होती, विशेषत: स्वातंत्र्याचा लढा चालू असताना. कारण त्या वेळी स्वातंत्र्यप्राप्तीसाठी परस्परसहकार्याची गरज होती, पण मग स्वातंत्र्य मिळाल्यानंतर या सगळ्या लोकांना काय झालं? राष्ट्राच्या बांधणीमध्ये जातीयवादाचं बीज रुजलेलं त्यांच्या लक्षात आलं नाही? त्यांचा क्षोभ झाला नाही? या लोकक्षोभातूनच जो लढा निर्माण झाला, त्यातून त्यांच्या देशाला स्वातंत्र्य मिळालं ना! मग सळसळत्या रक्ताचे हे लोक आज इतके थंड कसे? जातीयवादाचं रोपटं मुळासकट उखडून काढायला हवं, हे त्यांच्या लक्षात कसं येत नाही? धर्मनिरपेक्षता नसताना सुद्धा या देशात लोकशाही नांदेल, असं त्यांच्या मनात तरी कसं आलं? ज्या लोकांनी एकत्र येऊन स्वातंत्र्यासाठी लढा दिला, तेच लोक आता जातीयवादाला खतपाणी घालत आहेत, हा मोठाच विरोधाभास आहे.

''काल त्यांनी सोयारीघाटाचं मंदिर उद्ध्वस्त केलं. तू ऐकलंस? श्यामपूर मंदिराचंही तेच.''

किरणमयी अशाच निराश आवाजात आणखीही बोलत राहिली.

सुरंजननं आळस दिला. तो म्हणाला,

''एखादं देऊळ नष्ट झालं, तर तुला इतकं दु:ख होतंय. पण काय गं, तू कधी स्वत: एखाद्या देवळात जाऊन प्रार्थना केली आहेस? त्यांना पाहिजे तेवढी देवळं उद्ध्वस्त करू दे ना. त्यानं काय होणार? ही सगळी धर्मस्थळं जमीनदोस्त होऊ देत.''

''एखादी मशीद जर पाडली, तर त्यांचा संताप होतो. मग जर देवळं पाडली, तर हिंदूंचाही तितकाच संताप होईल, हे त्यांच्या लक्षात येत नाही? केवळ एक मशीद उद्ध्वस्त केली, म्हणून त्यांनी शेकडो देवळं पाडून टाकायची? इस्लाम धर्म शांतीची शिकवण देत नाही का?''

''या देशातील लोकांना एक गोष्ट नक्की ठाऊक आहे. इथल्या हिंदूंनी कितीही आदळआपट केली, तरी त्याचा काहीही उपयोग होणार नाही. म्हणूनच ते काहीही विचार न करता, लूटमार करत हिंडताहेत. पण एका तरी मशिदीला हात लावायची एखाद्या हिंदूची छाती आहे का? नया बझारमधलं देऊळ गेली दोन वर्षं भग्नावस्थेत पडलंय. त्यावर मुलंबाळं खेळतात. लघवी देखील करतात. पण मशिदीच्या चमकणाऱ्या भिंतींवर एकदोन गुद्दे घालायची तरी एखाद्या हिंदूची हिंमत होणार आहे का?''

किरणमयी मुकाट्यानं उठून निघून गेली.

तिनं स्वत:भोवती इतकी उंच तटबंदी उभारली होती, की तीत आता ती स्वत:च बंदिवान होणार, हे सुरंजनला कळून चुकलं.

एके काळी तिनं कधीही ही परवीन, ती अर्चना असा भेदभाव केला नव्हता. परंतु अलीकडे तिची मन:स्थिती दोलायमान झाली होती. नवीनच निर्माण झालेल्या एका प्रश्नानं तिला अस्वस्थ करून सोडलं होतं :

रागावण्याची, दुखावले जाण्याची मक्तेदारी एकट्या मुसलमानांची आहे का?

१९९० सालच्या दंगलींच्या व १९९२ मधील बाबरी मशिदीच्या विनाशाच्या किती तरी आधीपासूनच हिंदूंची पिळवणूक सुरू झाली होती, हे उघड सत्य होतं. सुरंजनला आठवलं, १९७९ साली २१ एप्रिलच्या सकाळी राजशाही जिल्ह्यातील साहेब बझारमधील ऐतिहासिक मंदिरातील काली मातेची मूर्ती अयूब अली नावाच्या माणसानं फोडून टाकली होती. देवळाची मोडतोड केल्यानंतर हिंदूंची दुकानंही नष्ट करण्यात आली. हिंदूंवर झालेल्या अत्याचाराची आणखीही उदाहरणं होतीच:

- ☐ *१६ एप्रिल १९७९ रोजी झिनाइद जिल्ह्यातील शैलकूपा उपविभागात असलेल्या रामगोपाल पाडा इथं रामगोपाल मंदिरातील रामगोपालाची मोठी मूर्ती चोरीला गेली. नंतर शैलकूपा स्मशानभूमीजवळ ती मूर्ती भग्नावस्थेत सापडली. त्यावरील सोन्याचांदीचे अलंकार चोरीला गेले होते.*
- ☐ *सीताकुंड येथील पूर्व लालानगर गावी जयगोपालहाटी कालीमंदिर जमीनदोस्त करण्यात आलं.*
- ☐ *उत्तर चाँदगावमध्ये कुरैशा चाँदगाव आणि दुर्गाबाडीतील प्रतिमेची तोडफोड करण्यात आली.*
- ☐ *राष्ट्रधर्म बिलाला मान्यता प्राप्त झाल्यानंतर खुलना जिल्ह्यातील फुलतला येथील दक्षिणदिही मंदिरातील कसोटीच्या दगडापासून बनवलेली प्रतिमा तीवरील आभूषणांसहित चोरीला गेली. जेव्हा मंदिराच्या समितीचे सचिव फुलताला पोलीस चौकीत त्यासंबंधी गुन्हा नोंदवायला गेले, तेव्हा पोलिसांनी त्यांना पकडून त्यांचा छळ केला. समितीच्या सर्व सदस्यांना अटक करण्याचं वॉरंट निघालं. डिस्ट्रिक्ट असिस्टंट सुपरिटेंडंट ऑफ पुलीस या घटनेचा जेव्हा तपास करू लागले, तेव्हा त्यांनी त्या भागात राहणाऱ्या हिंदूंवरच मूर्ती चोरल्याचा आळ घेतला.*
- ☐ *८ डिसेंबरच्या रात्री टांगाइलमधील कालीहाटी उपविभागात असलेल्या द्विमुखा गावात एक पुरातन मंदिरावर धाड घालण्यात आली. एक*

संगमरवरी शिवलिंग, अन्नपूर्णा, तसेच राधा-गोविंद यांच्या प्रतिमा आणि एक शाळिग्राम यांची चोरी झाली. जेव्हा पोलीस आले, तेव्हा यापाठीमागे नूर मुहम्मद तालुकदार याचा हात असल्याचं त्यांना सांगण्यात आलं. पण पोलिसांनी चोरीचा माल परत मिळवण्याची काहीही धडपड केली नाही.

- ☐ *बुडीचंग उपविभागातील कोमिलामधील मैनामती युनियनमध्ये राहणाऱ्या हिंदूंना 'विश्व इस्लाम' नामक संघटनेमार्फत एक जाहीर पत्र पाठवून, त्यांनी ताबडतोब देश सोडून जावं, असं सांगण्यात आलं. त्यांनी जर आपले पूजापाठ चालू ठेवले, तर त्याचे परिणाम अत्यंत वाईट होतील, अशी त्यांना धमकी देण्यात आली. १४ एप्रिल रोजी त्या भागातील गुंडांनी कालीमंदिराबाहेर असलेल्या एका वडाच्या झाडावर पेट्रोल ओतून त्याला आग लावून दिली. शिवाय अली अहमद नावाचा एक माणूस जमलेल्या लोकांना सांगत सुटला, की या भागात दंगली घडवून आणून, इथल्या हिंदूंना हाकलून लावलं पाहिजे.*
- ☐ *११ मार्च रोजी भोलामधील लालमोहन उपविभागात असलेल्या श्री मदनमोहन आखाड्यात कीर्तन चाललं असताना शेकडो लोकांनी त्या जागेवर हल्ला चढवला. ते देवळात घुसले, त्यांनी देवीची मूर्ती फोडली आणि जमलेल्या भक्तगणांना मारहाण सुद्धा केली. त्यानंतर दत्तपारायेथील सर्व देवळांवर धाड घालण्यात आली. देवींच्या मूर्ती उद्ध्वस्त करण्यात आल्या व नेहमीप्रमाणे नंतर लूटमार, जाळपोळ, इत्यादी प्रकार घडले.*
- ☐ *माणिकगंजमध्ये असलेल्या धिऊर येथील बडहिया गावात एका पुरातन श्री श्रीकाली मंदिराला अगदी लागूनच ॲडव्होकेट झिलूर अहमद यांची कबर, त्याचप्रमाणे एक मशीद यांची उभारणी करण्याचं ठरवण्यात आलं. हा बेत अमलात आणला असता, तर हिंदूंच्या प्रार्थनेत व्यत्यय आला असता, हे नक्की.*
- ☐ *नोआखलीमधील चटखिल उपविभागात असलेल्या मुहम्मदपूर युनियनमध्ये देखील एका पुरातन कालीमंदिराचं रूपांतर एका व्यावसायिक इमारतीत करण्याचा मुसलमानांचा इरादा होता.*
- ☐ *गाझीपूर नगर निगमच्या फौकल गावात २६ मेच्या रात्री लक्ष्मी मंदिरावर धाड घालून देवीची मूर्ती फोडण्यात आली.*
- ☐ *झिनईदहा जिल्ह्यातील मुख्य उपविभागात असलेल्या काष्टसागरा गावात हिंदुवर्ष अखेरीनिमित्त एका मठात धार्मिक समारंभ आणि उत्सव साजरा होत असताना जमाव तिथं घुसला. त्यांनी तेथील पुजाऱ्याला मारहाण*

केली, देवाला अर्पण केलेल्या गोष्टींची नासधूस केली आणि ढोलताशे फोडून टाकले. पोलिसांत लगेच खबर करण्यात आली, तरीही कुणालाही अटक झाली नाही.

- *गोपालगंजचा मुख्य उपविभाग निजडा येथे १४ मार्च, १९७९ रोजी रात्री नऊ वाजता मुसलमानांनी हिंदू देवळांवर धाड घालून बरीच मोडतोड केली. उलपूर शिवमंदिराचं कुलूप तोडून आतलं शिवलिंग व इतर मौल्यवान वस्तूंची चोरी झाली.*
- *कुश्तिया जिल्ह्यात, १७ ऑक्टोबर १९८८ रोजी पोलिस ठाण्याच्या हद्दीच्या जवळच दुर्गामातेच्या प्रतिमेची मोडतोड करण्यात आली.*
- *खुलना जिल्ह्यातील बाजारपेठेत प्रार्थना सुरू होण्यापूर्वीच जमावानं मूर्ती फोडून टाकल्या.*
- *३० सप्टेंबर रोजी सातक्षीरा कालीगंज बसस्टँडवर असलेल्या देवळातील दुर्गामातेची मूर्ती फोडण्यात आली.*
- *दुमुरियातील खुलना उपविभागात मधुग्राममधील जामा मशिदीच्या इमामानं वार्षिक दुर्गापूजा आयोजित करणाऱ्या मंडळाला एक परिपत्रक पाठवलं. त्यात असा आदेश देण्यात आला होता, की रोज अझान व नमाज होणार असल्यानं कोणत्याही समारंभाला परवानगी मिळणार नाही. हे परिपत्रक आयोजकांना १७ ऑक्टोबर रोजी मिळालं.*
- *ऑक्टोबरच्या पहिल्या आठवड्यात खुलना जिल्ह्यात एक मिरवणूक काढून मूर्तिपूजेविरुद्ध घोषणा देण्यात आल्या. 'मूर्तिपूजा चालणार नाही, मूर्ती फोडा, तोडा' असं काही घोषणांद्वारे सांगण्यात येत होतं.*
- *कुश्तियामधील कुमारखाली उपविभागात असलेल्या मोहिशखोला गावात २३ ऑक्टोबर रोजी देवळामधील कालीची मूर्ती उद्ध्वस्त करण्यात आली.*
- *गाझियापूरमधील कालीगंज उपविभागात, कालीगंज बाजारात पूजेसाठी घडवण्यात येत असणाऱ्या कालीच्या मूर्तीचा नायनाट करण्यात आला.*
- *३० सप्टेंबर रोजी श्यामनगर सातक्षीरा येथील नाकीपूर उपविभागात हरितला मंदिरात पूजा सुरू होण्याआधी कालीची मूर्ती फोडण्यात आली.*
- *पिरोजपूर जिल्ह्याच्या भानुरिया उपविभागात एका गटाराचं बांधकाम करण्यासाठी कालीमंदिराची भिंत फोडण्यात आली.*
- *बरगुना जिल्ह्याच्या फुलझुरी बाजारात मुस्लिम मूलतत्त्ववाद्यांनी दुर्गादेवीच्या मूर्तींची मोडतोड केली व तीही विजयादशमीच्या, म्हणजे दुर्गापूजेच्या शेवटच्या दिवशी.*

□ *वामना उपविभागातील बुकाबुनिया युनियनमध्ये पूजेचा उत्सव सुरू होण्याच्या काही दिवस आधीच दुर्गेची मूर्ती फोडण्यात आली.*

-आणि म्हणे, बांग्लादेश जातीय सलोख्याचा पुरस्कार करणारा देश!
सुरंजन मोठ्यांदा हसला.
तो खोलीत एकटाच होता.
दारापाशी एक मांजर बसलं होतं. सुरंजनच्या हसण्यामुळं त्यानं दचकून उडी मारली.
आज ते मांजर ढाकेश्वरीच्या देवळात जाऊन आलं होतं, की नाही? ते कुठल्या जातीचं होतं? हिंदू होतं? कदाचित हिंदूच असेल. म्हणूनच हिंदू घरात राहात होतं. ते काळं-पांढरं मांजर होतं, त्याचे डोळे मवाळ होते. जणू काही ते आपली कीव करतंय- त्याला जर आपली दया येत असेल, तर मग ते मांजर नक्कीच मुस्लिम असणार! तेही पुरोगामी मुस्लिम! पुरोगामी मुस्लिम लोक हिंदूंकडे अशाच दयेच्या दृष्टीनं बघतात.
ते मांजर उठून निघून गेलं.
कदाचित ते शेजारच्या मुस्लिम घराकडे गेलं असेल. नाही तरी या घरात कुठं अन्न शिजत होतं? तसं असेल, तर मग त्या मांजराला स्वतःची अशी जातपात नसेलच. खरं तर, जात आणि वंशाचे भेदभाव फक्त माणसांमध्येच असतात. देवळं आणि मशिदी त्यांच्याच असतात.
खोलीत चांगलंच ऊन आलं होतं. दिवस वर आल्याचं सुरंजनला जाणवलं. आज नऊ डिसेंबर.
सुरंजनला आपणही मांजर व्हावंसं वाटत होतं.

आयुष्यात आजवर कधी प्रार्थना केल्याचं सुरंजनला आठवत नव्हतं. त्यानं कधी एखाद्या देवळात पाऊलही टाकलं नव्हतं. त्यानं तर आपल्या देशात समाजसत्तावाद आणण्याची प्रतिज्ञा केली होती. आपलं हे स्वप्न पूर्ण करण्यासाठी त्यानं रस्त्यावर भाषणं ठोकली होती, बैठकांना उपस्थित राहिला होता. शेतकरी आणि कामगारांच्या कल्याणासाठी तो झटला होता. देशाच्या सामाजिक-आर्थिक उन्नतीसाठी त्यानं पराकाष्ठा केली होती. खरं म्हणजे, त्यानं इतरांच्या उन्नतीकरता इतका वेळ खर्च केला होता, की त्या भरात आपल्या कुटुंबीयांकडे, आपल्या स्वतःच्या हिताकडे लक्ष द्यायला त्याला फुरसतच झाली नव्हती.
—आणि याच सुरंजनची आज समाजाकडून 'हिंदू', 'हिंदू' अशी संभावना करण्यात येत होती. याच सुरंजनच्या मागे 'पकडा', 'पकडा' असा ओरडा करत

गल्लीतील पोरं लागली होती. त्यांनी आज मारहाण केली नव्हती, पण कदाचित उद्या करतील. जसं त्यांनी अंडी आणायला बाहेर पडलेल्या गौतमला पकडून मारलं होतं, तसंच कदाचित उद्या आपणही मोतीच्या दुकानातून सिगारेट आणायला बाहेर पडल्यावर आपल्यालाही धरून मारतील. आपल्या पाठीत दणका बसल्यावर तोंडातली सिगारेट गळून पडेल आणि आपल्यावर कोणी हल्ला केला, हे बघायला आपण मान वळवली, तर कुडूस, रेहमान, विलायत आणि सोभन लाठ्या आणि सुरे परजून उभे असतील.

सुरंजननं नुसत्या विचारांनीच शहारून डोळे मिटले.

याचा अर्थ, आपण घाबरलो आहोत की काय? कदाचित असेलही. मात्र आपण भेकड नक्कीच नाही!

पलंगावरून उठून सुरंजन त्या मांजराच्या शोधात निघाला.

घरात नीरव शांतता होती. त्याला धक्का बसला. जणू काही गेले कित्येक दिवस या घरात कुणी राहतच नसावं.

१९७१ मध्ये जेव्हा गाव सोडून ते ब्रह्मपल्लीतल्या घरात राहायला आले, तेव्हा तिथल्या शांततेनं, एकाकीपणानं त्याला खूप अस्वस्थ वाटलं होतं. आपला कॅरमबोर्ड, पतंग, आपल्या गोट्या, पुस्तकं या सगळ्याची आठवण होत होती. कुणाची वर्दळ नाही, येणं नाही, जाणं नाही. त्यामुळं त्याच्या मनावर खूप दडपण आलं होतं. अस्वस्थ वाटलं होतं. अगदी तशाच अनामिक हुरहुरीनं त्याला आज ग्रासलं.

आपले वडील असेच अंथरुणात पडून राहतील का? जर यदाकदाचित त्यांचं ब्लडप्रेशर वाढलंच, तर डॉक्टरांना कोण बोलावून आणणार?

बाजारात जाणं, औषधं आणणं, मेकॅनिकला दुरुस्तीसाठी बोलावणं, पेपरची रद्दी गोळा करून ठेवणं— यांतलं काहीएक सुरंजननं कधी केलं नव्हतं. घराशी त्याचा कधी फारसा संबंध नसायचा. दिवसाकाठी दोनदा, नाही तर तीनदा तो घरात जेवायचा; एवढाच त्याचा घरादाराशी संबंध.

तो बऱ्याचदा संध्याकाळी उशिरानंच घरी यायचा आणि उशीर फारच झाला असला, पुढचं दार बंद असलं, तर तो आपल्या स्वतःच्या खोलीला असणाऱ्या दारातून सरळ आत शिरायचा.

सुधामयबाबू त्याला वारंवार म्हणायचे,

"सुरंजन, मी आता लवकरच निवृत्त होणार. तू काही तरी करायला हवंस."

आपल्या कुटुंबाची जबाबदारी घेण्याची कुवतच आता त्यांच्यांत उरली नव्हती. ते बाहेरच्या खोलीतच थोडे पेशंट पाहून आपल्या परीनं थोडाफार हातभार लावायचे.

पण तेही दिवसेंदिवस त्यांना कठीण जात होतं. आणि सुरंजन मात्र पार्टीच्या ऑफिसात ये-जा कर, मधूच्या कँटीनमध्ये जाऊन बस, घटक दल निर्मूल कमिटीच्या कार्यालयात, प्रेस क्लबमध्ये, नाही तर असल्याच कुठल्या ठिकाणी खेटे घाल, असे उद्योग करून दमल्यावर घरी परतायचा. टेबलावर जेवण ठेवलेलं असायचंच! भूक असली, तर खायचं नाही तर तसंच सोडून द्यायचं.

हळूहळू सुरंजन आणि त्याच्या घरातल्या माणसांच्या कक्षा दूर दूर होत गेल्या. दर वर्षी त्यांच्यांतली दरी रुंदावत गेली.

पण आज सकाळी जेव्हा किरणमयी त्याच्यासाठी चहा घेऊन आली, तेव्हा त्याच्या लक्षात आलं,

खरंच... आपल्या उनाड, उधळ्या आणि बेजाबदार मुलावर आपले आईबाप किती अवलंबून आहेत!

त्याला पश्चात्ताप झाला.

अखेर, काय केलं आपण आपल्या घरच्यांसाठी?

आयुष्यात किती खालावलेल्या परिस्थितीत येऊन पोहोचले होते सगळे!

एकेकाळच्या धनाढ्य कुटुंबातील सुधामयबाबूंची त्याबद्दलही तक्रार नव्हती. डाळभाताच्या साध्यासुध्या जेवणावरही ते खूश होते. सुरंजनचंही तसंच होतं. लहान असताना आई आपल्याला दूध पिण्याची, लोणी खाण्याची कशी सक्ती करायची, ऐकलं नाही, की कशी रागवायची, ते त्याला आठवलं.

आणि आज, जर आपल्याला दूध, लोणी, मांस मासे, पराठे खावेसे वाटलं, तर? सुधामयबाबूंना ते परवडणार होतं का?

सुरंजननंही कधी श्रीमंतीची, ऐशारामाची पर्वा केली नव्हती. त्याचा असा दृष्टिकोन बनण्यासही त्याचे वडीलच कारणीभूत होते.

एके काळी जेव्हा सुरंजनच्या मित्रांना अत्याधुनिक कपड्या-लत्त्यांमध्ये रस वाटायचा, तेव्हा सुधामयबाबूंनी सुरंजनला आईनस्टाईन, न्यूटन आणि गॅलिलिओची चरित्रं, फ्रेंच राज्यक्रांती आणि दुसऱ्या महायुद्धावरची पुस्तकं किंवा गॉर्की आणि टॉलस्टॉयच्या कादंबऱ्या आणून दिल्या होत्या.

आपला मुलगा चारचौघांपेक्षा वेगळा व्हावा, असं सुधामयबाबूंना वाटायचं. पण आज, आत्ता मांजराचा पाठलाग करत असताना आपण इतरांपेक्षा खरोखर काही निराळे घडले गेलो आहोत किंवा आयुष्यात आपण काही मिळवलंय. याची सुरंजनला स्वत:लाच खात्री नव्हती.

तो अधाशी नव्हता. भौतिक सुखांचं आकर्षण त्याला नव्हतं. तसा तो अगदी नि:स्वार्थी होता. दुसऱ्यांच्या हिताची नेहमी काळजी वाहणारा होता. पण यात काय मोठा पराक्रम आपला?

आपल्याच नादात, गोंधळून सुरंजननं व्हरांडा ओलांडला. सुधामयबाबू वर्तमानपत्र वाचत बसले होते. त्याला पाहून त्यांनी हाक मारली,

"सुरंजन..."

"काय झालं?" त्यानं विचारलं.

"तुला कळलं का? जोशी, अडवानी आणि इतर आठ जणांना अटक झाली. चारशेच्या वर लोक मरण पावल्याची बातमी आहे. यु.पी.च्या कल्याणसिंगांवर खटला होणार आहे. बाबरी मशीद उद्ध्वस्त करण्यात आल्याबद्दल अमेरिकेनं, नव्हे, साऱ्या जगानंच निषेध केला आहे. भोलामध्ये संचारबंदी लागू केली आहे. बांग्लादेश नॅशनल पार्टी, अवामी लीग आणि इतर बऱ्याच पक्षांनी पुढाकार घेऊन जातीय सलोखा प्रस्थापित करण्याचं ठरवलं आहे. घटनांना कसं कसं वळण लागत गेलं, त्याचं मोठं तपशीलवार वर्णन इथं दिलेलं आहे."

सुधामयबाबूंचे डोळे सुद्धा त्या मांजरासारखे मवाळ आणि भारून गेलेले होते.

"पण तुला खरोखर सत्य काय, त्याची कल्पना आहे का? दंगली घडवून आणणारे लोक एका विशिष्ट धर्माच्या कळवळ्यापोटीच त्या घडवून आणत असतील कशावरून? त्यांचं मुख्य उद्दिष्ट काही तरी निमित्त काढून लूटमार, गुंडगिरी करणं एवढंच आहे. ते हलवायाची दुकानं का लुटतात, माहिती आहे? गोड खाण्याची इच्छा भागवण्यासाठी. सोनंचांदी मिळवण्यासाठी सराफांची दुकानं लुटतात. या दंगली म्हणजे सुद्धा असल्या गुंडगिरीचीच निष्पत्ती आहे. खरं म्हणजे, दोन वेगवेगळ्या जमातींच्या लोकांमध्ये सुद्धा फारसा फरक नसतोच. आणि ज्या वेगानं शांततेसाठी पदयात्रा काढल्या जात आहेत, त्यावरून लवकरच परिस्थिती पूर्ववत करण्यासाठी काही ना काही केलं जाईल. तुला आठवतं? १९९० मध्ये, याच निमित्ताचा आधार घेऊन इर्शादला पदच्युत करण्यात आलं. पण सुरो, काय रे, इर्शादनं कबूल केल्याप्रमाणे हिंदूंना नुकसानभरपाई दिली का?"

"बाबा, काय भ्रम झालाय का तुम्हांला?"

"अरे, कधीकधी असा विसर पडतो मला. निदाराबाद खून खटल्यातल्या आरोपींना फाशीची शिक्षा झाली... तुला माहीत आहे?"

या देशात हिंदूंना सुद्धा न्याय दिला जातो, अशी स्वत:ची समजूत घालण्याची सुधामयबाबूंची सगळी धडपड चालली होती, हे सुरंजनला कळून चुकलं.

ते ज्या घटनेविषयी बोलत होते, ती घटना निरादाबाद गावातील ब्राह्मण बाडिया भागात घडली होती. बिरजाबाला देवनाथ, आणि तिची पाच मुलं- नियतिबाला, सुभाष देवनाथ, सुमन देवनाथ, मिनतीबाला आणि सुरंजन देवनाथ यांना धोपाजुडी नाल्याकाठी नेऊन मारण्यात आलं होतं आणि कुऱ्हाडीनं त्यांचे तुकडे करण्यात

आले होते. नंतर ते तुकडे एका पिंपात भरून, पिंपाचं झाकण लावून, ते तळ्यात फेकून दिलं होतं. दुसऱ्या दिवशी पिंप तरंगत वर आलं आणि छिन्नविछिन्न मृतदेह सापडले. त्यांच्या मृत्यूचं कारणही नंतर उघडकीला आलं. बिरजाबाला देवनाथ हिचा पती शशांक याची जमीन काही लोक बळकावू इच्छित होते व त्यांनी त्याची हत्या केली होती. हा खून उघडकीस येऊ नये, म्हणून बाकीच्या कुटुंबीयांना मारण्यात आलं होतं. ताजूल इस्लाम व चोरा बादशाह या दोघा आरोपींना या हत्याकांडानंतर चारच महिन्यांत सर्वोच्च न्यायालयानं फाशीची शिक्षा ठोठावली.

पण या घटनेचा सुधामयबाबूंनी आत्ता उल्लेख करून, या देशात हिंदू व मुसलमानांना सारखीच वागणूक मिळते; आणि हिंदू या देशात दुय्यम दर्जाचे नागरिक अजिबात नाहीत, हे पटवून देण्याची केविलवाणी धडपड करावी!

''काल तू शांततेसाठी काढलेल्या पदयात्रेला गेला होतास ना? किती लोक आले होते, सुरंजन?''

''मला नाही माहीत.''

'' 'जमाती' सोडून बाकी सगळ्या पक्षांनी भाग घेतला होता, होय ना?''

''मला नाही माहीत.''

''सरकारनं पोलीस संरक्षण दिलं असेल ना?''

''मला नाही माहीत.''

''शाँखरीबझार भागात तर म्हणे, रस्त्याच्या या टोकापासून त्या टोकापर्यंत पोलिसांनी भरलेल्या ट्रक्सची नुसती रांग लागली होती.''

''मला नाही माहीत.''

''भोलामध्ये म्हणे, परिस्थिती फारच वाईट आहे. खरं का सुरंजन, का लोक उगीच अतिशयोक्ती करतात?''

''मला नाही माहीत.''

''गौतमला तरी काय, त्यांनी वैयक्तिक वैमनस्यातून मारलं असेल. तो काय, म्हणे, गांजाच्या आहारी गेलेला आहे ना?''

''मला नाही माहीत.''

सुरंजनच्या या असल्या निरुत्साही वागण्यानं आणि आडमुठ्या धोरणामुळं सुधामयबाबूंचा बोलण्यातला, माहिती मिळवण्यातला उत्साह संपुष्टात आला. त्यांनी हातातलं वर्तमापत्र सुरंजनसमोर धरलं आणि ते म्हणाले,

''तू वृत्तपत्रं वाचतच नाहीस ना?''

''वाचून माझा काय फायदा होणार आहे?''

सुधामयबाबूंनी त्या बोलण्याकडे दुर्लक्ष केलं. ते म्हणाले,

''जिकडे बघावं, तिकडे या दंगलीचा निषेध करण्यात येतोय. परिस्थिती

चिघळू नये, म्हणून जो तो प्रयत्न करतोय. तेव्हा आता पोलिसांचं कडं तोडून, देवळात प्रवेश करून, ते फोडण्याचं 'जमाती' वाल्यांचं धारिष्ट्य होईल का?''

''देवळांशी तुमचा काय संबंध? आता या उतारवयात एकदम धार्मिक वगैरे झालात, की काय तुम्ही? अगदी सगळी देवळं फोडून, तोडून टाकली, तरी त्यानं तुमचं काय बिघडणार आहे? त्यांना आपल्या वाटेत येणारी सगळी देवळं टाकू दे ना फोडून! मला तर आनंदच होईल.''

सुधामयबाबूंना अवघडल्यासारखं झालं.

आपल्या साध्या, सुस्वभावी वडिलांना आपण दुखावतोय, हे सुरंजनला कळत होतं. पण त्यांचा भोवतालच्या परिस्थितीकडे बघण्याचा जो दृष्टिकोन होता, तो सुरंजनला पटत नव्हता.

एका दुय्यम दर्जाच्या जमातीचे सदस्य, हिंदू म्हटल्यावर आपण स्वत:ला प्रथम दर्जाच्या नागरिकांच्या म्हणजे मुसलमानांच्या बरोबरीचे आहोत, असं समजणं म्हणजे निव्वळ वेडेपणाच. ते स्वत: कधी सनातनी हिंदू नव्हतेच. त्यांनी मुसलमानांना आपले भाऊ, आपले मित्र मानलं होतं... पण त्यातून काय निष्पन्न झालं होतं? सुधामयबाबू आणि सुरंजनचं काय भलं झालं होतं त्यानं? सरतेशेवटी त्यांची ओळख एक हिंदू हीच! जन्मभर ते धर्मावर विश्वास न ठेवणारे, माणुसकी आणि मानवतावादाची शिकवण देणारे... पण त्यानं काय साधलं? अजूनही अपमानित होण्याचा धोका पत्करून जगायचं, मारहाणीचा धोका पत्करून... जातीयवादाच्या आगीत कधी भस्मसात होऊ, याचा नेम नाही... अशी भीती मनात बाळगत जगायचं...

सुरंजनला लहानपणी शाळेत घडलेली गोष्ट आठवली.

तो सातवीत असताना त्याच्या फारुख नावाच्या मित्रानं मधल्या सुट्टीत त्याला बाजूला घेऊन म्हटलं होतं,

''हे बघ, मी आज डब्यात छान खाऊ आणलाय. मी कुणाला सांगणार नाही. आपण गुपचूप गच्चीवर जाऊ आणि दोघं डबा खाऊ, चालेल?''

सुरंजनाला काही फार भूक वगैरे नव्हती, पण तरी तो फारुखबरोबर गेला. गच्चीवर जाऊन फारुखनं डबा उघडला आणि त्यातला कबाब दोघांनी खाल्ला. खात खात गप्पाही मारल्या. त्याबद्दल आता कधी तरी आईला नारळीपाक करून द्यायला लावायचा, असा सुरंजननं मनात विचार केला.

तो फारुखला म्हणाला,

''हे तुझ्या आईनं स्वत: केले? आता मी पण एकदा माझ्या आईच्या हातचा खाऊ तुला खायला घालीन हं.''

पण नवल असं, की दोघांचे कबाब खाऊन होताच फारुख जोरात ओरडून टाळ्या पिटू लागला. सुरंजनला काही कळायच्या आत तो दडादडा जिना उतरून वर्गात गेला आणि त्याच्याबरोबर वर्गातली इतरही मुलं नाचू लागली.

का?

तर सुरंजननं गोमांस खाल्लं होतं, म्हणून.

सुरंजनभोवती सगळे गोळा झाले. आणि त्याला चिडवू लागले. कुणी त्याला चिमटे काढले, कुणी डोक्यावर टपला मारल्या, कुणी त्याचा शर्ट ओढला आणि कुणी तर त्याची चड्डी देखील खाली खेचली. काही मुलं त्याला वेडावून दाखवत होती. कुणी तरी त्याच्या खिशात मेलेली झुरळं कोंबली.

सुरंजनचं मन शतश: विदीर्ण झालं. त्याचे डोळे पाण्यानं भरून आले. आपण गोमांस खाल्लं, म्हणून काही त्याला शरम वगैरे वाटली नव्हती. वाईट वाटलं होतं ते आपल्याला उल्लू करून, त्यात आनंद मानणाऱ्या आपल्या वर्गमित्रांना पाहून. आज पहिल्यांदाच आपण कुठल्या तरी वेगळ्या प्रकारचा माणूस आहोत व ते सारे दुसऱ्याच कुठल्या तरी प्रकारचे आहेत, असा विचार त्याच्या मनात चमकून गेला होता.

त्या दिवशी घरी गेल्यावर तो हमसाहमशी रडला.

"मला गाईचं मांस खायला घालण्यासाठी त्यांनी कट केला..." काय झालं, असं वडिलांनी विचारल्यावर तो रडत म्हणाला.

सुधामयबाबू त्यावर जोरात हसले.

"एवढंच? मग त्यात काय रडायचं? गाईचं मांस छानच असतं चवीला. उद्याच मी बाजारात जाऊन विकत आणीन आणि आपण सगळे मिळून खाऊ या."

दुसऱ्या दिवशी सुधामयबाबूंनी तसं केलंही.

किरणमयीनं बरेच आढेवेढे घेऊन अखेर बीफ शिजवलं.

या असल्या फालतू रूढी आणि परंपरा पाळण्यात कसा अर्थ नाही, ते सुधामयबाबूंनी तिला पटवून दिलं होतं. साधुसंत सुद्धा असल्या गोष्टी निषिद्ध मानत नव्हते, सुधामयबाबूंनी वाद घातला. शिवाय बीफ खरोखरच इतकं सुंदर लागतं, तर त्यापासून वंचित का व्हायचं, असा त्यांचा मुद्दा होता.

हळूहळू बालवयात वाटणारी लाज, भीती, दु:ख आणि पूर्वग्रह सुरंजनच्या मनातून दूर झाले होते.

सुधामयबाबूंचे कुटुंबीय त्यांच्याकडे अत्यंत आदरानं बघत आणि त्यांनीही आपल्या मुलांना फार चांगल्या रितीनं वाढवलं होतं.

खरोखरच सुरंजनला आपले वडील हे एक असाधारण व्यक्तिमत्त्व वाटे.

आणि तेही सकारण. कारण या बिकट परिस्थितीत सुद्धा इतका प्रामाणिक, साधा, शुद्ध आचार-विचार असलेला प्रेमळ आणि त्याहीपेक्षा अधिक म्हणजे, इतका धर्मनिरपेक्ष व जातीयतेविषयी तिटकारा असणारा माणूस आढळणं विरळाच.

आता हळूच सुरंजन वडिलांच्या खोलीतून बाहेर आला. त्याला वर्तमानपत्र वाचण्यात काहीही रस नव्हता- वेगवेगळ्या बुद्धिप्रामाण्यवाद्यांची जातीयवादाविरुद्धची मतं वाचण्यात किंवा शांतियात्रांचे फोटो बघण्यात त्याला काडीचाही रस नव्हता. या असल्या गोष्टींमधून स्वत:च्या मनाला दिलासा देण्याची आपल्या वडिलांसारखी त्याला गरज भासत नव्हती. त्यापेक्षा त्या मांजराचा शोध घेतलेला बरा! त्या मांजराला स्वत:ची काही ओळख नव्हती. नाही तरी मांजरं काही कुठल्या विशिष्ट जातिधर्माची वगैरे नसतातच.

आपण मांजर व्हावं, असं सुरंजनला परत एकदा वाटलं.

तरुण सुधामय काही दिवस शत्रूच्या स्थानबद्धतेत राहून परतला होता. किती दिवस झाले असतील? सात? सहा? त्याचं त्यालाही सांगता येणं कठीण होतं. स्थानबद्धतेच्या काळात आपण तहानेनं व्याकूळ झालो होतो, एवढंच आठवत होतं. इतकं व्याकूळ, की हातपाय बांधलेले, डोळे बांधलेले अशा अवस्थेत सुद्धा जमिनीवरून गडगडत आपण पाण्याच्या माठाच्या शोधात निघालो होतो, हेही आठवलं. पण तुरुंगात पाणी होतंच कुठं? ब्रह्मपुत्रा नदी पाण्यानं दुथडी भरून वाहत होती, पण कँपमधले सगळे घडे रिकामेच होते. त्यानं पाण्याची याचना केली, की ते दुष्ट पहारेकरी खदाखदा हसायचे.

पण एक दिवस मात्र त्यांनी त्याला पाणी दिलं. त्यांनी त्याच्या डोळ्यांवरची पट्टी काढली आणि एका लोट्यात सगळ्यांनी मिळून लघवी केली. त्याला ते बघायला भाग पाडलं. त्यानं किळस येऊन मान फिरवली. पण एकानं जबरदस्तीनं त्यांच तोंड उघडलं आणि बाकीच्यांनी लोट्यातून तो द्रव त्याच्या तोंडात ओतला. तो उष्ण, खारट द्रव त्याच्या घशातून खाली जात होता तेव्हा बघणारे सगळे खदाखदा हसत होते.

आपण यापेक्षा विष का नाही पीत, असं सुधामयला त्या क्षणी वाटलं होतं.

त्यांनी त्याला एका लाकडी वर्तुळाला उलटं टांगून सपासप फटके मारले होते. प्रत्येक फटक्यानिशी ते त्याला मुसलमान होण्यास सांगत होते. कलमा म्हणून आपण मुसलमान धर्म स्वीकारला, असं कबूल करायला सांगत होते. पण सुधामय विचलित झाला नव्हता. ॲलेक्स हॅलेच्या 'रूट' या पुस्तकातील कुंटा किंटे हा मुलगा जसा आपण टोबी आहोत, हे मान्य करत नसल्यानं त्याला आसुडाचे फटके

खावे लागले होते, तसाच सुधामयलाही आपण मुस्लिम आहोत, असं तोंडानं न म्हटल्याबद्दल मार खावा लागत होता.

अखेर त्या संतापलेल्या सूडकऱ्यांनी सांगितलं, की सुधामयला मान्य होवो अथवा न होवो, ते त्याला मुसलमान करणारच.

एक दिवस परत सुधामयनं त्यांच्या प्रयत्नांना यश मिळू दिलं नाही. ते पाहून त्यांनी त्याची लुंगी फेडली आणि त्याचं गुप्तेंद्रिय कापून टाकलं.

शुद्ध हरपण्याआधी भळाभळा वाहणारं रक्त आणि कापून टाकलेलं शिश्न सुधामयनं पाहिलं, विकट हास्य ऐकलं.

या घटनेनंतर आपण कधी आपल्या कुटुंबाकडे परत जाऊ, ही आशा त्यानं सोडलीच होती. कँपमधील इतर हिंदूंनी जिवाच्या भीतीनं कलमा वाचण्याचं व धर्मांतर करण्याचं मान्य केलं होतं. पण त्यांची तरीही हत्या झाली होती. नवल म्हणजे, सुधामयचा जीव मात्र वाचला होता. कदाचित त्याचं या, 'अशा' प्रकारे धर्मांतर केल्यामुळं असेल. अर्थात छळ अजूनही संपला नव्हता.

अखेर त्याला कँपमधून जेव्हा बाहेर फेकून दिलं, तेव्हा तो खचलेला, हरलेला होता...

आपण मोडक्या बरगड्या, मोडलेले पाय आणि रक्तबंबाळ शरीर घेऊन, जिवंत घरी कसे काय परतलो, याचं सुधामयबाबूंना आज सुद्धा नवल वाटत असे. या अशा स्थितीत परतण्याइतकी जिद्द, इच्छाशक्ती कुठून आली असेल आपल्यात? कदाचित याच विलक्षण आंतरिक जिद्दीनं त्यांना आजही जिवंत ठेवलं होतं.

ते जेव्हा ब्रह्मपालीला पोहोचले, तेव्हा किरणमयीच्या पायांशी कोसळले.

आपल्या पायाशी पडलेला तो रक्तलांछित देह बघून ती सुन्न झाली होती. पण कुठल्या तरी अनामिक, आंतरिक शक्तीनिशी तिनं आपल्या नवऱ्याला आणि मुलांना सुरक्षित स्थळी नेलं होतं. ती मोडून पडली नव्हती. आत धुमसत असलेल्या भीतीला तिनं जराही मोकळी वाट दिली नव्हती.

नंतरचे कित्येक महिने तिनं स्वत:ला मोडून पडण्याची, खचून जाण्याची सवलत दिली नव्हती.

मुसलमान स्नेह्यांनी त्यांना सुचवलं होतं,

"आम्ही मौलवी आणतो, कलमा पढून तुम्ही मुसलमान व्हा. तुमच्या दृष्टीनं आता तेच सगळ्यांत चांगलं. तुम्ही मायाच्या वडिलांची समजूत घाला."

पण आपल्या नवऱ्यानं कँपमध्ये जो मनोनिग्रह दाखवला, तशाच प्रकारचा निग्रह तिनं या वेळी दाखवला.

रात्री किती तरी उशीर होईपर्यंत बाकीचे झोपले, तरी ती जागी राहायची. सुधामयबाबूंच्या जखमांवर मलमपट्टी करायची, आपल्या साडीचे धडपे फाडून!

—आणि या काळात, इतक्या प्रचंड दडपणाखाली असून सुद्धा तिनं डोळ्यांतून एकदाही पाणी काढलं नाही.

अखेर जेव्हा सगळं गाव स्वातंत्र्यप्राप्तीच्या उन्मादानं आनंदोत्सव करत होतं, तेव्हा मात्र ती सुधामयबाबूंच्या गळ्यात पडून खूप रडली. अगदी लहान मुलासारखी, मुक्त कंठानं रडली.

आत्ता किरणमयीकडे पाहिल्यावर सुधामयबाबूंना वाटलं, १९७१ सालच्या त्या नऊ महिन्यांप्रमाणे आत्ताही ती आपले दु:खाचे कढ आतल्या आत दाबून ठेवते आहे. अचानक एक दिवस हे दु:ख उफाळून वर येईल. आपल्या भावना मोकळेपणानं व्यक्त करण्यासाठी तिला, 'जोय बांगला'च्या घोषणेसारख्या एखाद्या क्षणाची वाट बघावी लागेल. भांगात सिंदूर भरण्यासाठी, शंखांची जोडी घालण्यासाठी तिला आणि धोतर नेसण्यासाठी त्यांना अजून वाट पाहावी लागेल. त्या सर्वांना आपल्या मनाप्रमाणे वागण्यासाठी, कुठल्याही दडपणाशिवाय जगण्यासाठी वाट बघावी लागेल. १९७१ सालासारख्या याही भयाण रात्री कधी सरतील?

भरीत भर म्हणून सुधामयबाबूंचे पेशंटही त्यांना सोडून गेले होते. पूर्वी अगदी भर पावसातदेखील किमान सहा-सात, तरी पेशंट असायचे. पण आता एकही येत नव्हता. सतत घरात बसून राहाणं फार कंटाळवाणं होतं. त्यातच 'नाराए तकबीर, अल्लाहू अकबर, हिंदूंनो, जगायचं असेल तर देश सोडून जा.' अशी घोषणा देत एखादी मिरवणूक दारावरून गेली, की ते दचकायचे. कितीही आशावादी असलं, आपल्या देशबांधवांवर श्रद्धा असली, तरी सुद्धा त्यांना याची कल्पना होती, की धर्मांध लोक कोणत्याही क्षणी आपल्या घरावर बॉंब टाकतील, नाही तर ते जाळून टाकतील. कदाचित आपली चीजवस्तू लुटली जाईल, कदाचित आपला खूनही करून टाकतील हे. खरोखरच फार मोठ्या प्रमाणावर हिंदू लोक देशाबाहेर प्रयाण करत आहेत की काय, कोण जाणे!

१९९० साली अनेक हिंदूंनी देश सोडला होता, हे त्यांना ठाऊक होतं पण नवीन शिरगणतीनुसार हिंदू आणि मुसलमानांची वेगवेगळी आकडेवारी जाहीर करण्यात आलेली नसल्यामुळं हिंदू किती आणि मुसलमान किती, हे कळायला काही मार्ग नव्हता.

शेल्फातील पुस्तकांवर धूळ जमली होती. सुधामयबाबूंनी फुंकर मारून ती उडवायचा प्रयत्न केला, पण ते नीटसं जमलं नाही. त्यांनी आपल्या कुर्त्याचं टोक उचलून धूळ पुसली. इतक्यात त्यांची नजर एका पुस्तकावर पडली. ती १९८६ च्या जनगणनेची छापील प्रत होती. त्यात १९७४ व १९८१ सालातील आकडेवारी

सुद्धा दिलेली होती. त्यातून खालील चित्र स्पष्ट होत होतं.

- *१९७४ मध्ये चित्तागाँगच्या डोंगराळ भागाची एकूण लोकसंख्या पाच लाख आणि आठ हजार होती. त्या वेळी, त्या भागात राहणाऱ्या मुसलमानांची संख्या होती ९६,०००. नंतर १९८१ मध्ये मुसलमानांची संख्या १,८८,००० इतकी वाढली आणि चित्तागाँगची एकूण लोकसंख्या पाच लाख, आठ हजारांनी वर गेली. १९७४ मध्ये हिंदू होते ५३,००० आणि १९८१ मध्ये ही संख्या वाढून ६६,००० झाली होती. मुसलमान लोकांच्या संख्यावाढीचं प्रमाण शेकडा ८७.०५ होतं, तर हिंदूंची संख्या मात्र साधारणत: १८.८७ प्रतिशत एवढ्याच प्रमाणात वाढली होती.*
- *१९७४ मध्ये कोमिला येथे मुसलमानांची संख्या साधारणपणे ५२,५०,००० होती आणि १९८१ साली हा आकडा वाढून ६,३०,००० इतका झाला होता. हिंदूंची संख्या १९७४ मध्ये ५,६४,००० होती आणि १९८१ साली ही वाढून ५,६५,००० इतकी झाली होती. मुसलमानांच्या संख्यावाढीचा दर साधारणपणे २० टक्के होता, तर हिंदूंमध्ये ०.१८ टक्के दरानंच वाढ झाली होती.*
- *फरीदपूरमध्ये लोकसंख्या १७.३४ टक्क्यांनी वाढली होती. १९७४ मध्ये मुसलमानांची संख्या होती ३१,००,००० आणि १९८१ मध्ये होती ३८,५०,००० इतकी. वाढीचा दर साधारणपणे २४.२६ टक्के होता. १९७४ मध्ये हिंदूंची संख्या होती ९,४४,००० आणि १९८१ मध्ये ही कमी होऊन ८,९४,००० झाली होती. वाढीचा दर होता -५.३० टक्के.*
- *पबनामध्ये १९७४ आणि १९८१ या दरम्यान लोकसंख्या २१.६३ टक्क्यांनी वाढली होती. १९७४ मध्ये २५,४६,००० मुसलमान होते आणि १९८१ मध्ये हा आकडा वाढून ३१,६७,००० इतका झाला होता. वाढीचा दर होता २४.३९ प्रतिशत, तर एकीकडे १९७४ मध्ये २,६०,००० हिंदू होते आणि १९८१ मध्ये त्यांची संख्या २,५१,००० इतकी कमी झाली होती. वाढीचा दर -३.४६ प्रतिशत होता.*
- *राजशाहीमध्ये लोकसंख्या २३.७८ टक्क्यांनी वाढली होती. मुसलमान २६.२० टक्क्यांनी वाढले होते. १९७४ मध्ये हिंदूंची संख्या होती ५,५८,००० आणि १९८१ मध्ये आकडा होता ५,०३,००० हिंदूंच्या वाढीचा दर होता -९.६८ प्रतिशत.*

एकशेविसाव्या पानावर सुधामयबाबूंना फार आश्चर्यकारक गोष्ट आढळली. १९७४ मध्ये हिंदूंची संख्या संपूर्ण लोकसंख्येच्या १३.५ टक्के होती. १९८१ मध्ये संपूर्ण लोकसंख्येच्या फक्त बारा टक्केच हिंदू होते. उरलेले कुठं गेले? देश सोडून जाणं एवढा एकच मार्ग उरला होता का? आपल्या स्वतःच्या देशात राहून आपल्या हक्कांकरता भांडणं हे त्यांचे कर्तव्य नव्हतं का? अशा देश सोडून चाललेल्या हिंदूंना सुधामयबाबूंनी भेकड म्हणून शिवी दिली.

त्यांना तितकंसं बरं वाटत नव्हतं. उजवा हात लांब करून शेल्फातून ते जनगणनेचं पुस्तक त्यांनी खाली काढलं, तेव्हाच उजवा हात शक्तिहीन वाटत होता. आता ते त्याच हातानं ते पुस्तक शेल्फात परत ठेवायला गेले, तर त्यांना ते जमेना. त्यांनी किरणमयीला हाक मारायचा प्रयत्न केला; पण तसं करत असताना त्यांना आपली जीभ जरा बधिर झाल्यासारखी वाटली. त्यांना विलक्षण भय वाटलं. प्रचंड भय, त्यांनी एक पाऊल उचलून पुढं टाकायचा प्रयत्न केला आणि त्यांच्या लक्षात आलं, त्यांचा पाय हलत नव्हता. ते अस्फुटपणे ओरडले,

"किरण... किरण..."

तिनं नुकतंच वरण शिजत लावलं होतं. सुधामयबाबू आपल्याला हाक मारत आहेत, हे पाहून ती त्यांच्याकडे गेली. तिला स्पर्श करण्यासाठी सुधामयबाबूंनी हात उचलला पण तो गळून पडला. ते कुजबुजत्या स्वरात म्हणाले,

"किरण... जरा मला अंथरुणावर झोपव..."

आपल्या पतीच्या आविर्भावात एवढा बदल झालेला पाहून किरणमयीला आश्चर्य वाटलं.

ते एवढे थरथरताहेत का? आणि त्यांचं बोलणं इतकं अडखळत कसं येतंय?

तिनं त्यांना पलंगावर निजवलं.

"तुम्हांला काय झालं?" तिनं विचारलं.

"सुरंजन कुठं आहे?"

"तो आत्ताच गेला. मी त्याला थांबायला सांगितलं. पण तो कुठला माझं ऐकतोय?"

"किरण, मला बरं वाटत नाहीये गं! काही तरी कर!"

"तुमचं बोलणं असं अडखळत कसं येतंय? काय झालं?"

"माझ्या उजव्या हाताला काही संवेदना नाही. माझा उजवा पाय देखील बधिर झाला आहे. मला अर्धांगाचा झटका तर येत नसेल ना, किरण?"

आता मात्र घाबरून किरणमयीनं सुधामयबाबूंचा दंड पकडला आणि ती म्हणाली,

"देवा रे! छे, छे. तुम्हांला अशक्तपणामुळं तसं वाटत असेल. तुम्ही नीट

झोपत नाही ना, म्हणून. आणि तुमचं खाणंपिणंही नीटपणे चाललेलं नाही.''

सुधामयबाबूंची अंथरुणावर तगमग तगमग चालू होती.

''किरण, मला सांग ना, मी मरेन का गं? मी मरायला टेकल्यासारखा दिसतोय?''

''मी कुणाला बोलावू? हरिपदबाबूंना बोलावू?''

सुधामयबाबूंनी आपल्या डाव्या हातात सगळी ताकद एकवटून किरणमयीला घट्ट धरलं आणि ते हताश होऊन रडू लागले,

''नाही... किरण... तू कुठं जाऊ नको... तू माझ्याजवळ बैस. माया कुठं आहे?''

''ती पारुलकडे गेली आहे, ठाऊक आहे ना? ती अजून आलेली नाही.''

''आणि माझा मुलगा कुठं आहे, किरण? माझा मुलगा?''

''असं भ्रमिष्टासारखं बडबडू नका हो.''

''किरण सगळी दारं, खिडक्या उघड.''

''सगळी दारं-खिडक्या कशाला उघडायच्या?''

''मला शुद्ध हवा, उजेड हवा आहे.''

''मला जाऊन हरिपदबाबूंना बोलावून आणू दे. तुम्ही स्वस्थ पडून राहा बघू.''

''सगळे हिंदू आपापली घरं सोडून निघून गेले. तुला कुणीही सापडणार नाही. मायाला बोलावं.''

''पण मी तिला निरोप तरी कसा पाठवणार...? तुम्हीच सांगा. इथं कुणीही नाही.''

''नको गं, एक पाऊल सुद्धा दूर जाऊ नको, किरण. सुरंजनला बोलाव.''

यानंतर सुधामयबाबूंचं बोलणं अडखळत येऊ लागलं, कळेनासं झालं. नुसती पुटपुट येऊ लागली.

आता किरणमयी खरंच घाबरली होती. तिच्या पतीचं खरोखर काही तरी बिनसलं होतं. पण ती काय करणार? मोठ्यांदा ओरडून शेजाऱ्यापाजाऱ्यांना बोलावून घ्यावं का? ते नक्कीच आपल्याला मदत करतील. किती झालं, तरी इतक्या वर्षांचं येणं-जाणं होतं. पण हा विचार मनात येत असतानाच तिच्या लक्षात आलं, की हे काही जमणार नाही. कोण शेजारी आपल्याला मदत करणार? हैदर, गौतम, नाही तर शफीक साहिबच्या घरचा कुणी माणूस?

किरणमयीला अत्यंत असहाय वाटलं.

करपलेल्या वरणाचा वास घरभर पसरला.

गावातून फेरफटका मारायला निघाल्यावर कालच्याप्रमाणेच आजही सुरंजनचं

आपण नक्की कुठं जाणार आहोत, ते ठरलं नव्हतं. आधी त्याला वाटलं, आपण बेलालकडे जावं. पण मग त्याला त्याच्या ओळखीच्या जलखाबार नावाच्या दुकानाचा अर्धवट जळलेला सांगाडा दिसला. दुकानातली जळकी टेबलं आणि खुर्च्या फूटपाथवर सर्वत्र पसरल्या होत्या. त्या भयाण दृश्याकडे पाहिल्यानंतर सुरंजननं आपला बेत बदलला. त्यापेक्षा चमेलीबागमध्ये असलेल्या पुलकच्या घराकडे गेलेलं बरं! त्यानं रिक्षा थांबवून पुलकच्या घराचा पत्ता सांगितला. पुलक एन.जी.ओ.साठी काम करत असे. त्याची गाठ होऊनही बरेच दिवस लोटले होते. शेजारीच बेलालचं घर होतं. तिथं बसून दोघं अनेकदा एकमेकांशी गप्पा मारायचे. आणि तरीही या वेळी त्याला आपल्या मित्राची साधी विचारपूस करायला वेळ मिळाला नव्हता.

बेल वाजवूनही कुणी दार उघडलं नाही. पण सुरंजन तसाच बेल वाजवत राहिला. शेवटी दाराआडून कोणी तरी कुजबुजलं,

"कोण आहे?"

"मी आहे, सुरंजन."

"सुरंजन कोणता?"

"सुरंजन दत्त"

दाराची कडी उघडल्याचा आवाज झाला. पुलकनं स्वत:च दार उघडलं आणि हलक्या आवाजात तो म्हणाला,

"आत ये."

"काय झालं तरी काय? एवढी सगळी काळजी कशाला घ्यायची? त्यापेक्षा दरवाजाला एक छोटसं भोक पाडून घ्यायचं."

पुलक काहीच बोलला नाही. त्यानं दार लावून कडी नीट लागली आहे ना, ते परत तपासून पाहिलं.

सुरंजनला नवल वाटलं.

पुलक हलक्या आवाजातच परत म्हणाला,

"पण तू आत्ता घराबाहेर कसा पडलास?"

"मला वाटलं पडावंसं."

"म्हणजे काय? तुला भीती नाही वाटत? या वेडेपणापायी एखादे वेळी जीव जायचा. का भलतं धाडस करायची हौस आली आहे?"

सुरंजन सोफ्यावर बसत म्हणाला,

"तू तसं म्हण, हवं तर."

पुलक खरंच घाबरलाय. हे त्याला आता कळून चुकलं.

पुलक दुसऱ्या सोफ्यावर बसला आणि दीर्घ श्वास घेऊन म्हणाला,

"काय काय घडत आहे, त्याची बातमी तू ऐकतोयस ना?"

"नाही."

"भोलामध्ये तर परिस्थिती फारच वाईट आहे. ताजमुद्दीन, बरहानुद्दीन, पोलीसठाण्याच्या हद्दीतील गोलकपूर, छोटा दाऊरी, शंभूपूर, दाशेरहाट, खासेरहाट, दरीरामपूर, पद्मासन आणि मणिराम गाव वगैरे ठिकाणी फार नुकसान झालं आहे. जवळपास १०,००० हिंदू कुटुंबांतील ५०,००० सदस्यांची पूर्णपणे वाताहत झाली आहे. जमावानं त्यांच्या घरांना आगी लावल्या. त्या आधी घरंदारं पूर्णपणे लुटून नेली. किमान ५० कोटी टके किमतीच्या मालमत्तेचं नुकसान झालं, दोन लोक मरण पावले आणि दोनशे जखमी झाले. लोकांना नेसायला वस्त्र नाही, खायला अन्न नाही. एकही घर वाचलेलं नाही, शेकडो दुकानं लुटण्यात आली. दाशेरहाट मार्केटमध्ये तर एक सुद्धा हिंदू दुकान त्यांनी सोडलं नाही. रस्ते बेघर लोकांनी भरले आहेत. लोक थंडीनं काकडताहेत, उपाशी पोटी फिरताहेत...

मदनमोहन ठाकूरबाडी आणि त्यालगत असलेलं मंदिर, लक्ष्मीगोविंद ठाकूरबाडी आणि त्यालगतचं मंदिर, तसेच महाप्रभू आखाडा यांची जळून राख झाली आहे. बुरहानुद्दीन, दौलतखान, चार फॅशन, ताजमुद्दीन आणि लालमोहन पोलिस स्टेशन या भागांत एक सुद्धा देऊळ वा आखाडा वाचलेला नाही. सर्व घरं पद्धतशीरपणे लुटून नंतर जाळण्यात आली आहेत. घुइन्या हाट भागात दोन मैलांच्या परिसरांतील हिंदू घरांना आगी लावण्यात आल्या आहेत. सात तारखेच्या रात्री दौलतखान पोलिस स्टेशनजवळच्या आखाड्याला आग लावण्यात आली. बुहरानुद्दीन मार्केटमधील व्यायामशाळेची नासधूस करण्यात आली. कुतुबा गावातील पन्नास घरांची राखरांगोळी झाली. चार फॅशन पोलिस स्टेशनजवळ हिंदू घरं लुटण्यात आली. अरविंद डे नावाच्या एका माणसाला तर म्हणे, भोसकण्यात आलं."

"नीला कुठं आहे?"

"ती अतिशय घाबरली आहे. तुझं कसं काय?"

सुरंजन डोळे मिटून जरा वेळ स्वस्थ बसला.

आपण इथं येण्याऐवजी बेलालच्याच घरी का नाही गेलो? आपण जातीयवादी तर झालो नाही? का ही परिस्थिती आपल्याला तसं बनवते आहे?

"मी जिवंत आहे, इतकंच."

त्यानं डोळे उघडून पाहिलं.

पुलकचा सहा वर्षांचा मुलगा जमिनीवर पडून रडत होता.

"तो का रडतोय, माहीत आहे? अलकशी रोजच्या रोज खेळणारे त्याचे मित्र आज त्याच्याशी खेळायला तयार नाहीत. हुजूरनं त्यांना सांगितलंय म्हणे, हिंदूंशी खेळायचं नाही, म्हणून!"

"हा हुजूर कोण?"

"हुजूर म्हणजे त्यांच्या घरी त्यांना अरबी शिकवायला येणारा मौलवी."

"पण, तुझा शेजारी... म्हणजे अनिस अहमदच ना? मला आठवतं त्याप्रमाणे तर तो कम्युनिस्ट पक्षाचा आहे. तो काय त्यांच्या मुलांना अरबी शिकवतो?"

"हो." पुलक म्हणाला.

सुरंजननं परत एकदा डोळे मिटले. त्यानं आपण स्वत: अलकच्या जागी आहोत, अशी कल्पना केली. ज्या गोष्टी पुरेशा नीट कळलेल्या नाहीत, त्या गोष्टींबद्दल त्या पोराला कसं भीतीनं थरथर कापायला होत असेल, रडू कोसळत असेल, याची त्याला कल्पना होती. एका फटक्यासरशी रोजच्या रोज बरोबरीनं खेळणारे त्याचे मित्र नाहीसे झाले होते.

एक दिवस माया कशी रडत घरी आली होती, ते सुरंजनला आठवलं. ती म्हणाली होती,

"शिक्षकांनी मला वर्गाबाहेर काढलं."

सगळ्या शाळांमध्ये 'धर्म' हा विषय सक्तीचा होता आणि मायाला इस्लामच्या तासाला बसू न देता बाहेर हाकलण्यात आलं होतं. वर्गात ती एकटीच हिंदू होती. शिवाय तिच्याजवळ लागणारी पुस्तकंही नव्हती. शाळेत हिंदू धर्म हा विषय शिकवण्यासाठी एकही शिक्षक नव्हता. त्यामुळं मग तिला एकटीला वर्गाच्या बाहेर उभं राहावं लागलं होतं.

सुधामयबाबूंनी तिला विचारलं,

"पण तुला वर्गाच्या बाहेर का काढलं त्यांनी?"

ती म्हणाली,

"कारण मी हिंदू आहे ना!"

सुधामयबाबूंनी आपल्या मुलीला जवळ घेतलं. त्यांना इतका धक्का बसला होता, ते इतके दुखावले गेले होते, अपमानित झाले होते, की बराच वेळ त्यांच्या तोंडून शब्द फुटत नव्हता.

त्याच दिवशी जाऊन ते 'धर्म' शिकवणाऱ्या शिक्षकांना भेटले व म्हणाले,

"यापुढं कधी माझ्या मुलीला वर्गाबाहेर काढू नका. ती कुणी वेगळी आहे, असं तुम्ही तिला वाटू देता कामा नये."

नंतर मायाला वर्गात थांबायची परवानगी मिळाली. त्यामुळं तिला आनंद झाला.

तिच्यावर त्या धार्मिक तासाचा इतका काही परिणाम झाला, की ती एकटी असताना सुद्धा "अलहमदो लिल्लाह रब्बिल आलेमिन. अर् रहमनिर रहीम, मलिके

याउमिद्दीन'' असं पुटपुटत बसायची.

किरणमयीनं एकदा तिचं हे बोलणं ऐकलं आणि ती अस्वस्थ झाली. ती सुधामयबाबूंना म्हणाली,

''ती हे काय करते आहे? व्यवस्थित शिक्षण मिळवायला काय स्वत:ची जात आणि धर्म सोडायला लागतो का?''

मायामधला हा बदल बघून सुधामयबाबू देखील जरा काळजीतच पडले होते. मायाला बरं वाटावं म्हणून, तिला शाळेत इस्लामच्या तासाला बसू देणं वेगळं. पण नवीन प्रश्न असा होता, की मायाला जर खरोखरच इस्लाम धर्माची गोडी लागली, तर?

त्यामुळं मग त्यांनी मुख्याध्यापकांना एक पत्र लिहिलं,

'धर्म ही प्रत्येकाची वैयक्तिक बाब आहे. त्यामुळं शालेय अभ्यासात तो विषय सक्तीचा असता कामा नये. शिवाय आपल्या मुलांनी कोणत्याही धर्माबाबत ज्ञान मिळवू नये, अशी एक पालक म्हणून माझी इच्छा असताना, आपण माझ्या पाल्याला एका विशिष्ट धर्माचं पालन करण्याची सक्ती कशी करता?'

त्यांनी पत्रात असंही सुचवलं होतं, की शाळेत एका धर्माची शिकवण सक्तीनं देण्याऐवजी अनेक थोर विचारवंतांचे विचार जर शिकवण्यात आले, तर तो एक नवा, स्वतंत्र अभ्यासाचा विषय होऊ शकेल. यामुळं सर्व जातिधर्मांच्या मुलांचा फायदा होईल व अल्पसंख्याकांना कमीपणा वाटणार नाही.

पण शाळेनं सुधामयबाबूंच्या या सूचनेकडे अर्थात दुर्लक्ष केलं आणि सगळं काही पूर्ववत चालू राहिलं.

नीला खोलीत आली.

ती सडपातळ, सुंदर होती. ती कायम झकपक असायची. पण आज मात्र ती अवतारात होती. तिच्या डोळ्यांखाली काळी वर्तुळं उमटली होती. डोळ्यांत भीतीचं सावट होतं. तिनं चाचरत विचारलं,

''सुरंजनदा, तुम्ही बऱ्याच दिवसांत आमच्या घरी का आला नाहीत? आम्ही कसे आहोत, जिवंत तरी आहोत की नाही, याची चौकशी करावीशी नाही वाटली? तुम्ही नेहमी शेजारी येता, ते आम्हांला कळतं...'' एवढं बोलून ती एकदम हुंदके देऊन रडू लागली.

सुरंजन घरी न आल्याबद्दल ती रडत होती का? की जातीय भेदभावातून निर्माण झालेल्या असहायतेनं तिला रडू कोसळलं होतं? सुरंजन, पुलक आणि अलक यांनाही आपल्या इतकंच असुरक्षित वाटतंय, हे तिला ठाऊक होतं का?

अचानक सुरंजनला त्या कुटुंबातले सगळे खूप जवळचे वाटले. पाच दिवसांपूर्वीच

त्यानं बेलालच्या घरी जाऊन गप्पा मारण्यात खूप वेळ घालवला होता. पण त्या वेळी काही त्याला पुलकच्या घरी येऊन भेटावंसं वाटलं नव्हतं. आज मात्र वेगळंच वाटलं.

"तू घाबरतेस कशाला? एवढ्यात काही विरोध करू शकणार नाहीत ते. शाँखरी बझार, इस्लामपूर आणि टॉन्तीबझारमधले पोलीस सावध आहेत."

"पण, गेल्या वेळी सुद्धा पोलीस तिथं होतेच की! तरी त्यांच्यादेखत ढाकेश्वरीचं देऊळ त्यांनी लुटलं आणि पेटवलं. पोलिसांनी त्या वेळी काही सुद्धा केलं नाही."

"हं..."

"आज तुम्ही बाहेर कशाला पडलात? मुसलमानांवर विश्वास ठेवणं फार कठीण आहे. तुम्ही एखाद्याला आपला मित्र मानावं आणि त्यानं अचानक येऊन तुमचा गळा कापावा, असं घडलं, तरी त्यात आश्चर्य नाही."

सुरंजननं परत एकदा निवांत डोळे मिटले. दोन्ही डोळे घट्ट मिटल्यावर तरी मनाचं दुःख जरा हलकं होतंय का, बघू!

बाहेरून खूप आरडाओरडा आणि किंकाळ्या ऐकू येत होत्या. एखाद्या हिंदूच्या दुकानाची मोडतोड चालू असेल.

मिटल्या डोळ्यांनीच त्याला काही तरी जळत आहे, असं जाणवलं.

हातांत कुऱ्हाडी आणि लोखंडी कांबी घेऊन वेडंवाकडं नाचणाऱ्या लोकांची चित्रं डोळ्यांपुढं तरळू लागली.

कालच संध्याकाळी तो गौतमला भेटायला गेला होता. गौतम अंथरुणात पडून होता. त्याच्या डोळ्यांखाली मार लागल्याच्या खुणा होत्या, तशाच छातीवर आणि पाठीवरही होत्या.

सुरंजन आपला एक हात गौतमच्या छातीवर ठेवून त्याच्याजवळ निमूटपणे बसून राहिला. त्याला काही बोलावंसं वाटत नव्हतं.

गौतम त्याला म्हणाला होता,

"दादा, मी काही केलं नव्हतं. ते दुपारच्या प्रार्थनेनंतर मशिदीतून परत चालले होते. घरात काही नव्हतं, म्हणून मी थोडी अंडी आणायला बाहेर पडलो. मी जवळच्याच दुकानात निघालो होतो. त्यामुळं मला वाटलं, काही घाबरायचं कारण नाही. पण मी अंड्यांचे पैसे देत होतो, तेवढ्यात कुणी तरी माझ्या पाठीत लाथ घातली. निदान सहा-सात जण तरी असतील. मी एकटा काय करणार? ते लोक मला मारहाण करत असताना तो दुकानदार आणि रस्त्यावरचे येणारे-जाणारे नुसते बघून हसत होते. त्यांनी मला खाली पाडून तुडवलं, तरी सुद्धा कुणी काही बोललं नाही. ते मला सगळा वेळ शिवीगाळ करत होते. 'हलक्या जातीचा हिंदू..., आम्ही

तुला मारून टाकू! हरामखोर, तुला काय वाटलं, आमची मशीद फोडून तुम्ही सुटाल? तू आणि तुझ्यासारखे सगळे या देशातून कसे चालते होत नाहीत, तेच आता बघतो.' ''

सुरंजन शांतपणे ऐकत राहिला.

त्याला काही तरी धीर द्यावा, बोलावं, असं वाटलं. पण काय बोलावं, ते सुचेना. गौतमच्या हृदयाची धडधड त्याला जाणवत होती. आपलंही हृदय असंच धडधडतंय का? एकदा-दोनदा त्याच्याही छातीचा ठोका चुकला होता.

नीलानं चहा आणला. चहा पीत पीत ते मायाविषयी हळूहळू बोलू लागले.

"मला मायाची फार काळजी वाटते. तिनं जर अचानक जहांगीरशी लग्न करायचं ठरवलं, तर ?"

"देवा! सुरंजनदा, हे बरोबर आहे का? तिला थांबवा. नाही तर फार उशीर होईल. तुम्हांला ठाऊकच आहे, कसं असतं ते. आपण बऱ्याचदा परिस्थितीच्या दबावाखाली घाईघाईनं निर्णय घेतो.''

"बघू आता काय ते. कदाचित मी घरी परत जाताना पारुलच्या घरी जाऊन तिला बरोबर घेईन. मला मायामध्ये अलीकडे एक खास बदल झालेला जाणवतो. कदाचित जिवाच्या भीतीनं ती आपलं नाव बदलून फरीदा बेगम किंवा असंच काही तरी ठेवेल. किती स्वार्थीपणा!''

ते सगळे ज्या कठीण परिस्थितीत सापडले होते, त्याची जाणीव नीलाच्या डोळ्यांत स्पष्ट उमटली होती.

अलक झोपला होता. त्याच्या गालांवर डोळ्यातलं पाणी सुकून गेलं होतं.

पुलक उठून खोलीत अस्वस्थपणे येरझाऱ्या घालत होता. त्याच्यातला थोडासा अस्वस्थपणा सुरंजनमध्येही आला.

ते एव्हाना आपला चहा विसरून गेले होते. तो निवला होता.

सुरंजननं आधी खरं म्हणजे, चहाची किती वाट पाहिली होती. पण ती तलफ कशी नाहीशी झाली. त्याला डोळे मिटून विचार करत बसावंसं वाटलं.

शेवटी किती झालं, तरी हा देश त्याचा होता, त्याच्या वडिलांचा, आजोबांचा, पणजोबांचा, खापरपणजोबांचा होता! आणि तरीही त्याला इथं इतकं परकं वाटत होतं? आपल्याला आपल्या स्वत:च्या देशात आपले हक्क गाजवण्याचा अधिकार नाही, असं त्याला का वाटत होतं?

त्याला हवं ते बोलण्याचा अधिकार नव्हता. पाहिजे तिथं जावं, पाहिजे ते कपडे घालावे, हेही स्वातंत्र्य नव्हतं. थोडक्यात, आपल्या मनासारखं तो काहीही करू शकत नव्हता. जसं काही आपला गळाच कुणी तरी आवळलाय, असं त्याला

वाटत होतं.

नकळत त्यानं दोन्ही हातांनी आपला गळा चाचपला आणि दोन्ही हातांनी आपला स्वत:चा गळा घट्ट आवळला. त्याचा श्वास घुसमटू लागला. तेव्हा तो आपल्या हातांची पकड सोडून ओरडला,

"पुलक, मला बरं नाही वाटत."

पुलकचं कपाळ घामानं निथळलं होतं.

या थंडीच्या दिवसांत घाम?

सुरंजनचा हात नकळत स्वत:च्या कपाळावर गेला. आपलंही कपाळ घामानं डवरलेलं पाहून त्याला धक्का बसला.

हे भीतीनं की काय? त्यांना वास्तविक कुणी मारहाण करत नव्हतं, की कुणी त्यांचा गळा दाबलेला नव्हता. मग तरी का ते इतके घाबरले होते? त्यांची छाती इतक्या जोरात का धडधडत होती?

सुरंजन उठून फोनपाशी गेला आणि त्यानं त्याचा मित्र दिलीप डे याचा नंबर फिरवला. हा एकेकाळचा विद्यार्थी नेता होता. नशिबानं तो घरीच होता.

"दादा, तुम्ही ठीक आहात ना? काही संकट तर नाही ना? काही घडलं?"

"नाही, तसं घडलं वगैरे काही नाही. पण तरीही मला फार अस्वस्थ वाटतंय. अर्थात हा प्रश्न काही माझा एकट्याचा नाही. सगळा देशच संकटाच्या तोंडी आहे."

"हो ना."

"तू कसा आहेस? तू चित्तागाँगमधल्या परिस्थितीबद्दल ऐकलंस ना?"

"तिथं काय चाललंय?"

"संदीप पोलीस ठाण्याजवळ तीन देवळं, एक बाऊरियापाशी आणि दोन कालापानियापाशी, तीन मगधरायजवळ, दोन टेऊरियामध्ये, एक हरीशपूरमध्ये, एक रहमतपूरमध्ये, एक पश्चिम सारकाईमध्ये आणि एक माइटडांगामध्ये अशी उद्‌ध्वस्त करण्यात आली. पश्चिम सारकाईमध्ये सुचारुदास नावाच्या माणसाला निर्दयपणे मारहाण करण्यात आली आणि त्याचे पंधरा हजार टका लुबाडण्यात आले. दोन माणसांना भोसकलं आणि टुकाटुलीमध्ये दोन घरं लुटली. पटिआ पोलीस ठाण्याच्या हद्दीतलं कचुआ येथील एक घर, भटीकोईनेतील एक मंदिर..."

"पण तुम्हांला बरी इतकी तपशीलवार हकिकत कळली?"

"मी चित्तागाँगचाच आहे, हे विसरलास का? मी माहिती काढायला गेलो किंवा नाही, तरी ती मला आपोआप मिळते. बाँसखाली पोलीस ठाण्याच्या हद्दीत बइलछडीमधली तीन घरं, आणि पूर्व चंबलमधली तीन घरं नष्ट झाली आहेत. रांगुनिया पोलीस ठाण्यातील सरफभाटा युनियनमधली पाच घरं, पायरा युनियनमधली

सात घरं, शिलक युनियनमधलं एक देऊळ, बादामतली या चंदनाईश पोलीस ठाण्याच्या हद्दीतील भागातलं एक देऊळ हे सर्व उद्ध्वस्त करण्यात आलं आहे. जोआरा येथे आणखी एक देऊळ लुटून उद्ध्वस्त करण्यात आलं, तर अनवरा पोलीस ठाण्याच्या हद्दीतल्या बोआलगाँव इथं चार देवळं आणि एक घर उद्ध्वस्त करण्यात आली आहेत. तेगोटामध्ये सोळा घरं जमीनदोस्त केली, तर बोआलखाली इथं मेघसमुनींचा आश्रम जाळण्यात आला.''

''मी ऐकलं की कैवल्यधाम, तुलसीधाम, अभय मित्र स्मशान, कालीबाडी स्मशान, पंचानन धाम अशी एकूण दहा काली मंदिरं पेटवण्यात आली...'' सुरंजन म्हणाला.

''त्यांनी सरदारघाट कालीबाडी आणि गोपाल पहाड स्मशान मंदिर यांच्यावरही धाड घातली. जमालखान रोड आणि सिराजउद्दौला रोड वरील सगळ्या दुकानांची मोडतोड झाली. इनायत बझारमध्ये तर के.सी.डे रोडवरची हिंदू घरं आणि दुकानं, तसंच ब्रिकफील्ड रोडवरची घरं व दुकानं लुटून जाळण्यात आली. कैवल्यधाममधल्या मनीपाडा भागातील अडतीस घरं आणि सदरघाट जेलेपाडामधील शंभराहून अधिक घरं जमीनदोस्त करण्यात आली. ईदगाँव, आग्राबाद, जेलेपाडा आणि बहाद्दरघाट मॅनेजर्स कॉलनी इथं किती तरी घरांची लूटमार आणि मोडतोड करण्यात आली. मीरेरसराई आणि सीताकुंड भागात लूटमारीच्या सर्वात वाईट घटना घडल्या. मीरेरसराईमधल्या सातबाडी गावात पंचाहत्तर कुटुंबांची वाताहत झाली. मसदिया युनियनमध्ये दहा कुटुंबं, हादीनगरमध्ये चार कुटुंबं, बेशरमध्ये सोळा कुटुंबं आपलं घरदार गमावून बसली आणि तीन देवळं उद्ध्वस्त झाली. उदयपूर इथं वीस घरं, खाजुरिया इथं बारा घरं, जाफराबाद इथं सत्तावीस घरं हल्ल्यांमध्ये नष्ट झाली. सीताकुंडमधील मुरादपूर युनियन येथील एक कुटुंब, बराईया धाला युनियनमधील महालंका गावातील तेवीस कुटुंबं, बहारपूरमध्ये ऐंशी कुटुंबं, बारईपाडामध्ये तीनशे चाळीस कुटुंबं व बाडबकुंड येथील सतरा कुटुंबं बेघर झाली आहेत; फहरादपूर मधली चौदा घरं व बाडबकुंड इथली दोन मंदिरं लुटून जाळण्यात आली आहेत....''

''अजून किती वेळ तुमचं हे ऐकू मी, दिलीपदा? मला आता ऐकवत नाही.''

''सुरंजन, तुला बरं नाही का? तुझा आवाज काही तरी विचित्रच येतोय.''

''मलाच नीटसं ठाऊक नाही.''

सुरंजननं फोन खाली ठेवला, इतक्यात पुलकनं त्याला देवव्रतची विचारपूस करण्याची आठवण केली. देवव्रतनंतर सुरंजननं महादेव भट्टाचार्य, असित पाल, सजल धर, माधवी घोष, कुंतला चौधरी, सरल डे, रबींद्र गुप्त, निखिल संन्याल आणि निर्मल सेनगुप्त यांची फोनवर खुशाली विचारली. तो या सर्वांशी आज किती तरी दिवसांनी बोलत होता. ते तसे त्याच्या चांगले ओळखीचे होते. पण आज

त्यांच्यात आणि आपल्यात काही नातं आहे, असं त्याला वाटत होतं.

फोन वाजला. सुरंजननं तो वैतागून उचलला. कॉक्सबझारमधून पुलकला फोन आला होता.

फोनवरचं बोलणं संपल्यावर पुलक म्हणाला,

"कॉक्सबझारमधल्या जमाती शिबिराच्या लोकांनी राष्ट्रध्वज जाळला."

हे ऐकून आपल्याला विशेष काही कसं वाटलं नाही, याचं सुरंजनला आश्चर्य वाटलं. खरं तर, त्याला फार दु:ख व्हायला हवं होतं. पण तसं काही झालं नाही. खरं तर, तो त्याच्या देशाचा ध्वज होता, त्याच्यामुळे विषाद न वाटणं गैर होतं. तो स्वत:च स्वत:ला दूषणं देऊ लागला. आपण इतके क्षुद्र, इतके स्वार्थी कसे झालो? पण तरीही त्याची ती बेफिकिरी काही जाईना. खरं तर, संतापानं, चिडीनं त्यानं बेभान व्हायला हवं होतं. पण त्याला काहीच वाटत नव्हतं.

पुलक येऊन सुरंजनच्या शेजारी बसला. तो म्हणाला,

"आज घरी जाऊ नकोस. इथंच राहा. उगीच बाहेर पडलास आणि काही झालं म्हणजे? खरं तर, आपण कुणीच बाहेर पडायला नको."

काल संध्याकाळी त्याला लुत्फरनंही असाच सल्ला दिला होता. पण पुलकचं आत्ताचं सांगणं खरोखरच्या कळकळीपोटी, काळजीपोटी होतं, तर लुत्फरच्या कालच्या बोलण्याला अहंमन्यतेचा दर्प होता.

नीलानं हताशपणे नि:श्वास टाकला.

"या अशा प्रकारे आपल्या देशात राहणं आता कठीण होत चाललंय. आज आपण सुरक्षित आहोत. कदाचित उद्या आपला बळी जायचा. काय भयंकर अनिश्चिततेचं जीवन कंठावं लागतंय! या असल्या अनिश्चित आयुष्यापेक्षा गरिबीत जगणं बरं."

सुरंजनला एकदा वाटत होतं, पुलकचं म्हणणं मान्य करून, राहावं. पण मग त्याला आठवलं, सुधामयबाबू आणि किरणमयी घरी एकटे होते. त्यानं घरी जायचं ठरवलं.

तो म्हणाला,

"मी जाऊन तर बघतो. फार तर काय, मुसलमानांच्या हातानं माझा बळी जाईल. देशाच्या पानाफुलांच्या खाली एक बेवारशी मृतदेह पडलेला आढळेल. लोक मागे वळून बघतील आणि म्हणतील... अपघात घडला वाटतं... तुझं काय म्हणणं आहे?"

सुरंजन मोठ्यांदा हसला पण पुलक आणि नीला मात्र हसले नाहीत.

रस्त्यावर रिक्षा होती. पण आत्ता कुठं रात्रीचे आठ वाजले होते. सुरंजनला इतक्यातच घरी जायचं नव्हतं.

पुलकला मनाजोगती मुलगी भेटली आणि तो लग्न करून स्थिरस्थावर झाला, त्याबद्दल सुरंजनला त्याचा हेवा वाटला. फक्त सुरंजनलाच असं काही जमलं नव्हतं.

कधी तरी वाटायचं, आपणही लग्न करावं, संसार करावा. परवीनचं लग्न झाल्यानंतर त्यानं हा विचारही डोक्यातून काढून टाकला होता. पण दोनच महिन्यांपूर्वी रत्ना भेटली आणि लग्नाचा विचार परत उफाळून वर आला.

रत्ना आपल्याला किती आवडते, हे तिला मोकळेपणानं सांगायला काही त्याला जमलं नव्हतं. तशी योग्य वेळ कधी आली नव्हती. पण वेळ येताच त्यानं नक्की तिला ते सांगून टाकलं असतं.

त्यांच्या पहिल्या भेटीतच रत्नानं त्याला विचारलं होतं,
"तू वेळ कसा घालवतोस? काय करतोस?"
"काही नाही." सुरंजन बोलून गेला.
"नोकरी, धंदा, व्यापार वगैरे..."
"नाही."
"राजकारणात नाही शिरलास?"
"मी ते सोडलंय."
"मी तर ऐकलं होतं, तू यूथ युनियनचा मेंबर आहेस, म्हणून."
"ते सगळं काही मला आता आवडत नाही."
"मग तुला काय आवडतं?"
"हिंडणं, लोकांना भेटणं."
"तुला झाडं, नद्या नाही आवडत?"
"आवडतात. पण सगळ्यांत जास्त मला आवडतात, ती माणसं. प्रत्येक माणसाच्या अंतर्यामी काही तरी गूढ, रोमांचकारी दडलेलं असतं... आणि मानवी मनाच्या खोलात शिरून त्या अनामिकाचा शोध घ्यायला मला आवडतं."
"तू कविता करतोस?"
"अजिबात नाही. पण काही कवींशी माझी मैत्री आहे."
"तू मद्यपान करतोस?"
"क्वचित."
"पण तू सिगारेटी खूप ओढतोस, म्हणे."
"हो, ओढतो. पण माझ्याकडे पुरेसे पैसे नसतात."
"धूम्रपान करणं प्रकृतीला किती वाईट असतं, तुला ठाऊक आहे ना?"
"हो, आहे ना. पण त्याबाबत मी काही करू शकत नाही."

"तू लग्न का नाही केलंस?"
"मला कुणी पसंतच केलं नाही."
"कुणीच नाही?"
"एक होती... पण शेवटी तिनं धोका पत्करला नाही."
"का?"
"कारण ती मुस्लिम होती आणि तुला ठाऊक आहे, मला हिंदू म्हणतात. एका हिंदूशी लग्न करण्यासाठी तिला काही धर्मांतर करावं लागलं नसतं पण मला मात्र अब्दुस सब्बर वगैरे म्हणवून घ्यावं लागलं असतं."

हे ऐकून रत्ना खूप हसली. ती म्हणाली,
"लग्न न करणं हेच सर्वांत उत्तम. शेवटी आयुष्य इतकं लहान आहे, तेव्हा काही बंधनं घालून न घेता मुक्त राहिलेलंच बरं."
"म्हणूनच तू स्वत: लग्न केलं नाहीस वाटतं?"
"अगदी बरोबर."
"एका अर्थी ते ठीकच आहे."
"आपले दोघांचे दृष्टिकोन सारखेच आहेत. आपली मैत्री चांगली पक्की होईल."
"माझ्या दृष्टीनं मैत्रीचा अर्थ फार विस्तृत आहे. केवळ काही आवडी जुळल्या, की त्याचा अर्थ लगेच मैत्री झाली, असा होत नाही."
"मग तुझी मैत्री संपादन करण्याकरता काही प्रार्थना वगैरे करावी लागते की काय?"

यावर हसून सुरंजन म्हणाला,
"मी इतका नशीबवान केव्हापासून झालो?"
"तुझा तुझ्या स्वत:वर फारसा विश्वास नाही, असं दिसतंय."
"तसं नाही. माझा माझ्या स्वत:वर पुरेसा विश्वास आहे, पण दुसऱ्यांवर नाही."
"जरा माझ्यावर विश्वास ठेवून का नाही बघत?"

त्या दिवशी सुरंजन खूप खुशीत होता. त्याला परत एकदा तसं खूश व्हावंसं वाटत होतं. रत्नाची आठवण काढून मनाला दिलासा द्यावासा वाटत होता.

अलीकडे जेव्हा जेव्हा मन:स्थिती ठीक नसायची, तेव्हा त्याला रत्नाची आठवण यायची.

ती कशी असेल? आपण एकदा अझीमपूरला जावं का? सरळ तिच्याकडे जावं आणि खुशाली विचारावी. आपल्याला बघून तिला जरा अवघडल्यासारखं होईल का?

काय करावं, ते सुरंजनला कळत नव्हतं. एक खरं होतं, की या बिकट परिस्थितीत हिंदू हिंदू एकत्र येऊन एकमेकांना आधार देत होते. त्यामुळं आपण रत्नाची चौकशी करायला गेलो, तर तिला त्यात काही वावगं वाटणार नाही. त्याला आपल्या दारात बघून तिला विचित्र नक्कीच वाटणार नाही.

त्यानं रिक्षावाल्याला अझीमपूरकडे जायला सांगितलं.
रिक्षा चालू झाल्यावर परत सुरंजन रत्नाचा विचार करू लागला.
ती तशी फारशी उंच नव्हती. सुरंजनच्या जेमतेम खांद्यापर्यंत असेल. ती गोरी होती, गोल चेहऱ्याची.
तिचे डोळे कायम उदास असायचे. त्याचं सुरंजनला नवल वाटायचं.
ते तसे का असतील बरं?
सुरंजननं तिचा पत्ता नीट बघण्यासाठी खिशातून डायरी काढली.
रत्ना घरी नव्हती. एका म्हाताऱ्यानं दार अर्धवट उघडलं आणि म्हणाला,
"तुमचं नाव काय?"
"सुरंजन."
"ती गावाला गेली आहे."
"कधी? कुठं?" तिच्याबद्दल आपण इतक्या अधीरतेनं चौकशी करावी, याची सुरंजनला लाज वाटली.
"सिल्हेट."
"परत कधी येईल, काही सांगता येईल?"
"नाही."
ती सिल्हेटला ऑफिसच्या कामाला गेली असेल? का ती सुट्टीवर आहे? ती ढाका सोडून पळून तर नसेल गेली?... का ती कुठंच गेलेली नसेल? ते मुद्दाम त्यानं वैतागावं, म्हणून सिल्हेट सांगत असतील का? पण आपण तर आपलं नाव सांगितलं की! आणि सुरंजन हे सरळ सरळ हिंदू नाव आहे. ते नक्कीच घाबरले वगैरे नसतील.

अझीमपूरच्या रस्त्यावरून चालत असताना हे असले विचार त्याच्या मनात येत होते.
त्याला इथं हिंदू म्हणून कोणी ओळखत नव्हतं.
बऱ्याच लोकांनी डोक्याला टोप्या घातल्या होत्या. संत्रस्त लोक घोळक्यानं चर्चा करत उभे होते. काही नुसते भटकत होते. पण त्याला कुणीही ओळखलं नाही. सुरंजनला गंमत वाटली.
आपण हिंदू आहोत, असा यांतल्या कोणाला नुसता संशय जरी आला, तरी

आपला मुडदाच पाडतील. याबद्दल त्याला काही संशय नव्हता.

तो एकटा काय करू शकणार होता?

परत एकदा गौतमच्या शेजारी बसल्यावर जसं वाटत होतं, तसं वाटू लागलं, स्वत:च्या हृदयाची धडधड स्पष्ट ऐकू येत होती. कपाळावर घाम फुटला होता. इतकी विचित्र भावना होती. अंगावर थंडीनं शिरशिरी आणि कपाळावर घाम फुटलेला.

पालाशी येईपर्यंत सुरंजन तसाच चालत राहिला.

इथं आपण निर्मलेंदु गुण यांची चौकशी करावी, असं त्याच्या मनात आलं. इंजिनिअरिंग युनिव्हर्सिटीच्या चतुर्थ श्रेणीच्या कर्मचाऱ्यांची एक कॉलनी होती. तिथं हा त्याचा मित्र एक खोली भाड्यानं घेऊन राहत होता.

हा निर्मलेंदु गुण अतिशय प्रामाणिक आणि सुसंस्कृत होता. सुरंजनला त्याच्याविषयी खूप आदर होता. निर्मलेंदु आपलं म्हणणं स्पष्टपणे मांडण्यास कचरत नसे.

त्यानं दरवाजा ठोठावल्यावर बारा वर्षांच्या एका मुलीनं दार उघडलं. निर्मलेंदु पलंगावर बसून, तल्लीन होऊन टी.व्ही. बघत होता. सुरंजनला दारात बघताच त्यानं टागोरांच्या कवितेची एक ओळ म्हटली,

''माझ्या गरिबाच्या झोपडीत या..''

''टी.व्ही. वर एवढं बघण्यासारखं काय आहे?''

''मी जाहिराती बघतोय. सनलाईट बॅटरी, झिया सिल्क साडी आणि पेप्स जेल टूथ पेस्ट. मी तर हमद नाथ आणि कुरान-बानी पण बघतो.''

सुरंजनला हसू फुटलं.

''असाच दिवस घालवता का तुम्ही? तुम्ही बाहेर पडलेले दिसत नाही.''

''आमच्या घरी एक चार वर्षांचा मुसलमान मुलगा राहतो. आम्ही जगण्याकरता सर्वस्वी त्याच्यावर अवलंबून आहोत. कालच मला असीमच्या घरी जायचं होतं. तर मी त्याला बरोबर घेऊन त्याच्या पाठोपाठ चालत गेलो.''

सुरंजन परत एकदा हसून म्हणाला,

''पण मग कोण आलंय, अशी चौकशी न करताच दार कसं उघडलं? दुसरं कुणी होतं का?''

आता निर्मलेंदु हसला. तो म्हणाला,

''काल मध्यरात्री दोनच्या सुमाराला रस्त्यात मधोमध काही तरुण मोर्च्याची तयारी करत उभे होते. हिंदूंना शिव्याशाप देण्यासाठी कोणकोणत्या घोषणा द्यायच्या, यासंबंधी त्यांचं बोलणं चाललं होतं. मी एकदम जोरात ओरडलो, 'कोण आहे

तिथं?' ते लोक मुकाट्यानं चालते झाले. माझ्या केसांमुळं आणि दाढीमुळं बरेच लोक फसतात, त्यांना मी मौलवी वाटतो.''

''तुम्ही कविता वगैरे केल्या आहेत?''

''नाही. काय उपयोग आहे त्याचा? मी ते सगळं सोडलंय.''

''तुम्ही रात्रीच्या वेळी अझीमपूर मार्केटमध्ये जुगार खेळता, हे खरं आहे?''

''हो, तसा कधी तरी जातो तिथं पण अलीकडे बऱ्याच दिवसांत नाही गेलो.''

''का?''

''मी तर पलंगावरून सुद्धा खाली उतरलो नाही. मी गेलो, तर ते मला पकडतील, अशी मला भीती वाटते.''

''ते टी.व्ही.वर काही दाखवताहेत का? जी देवळं उद्ध्वस्त करणं चाललंय त्याबद्दल काही तरी सांगत आहेत का?''

''छे, मुळीच नाही. टी.व्ही.बघून तर एखाद्याला असं वाटेल, की या देशात जातीय सलोखा उतू चाललाय. दंगली वगैरे इथं काही घडल्या नाहीत. फक्त भारतातच असं घडतं.''

''परवा कुणी तरी म्हणत होतं, भारतात सुद्धा चार हजारांच्यावर दंगली उसळल्या होत्या. पण तरी सुद्धा भारतातील मुसलमान आपला देश नाही सोडून गेले पण इथले हिंदू मात्र एक पाय बांग्लादेशात आणि दुसरा भारतात ठेवून उभे आहेत. थोडक्यात सांगायचं, तर भारतातील मुसलमान तत्त्वाकरता लढत आहेत व बांग्लादेशामधले हिंदू पळ काढून चालले आहेत.''

निर्मलेंदु गंभीरपणे म्हणाला,

''भारत हा धर्मनिरपेक्ष देश असल्यानं भारतातल्या मुसलमानांना लढा वगैरे देणं शक्य आहे. पण इथं सर्व सत्ता मूलतत्त्ववाद्यांच्या हातांत आहे. या देशात लढा वगैरे करण्याची सोयच नाही. इथं हिंदू दुय्यम दर्जाचे नागरिक आहेत. दुय्यम दर्जाच्या नागरिकांना लढण्याची ताकद कुठून असणार?''

''तुम्ही या सगळ्या गोष्टींबद्दल काही लिहीत का नाही?''

''मला बऱ्याचदा या सगळ्यांबद्दल लिहावंसं वाटतं. पण जर मी लिहिलंच, तर लगेच मला भारताचा समर्थक म्हणून शिव्या बसतील. खरं तर, मला किती तरी विषयांवर लिहावंसं वाटतं, पण मी मुद्दामच लिहीत नाही. काय अर्थ आहे नाही तरी?''

निर्मलेंदु परत टी.व्ही.कडे वळला.

गीता चहा घेऊन आली. पण निर्मलेंदूच्या बोलण्याचा सुरंजनच्या मनावर इतका परिणाम झाला होता, की त्याला चहा घ्यावासाच वाटेना.

अचानक निर्मलेंदु हसला आणि म्हणाला,

“अरे, तू सगळ्यांची विचारपूस करत हिंडतोयस पण तुझं काय? तू स्वतः सुरक्षित आहेस का?”

“दादा, तुम्ही जुगारात कधी काही जिंकता का?”

“नाही.”

“मग तरी तुम्ही का खेळता?”

“कारण मी जर नाही खेळलो, तर ते मला आईबापावरून शिव्या घालायला लागतात. त्यामुळं मग मला खेळावंच लागतं.”

निर्मलेंदूप्रमाणे सुरंजनही जोरजोरात हसत सुटला.

निर्मलेंदूला फार चांगली विनोदबुद्धी होती आणि त्याला कुठंही मोकळेपणा वाटे. पालाशीच्या अड्ड्यांमध्ये जाऊन डास चावत असताना जुगार खेळावा, तितक्याच मोकळेपणानं तो लासवेगासमध्ये जाऊनही जुगार खेळला असता. त्याला कशाचंच काही वाटायचं नाही, कधी कशाची चीड यायची नाही. आपल्या लहानशा खोलीत तो खूश असायचा. लहानसहान गोष्टींत आनंद मानत दिवसाचा वेळ घालवायचा.

हा कायम इतका आनंदात कसा असतो, याचं सुरंजनला मोठं नवल वाटायचं.

आपल्या हृदयात दडवलेली सगळी दुःखं लपवायला यानं हा हसरा मुखवटा तर धारण केला नसेल? आयुष्याच्या कठोर वास्तवापासून दूर पळता येत नाही, म्हणून तर त्यानं ओढून ताणून आनंदी राहायचा प्रयत्न केला नसेल?

सुरंजन उठला. त्याच्या स्वतःच्या हृदयात असलेल्या दुःखांची आणि यातनांची जाणीव वाढू लागली होती. दुःख सांसर्गिक असतं का?

तो पालाशी सोडून टिकाटुलीच्या दिशेनं निघाला. त्याच्याकडे पाचच टका शिल्लक असल्यानं रिक्षा घ्यायची नाही, असं त्यानं ठरवलं.

त्यानं पालाशीच्या चौकात सिगारेट विकत घेतली. त्यानं एक ‘बांग्ला फाईव्ह’ मागताच दुकानदारानं त्याच्याकडे विचित्र नजरेनं पाहिलं. सुरंजनच्या पोटात खड्डा पडला.

आपण हिंदू आहोत, हे यानं ओळखलं की काय? बाबरी मशिदीच्या मोडतोडीनंतर कुठल्याही हिंदूची गय न करता त्याला मारहाण होईल, हे याला ठाऊक आहे की काय?

त्यानं सिगारेटचे पैसे लगेच चुकते करून काढता पाय घेतला.

आज आपल्याला असं कसं वाटतंय? आजपर्यंत असं कधी वाटलं नव्हतं.

आपली सिगारेटही न पेटवता चक्क तो दुकानातून बाहेर पडला होता. केवळ आपण हिंदू असल्याचं उघडकीला येईल, म्हणून!

माणूस हिंदू असतो की मुस्लिम, हे काही त्याच्या शरीरावर लिहिलेलं नसतं... पण तरीही आपलं दिसणं, बोलणं, चालणं या सगळ्यांमधून आपण हिंदू असल्याचं त्यांना कळेल, अशी सुरंजनला भीती वाटत होती.

तो टिकाटुलीमधे शिरला, तेव्हा एक बेवारशी कुत्रं अचानक भुंकायला लागलं. सुरंजननं दचकून उडीच मारली.

त्याच वेळी मुलांचा एक घोळका 'पकडा', 'पकडा' म्हणून ओरडत होता. मागे वळूनही न बघता सुरंजन जिवाच्या आकांतानं धावत सुटला. शरीर घामानं चिंब भिजलं, शर्टची बटणं सुटली, तरी तो पळतच होता.

असं बरंच अंतर पळल्यावर अखेर थांबून त्यानं मागे पाहिलं. मागे कुणीच नव्हतं.

आपण निष्कारणच पळालो का? ते शब्द आपल्याला उद्देशून म्हटलेच नव्हते तर! की आपल्याला भास होऊ लागले आहेत? भ्रम तर झाला नाही आपल्याला?

बरीच रात्र झालेली होती. त्यामुळं मग घरी आल्यावर सुरंजननं दार वाजवलं नाही. तो आपल्या खोलीचं दार उघडून आत शिरला.

आत शिरताच त्याला 'भगवान, भगवान...' असं कण्हणं ऐकू आलं.

तो बुचकळ्यात पडला. कुणी हिंदू मित्र किंवा नातेवाईक तर भेटायला आला नसेल? कदाचित शक्य आहे. असा विचार करत तो आईवडिलांच्या खोलीत गेला.

तिथं किरणमयी कोपऱ्यात एका मातीच्या मूर्तीसमोर गुडघे टेकून बसली होती. मान खाली घालून ती प्रार्थना म्हणत होती. मधेच रडत रडत 'भगवान, भगवान...' अशी आळवणी करत होती.

हे असं अनपेक्षित दृश्य बघून सुरंजन इतका चकित झाला की क्षणभर त्याला काय करावं, ते कळेना.

ती मूर्ती उचलून बाहेर फेकून द्यावी का? की आपण स्वतःच्या हातानं आपल्या आईची झुकलेली मान ताठ करावी?

तिला इतकं नतमस्तक, लीन झालेलं त्याला बघवेना.

तो किरणमयीपाशी गेला. तिला उठवून जोरात म्हणाला,

"तुला काय झालंय तरी काय? तू या मूर्तीपाशी का बसली आहेस? ही मूर्ती तुला वाचवणार आहे का?"

किरणमयी हुंदक्यांवर हुंदके देऊ लागली.

"तुझ्या वडिलांचे हातपाय लुळे पडले आहेत. त्यांचं बोलणं अडखळत येतंय."

सुरंजन वडिलांकडे वळला.

ते गादीवर पडून काही तरी पुटपुटत होते.

सुरंजननं त्यांच्या जवळ बसून त्यांचा उजवा हात हातात घेतला. त्या हातात काही जीव नव्हता. तो लुळा लागत होता.

परिस्थिती किती गंभीर आहे, हे सुरंजनला कळून चुकलं.

हे असंच काही तरी आपल्या आजोबांनाही झालं होतं. तेव्हा डॉक्टर तो अर्धांगाचा झटका आहे, असं म्हणाले होते. त्याच्या आजोबांना बऱ्याच गोळ्या, औषधं दिली होती. फिजिओथेरपिस्ट येऊन त्यांच्या हातापायांचे व्यायाम करून घ्यायचा.

सुधामयबाबू निर्विकारपणे सुरंजन आणि किरणमयीकडे बघत होते.

त्यांचा एक सुद्धा नातेवाईक जवळपास राहत नव्हता.

कुणाकडे जावं?

खरं तर, देशात आता जवळचे कुणी नातेवाईक उरलेही नव्हते.

सुरंजनला हरवून गेल्यासारखं, असहाय, एकाकी वाटलं. एक मुलगा म्हणून खरं तर, कुटुंबाची जबाबदारी घेणं हे त्याचं काम होतं. पण तो एक निष्क्रिय, उधळ्या मुलगा होता. आजतागायत तो नुसताच भटकत राहिला होता, काही तरी भरीव कामगिरी करण्याच्या शोधात. तो एकाही नोकरीला चिकटून राहू शकला नव्हता. त्यानं स्वत:चा काही धंदाही सुरू केला नव्हता. सुधामयबाबू जर अंथरुणाला खिळून राहिले, तर त्यांच्या कुटुंबाला खायला अन्न देखील मिळणं शक्य नव्हतं. अक्षरश: रस्त्यावर यायची पाळी आली असती.

''कमाल किंवा दुसरं कुणी आलं होतं?''

''नाही.'' मान हलवत किरणमयी म्हणाली.

हे विश्वास न बसण्यासारखं होतं. त्याची विचारपूस करायला एकही जण आला नव्हता आणि तो मात्र गावभर सगळ्यांच्या खुशालीची चौकशी करत हिंडला होता. तो स्वत: आणि त्याचे कुटुंबीय सोडून बाकी सगळे खुशाल होते. तसाच विचार केला, तर एक आपलं कुटुंब सोडून बाकी कुणावरच इतक्या गरिबीत दिवस कंठायची, इतक्या अनिश्चिततेची वेळ येणार नाही.

सुरंजननं आपल्या वडिलांचा लुळा हात आपल्या हातात धरला. त्याला त्यांच्याबद्दल फार वाईट वाटलं. सगळीच परिस्थिती आपल्याविरुद्ध गेलेली पाहून तर त्यांना लुळेपणा आला नसेल?

''माया आली नाही?'' सुरंजननं एकदम विचारलं.

''नाही.''

''ती अजून का नाही आली?'' सुरंजन जोरात ओरडला.

त्या ओरडण्यानं किरणमयी दचकली. ती त्याच्याकडे बघतच राहिली. त्याच्यात आणखी कुठलेही दुर्गुण असतील; पण त्यानं आजवर कधी आवाज चढवला नव्हता.

याला काय झालंय तरी काय?

मायानं पारुलच्या घरी जाण्यात काहीही गैर नव्हतं. उलट, ती तिथं सुरक्षित असेल, हे बरंच होतं.

सुरंजननं खोलीत अस्वस्थपणे येरझाऱ्या घातल्या आणि तो म्हणाला,

"त्या मुसलमानांवर तिचा एवढा कसा काय विश्वास आहे? ते तिला किती दिवस राहू देतील?"

किरणमयीला काय बोलावं, तेच कळेना. इथं सुधामयबाबू आपल्या जीवनाशी झुंज देत होते आणि सुरंजनला मात्र माया दुसरीकडे जाऊन राहिली आहे, ते दिसत होतं.

सुरंजन स्वतःशीच पुटपुटला,

"डॉक्टरला बोलावलं पाहिजे. त्याचे पैसे कोण देणार? दोन भुरट्या पोरांनी त्यांना धमकावल्याबरोबर त्यांनी दहा लाखांची मालमत्ता दोन लाखांना विकली. आता असं कळसूत्री बाहुलीसारखं जगण्याची त्यांना खंत कशी वाटत नाही?"

"त्यांनी काय फक्त त्या पोरांना घाबरून तसं केलं का? त्यांनी जमीन विकली, कारण खटल्यालाही तोंड द्यावं लागणार होतं." किरणमयी जोरात म्हणाली.

सुरंजननं तिरस्कारानं खुर्चीला लाथ मारली.

"आणि तुझी मुलगी मुसलमानाशी लग्न करायला निघून गेली. तिला वाटतंय ते मुसलमान लोक आपल्याला मखरात बसवतील, काय हवं ते देतील. तिला श्रीमंत व्हायचंय ना!"

सुरंजन घराबाहेर पडला.

जवळ दोन डॉक्टर होते. हरिपद भट्टाचार्य टिकाटुली चौकात राहायचे व तिथून दोन घरं टाकून अमजद हुसेन.

कुणाला बोलवावं?

सुरंजन रस्त्यानं भरकटत निघाला.

आपण मायाला का शिव्या दिल्या? ती परत आली नव्हती, म्हणून? का ती मुसलमानांवर अवलंबून राहिली, म्हणून? आपणही हळूहळू जातीयवादी होत चाललो की काय?

टिकाटुली चौकाच्या रोखानं जात असताना त्याला स्वतःबद्दलच खात्री वाटेनाशी झाली.

४

हैदर सुरंजनला भेटायला घरी आला. त्याची खुशाली वगैरे विचारायला नव्हे, नुसत्या गप्पा मारायला. हैदर अवामी लीगमध्ये होता. एके काळी सुरंजननं हैदरबरोबर एक छोटा धंदा सुरू केला होता. पण त्यात पुढं काहीच प्रगती होत नाही, असं पाहून तो सोडून दिला. हैदरचा आवडता विषय म्हणजे राजकारण. सुरंजनलाही सुरुवातीला राजकारणात खूप रस होता; पण अलीकडे तो खूप कमी झाला होता. इर्शादनं काय केलं, खालिदा काय करतील, हसीना काय करतील वगैरे गोष्टी सध्या तितक्याशा महत्त्वाच्या वाटत नव्हत्या. या अस्थिर वातावरणात तर मुळीच नाही. हैदर 'इस्लाम हा राष्ट्राचा धर्म' या विषयावर बडबडत होता.

सुरंजन गादीवर उठून बसला आणि म्हणाला,

"बघ हैदर, तुझ्या देशाला किंवा तुमच्या संसदेला भिन्न भिन्न धर्मांच्या लोकांमध्ये भेदभाव करण्याचा काय हक्क आहे?"

हैदर खुर्चीत बसून पुस्तकाची पानं उलटत होता. त्यानं पाय समोरच्या टेबलावर ठेवले होते. सुरंजनचा प्रश्न ऐकून तो मोठ्यांदा हसत सुटला,

"तुझा देश, म्हणजे रे काय? हा देश तुझा नाही का?"

सुरंजन स्वतःवर खूश होऊन हसला. त्यानं 'तुझा देश' हे शब्द मुद्दामच वापरले होते. तो म्हणाला,

"मी तुला काही प्रश्न विचारतो. त्यांची सरळ सरळ उत्तरं द्यायची."

हैदर आपले पाय खाली सोडून बसला आणि म्हणाला,

"तुझ्या प्रश्नाचं उत्तर 'नाही' असं आहे. म्हणजे असं, की या देशात भिन्न धर्मांच्या लोकांमध्ये भेदभाव केला जात नाही."

सुरंजन सिगारेटचा मोठा झुरका घेऊन म्हणाला,

"या देशाला किंवा इथल्या संसदेला एका विशिष्ट धर्माचा कैवार घेण्याचा वा पाठिंबा देण्याचा काय अधिकार आहे?"

हैदर जराही न कचरता 'नाही' म्हणाला.

आता सुरंजननं तिसरा प्रश्न विचारला,

"या देशाला किंवा संसदेला भेदभाव करण्याचा अधिकार आहे?"

हैदरनं मान हलवली.

"बांग्लादेशसारख्या लोकशाही देशाच्या घटनेतील धर्मनिरपेक्षतेचं अत्यंत महत्त्वाचं जे कलम होतं, त्यात बदल करण्याचा संसदेला अधिकार आहे?"

हैदरनं त्याचं बोलणं नीट ऐकलं आणि तो म्हणाला,

"नक्कीच नाही."

नंतर सुरंजन म्हणाला,

"लोकांना समान हक्क असण्यावर तर खरं देशाचं सार्वभौमत्व आधारलेलं असतं. घटनादुरुस्तीच्या नावाखाली आपण या मूलाधाराला तर धक्का लावत नाही?"

हैदरनं सुरंजनकडे संशयानं पाहिलं.

सुरंजन गंमत तर नाही ना करत? ज्या प्रश्नांची उत्तरं आधीच देऊन झाली आहेत, तेच प्रश्न परत परत का विचारतोय हा?"

सुरंजननं सहावा प्रश्न विचारला,

"एकदा 'इस्लाम हा राष्ट्राचा धर्म', असं जाहीर झाल्यानंतर जे नागरिक मुस्लिम नाहीत, त्यांचा राष्ट्राचा आधार गेला नाही का?"

हैदरच्या कपाळावर आठी पडली. तो म्हणाला,

"होय."

बोलता बोलता सुरंजन आणि हैदर, दोघांच्याही लक्षात आलं, की या सगळ्या प्रश्नांची उत्तरं दोघांनाही माहीत होती. इतकंच काय, तर या सर्व बाबतींत हैदरचे आणि आपले विचार एकसारखे आहेत, हे सुरंजनला पक्कं ठाऊक होतं. पण आठव्या घटनादुरुस्तीच्या संदर्भात असे प्रश्न विचारून सुरंजन हैदरला मुद्दामच कोंडीत पकडत होता. हैदरचा सुप्त जातीयवाद उफाळून वर येतो का, तेच त्याला बघायचं होतं.

आपली सिगारेट ॲश-ट्रेमधे चुरडून सुरंजन म्हणाला,

"माझा शेवटचा प्रश्न- ब्रिटिश राजवटीच्या अखेरीला भारताचे दोन तुकडे होऊन दोन स्वतंत्र राष्ट्रं निर्माण झाली. ही गुंतागुंत पुरेशी नव्हती का? आता या द्विराष्ट्रीय वादात बांग्लादेशाला का गोवण्यात येतंय? यातून कुणाचा फायदा होणार आहे?"

आता हैदरनं उत्तर दिलं नाही. तो सिगारेट पेटवून धूर सोडत म्हणाला,

"राष्ट्राच्या उभारणीमध्ये दोन राष्ट्रं किंवा दोन जातींचा प्रश्न तर जीनांनी सुद्धा दुर्लक्षित केला. त्यांनी म्हटलं होतं, 'आजपासून यापुढं हिंदू, मुस्लिम, ख्रिश्चन आणि बौद्ध लोकांना त्यांच्या धर्मानं नव्हे, तर पाकिस्तानी म्हणून ओळखण्यात येईल.' "

सुरंजन उठून बसला आणि म्हणाला,

"आपण पाकिस्तानी म्हणूनच जास्त सुखी होतो, असं नाही तुला वाटत?"

यामुळं जरा उत्तेजित होऊन हैदर उठून बसला आणि म्हणाला,

"नाही... पाकिस्तान मुळीच चांगलं नव्हतं. जोपर्यंत पाकिस्तान होतं, तोपर्यंत तर तुम्हांला कसलीच आशा नव्हती. बांग्लादेश निर्माण झाल्यानंतर तुम्ही मनाची समजूत करून घेतली, की हे धर्मनिरपेक्ष राष्ट्र आहे, तेव्हा आता आपल्याला पहिल्या दर्जाच्या नागरिकांचे हक्क व सवलती मिळतील. पण या नवनिर्मित बांग्लादेशातही तुमचं हे स्वप्न पूर्ण होत नाही, हे तुम्हांला दिसलं, तेव्हा तुम्ही दुखावले गेलात."

सुरंजन मोठ्यांदा हसत सुटला. तो म्हणाला,

"आता तू नाही म्हणालास, 'तुमच्या आशा, तुमची स्वप्नं!' मग हे 'तुम्ही' कोण? हिंदू नाही का? इतकी वर्षं धर्मावर विश्वास न ठेवूनही तू मला 'हिंदूं'च्या चौकटीत बसवलंस?"

सुरंजननं पलंगावरून उतरून बेचैनपणे येरझाऱ्या घालायला सुरुवात केली.

भारतात ६५०च्यावर लोक मरण पावले होते. पोलिसांनी आठ मूलतत्त्ववादी नेत्यांना अटक केल्याचं समजलं होतं. त्यांमध्ये भाजपचे अध्यक्ष मुरलीमनोहर जोशी आणि एल.के.अडवानी सुद्धा होते. बाबरी मशीद पाडल्याच्या निषेधार्थ भारतात 'भारत बंद' पुकारण्यात आला होता. मुंबई, रांची, तसेच कर्नाटक व महाराष्ट्रातील काही शहरांत मोठ्या प्रमाणावर दंगली झाल्या होत्या.

त्या हिंदू धर्मांधांविषयीच्या घृणेनं सुरंजननं मुठी आवळल्या. जर त्याच्याकडे एवढी सत्ता असती, तर त्यानं जगातील यच्चयावत धर्मांधांना ओळीनं उभं करून गोळ्या घालून ठार केलं असतं.

बांग्लादेशातील जातीयवाद्यांनी जाहीर केलं होतं,

'बाबरी मशिदीच्या विध्वंसाला भारत सरकार जबाबदार आहे आणि भारत सरकारनं केलेल्या या चुकीबद्दल बांग्लादेशातील हिंदूंना जबाबदार धरलं जाऊ नये. या देशातील हिंदू लोकांविरुद्ध आमच्या मनांत काही वैमनस्य नाही. त्यांच्या देवळांविषयी सुद्धा नाही. इस्लाम धर्मानं प्रेरित होऊन आपण सर्व जण मिळून जातीय सलोखा स्थापन करू या.'

हा संदेश टी.व्ही. व रेडिओद्वारा प्रसारित करण्यात आला.

मात्र हा सगळा नुसता देखावाच होता. मशिदीच्या विध्वंसाचा निषेध म्हणून हरताळ पाळण्यात आला. त्याच दिवशी दंगा झाला. हल्लेखोरांनी दंगल करून जो काही भयंकर उत्पात केला, तो 'न भूतो न भविष्यति' असाच होता. १९७१ सालच्या हल्लेखोरांनी, 'घटक दलाल निर्मूल समिती' आणि कम्युनिस्ट पार्टीच्या ऑफिसला आग लावली होती, का? जमाते इस्लामी पार्टीचं शिष्टमंडळ भाजपच्या

नेत्यांना जाऊन भेटलं होतं. त्यांची काय चर्चा झाली, त्यांनी कोणतं कारस्थान शिजवलं? या प्रश्नांची उत्तरं शोधण्याचा सुरंजननं प्रयत्न केला.

सर्व उपखंडातच धर्माच्या नावाखाली दंगे उसळले होते. अल्पसंख्याकांची कत्तल झाली. सुरंजन स्वत:ही अल्पसंख्याकांपैकीच होता. त्यामुळं त्यांची वेदना त्याला ठाऊक होती. बोस्निया किंवा हेरझेगोव्हिनामधे काहीही घडलं, तरी त्याबद्दल बांग्लादेशातल्या ख्रिश्चनांना जबाबदार धरलं जात नव्हतं. त्याचप्रमाणे इतर देशांतल्या मुसलमानांना त्याच देशातल्या हिंदूंनी त्रास दिला, तर त्याला बांग्लादेशातले हिंदू काही जबाबदार नव्हते. पण हे साधं तर्कशास्त्र सुरंजन कुणाला सांगणार? त्याचं कोणं ऐकणार?

हैदर म्हणाला,

''चल, तयार हो. जातीय सलोख्याकरता जी मानवी साखळी करणार आहोत, त्यासाठी आपण दोघं जाऊ.''

मानवी साखळी! स्वातंत्र्यप्राप्ती आणि त्याच्याशी जडलेली सगळी स्वप्नं हा राष्ट्रीय एकात्मतेचा, सर्वांच्या मिळून एका ध्येयाचा परिणाम होता. हे स्वातंत्र्य टिकवण्यासाठी, राष्ट्राचं सार्वभौमत्व टिकवण्यासाठी बंधुभावाची गरज होती. त्यामुळं १९७१ साली सर्व जातीय आणि हुकूमशाही प्रभावांविरुद्ध बंड पुकारून, देशभर मित्रता आणि स्नेहभाव प्रस्थापित करण्यासाठी एक चळवळ सुरू करण्यात आली. एका नॅशनल इंटिग्रेशन कमिटीद्वारे (जगभर शांती प्रस्थापित करण्याकरता) आंतरराष्ट्रीय बंधुभावाचं आवाहन करण्यात आलं. याच कमिटीनं सर्व देशभर मानवी साखळीचं आयोजन केलं होतं.

''त्याचा माझ्याशी काय संबंध?'' सुरंजन म्हणाला.

''तू काय बोलतो आहेस? तुझ्याशी याचा काहीही संबंध नाही?'' हैदरनं आश्चर्यानं विचारलं.

सुरंजन विचारपूर्वक थंडपणे म्हणाला,

''नाही.''

हैदरला आश्चर्याचा इतका धक्का बसला, की तो उभा होता, तो मटकन खाली बसला. त्यानं सिगारेट पेटवली आणि तो म्हणाला,

''मला जरा आणखी एक कप चहा मिळेल का?''

सुरंजन पलंगावर आडवा होत म्हणाला,

''घरातली साखर संपली आहे.''

मानवी साखळीची सुरुवात बहादूर पार्कपाशी व शेवट राष्ट्रीय संसद भवनापाशी होणार होता. सकाळी अकरा वाजल्यापासून दुपारी एकपर्यंत त्या रस्त्यावरची सर्व रहदारी वेगळ्या मार्गांकडे वळवण्यात आली होती.

हैदर त्या मानवी साखळीबद्दल आणखी काही बोलणार, इतक्यात सुरंजन त्याला थांबवून म्हणाला,

"काल अवामी लीगच्या मीटिंगमध्ये हसीना काय म्हणाल्या?"

"शांतिसभेत?"

"हो."

"जातीय सलोखा टिकवण्यासाठी प्रत्येक भागातून एक शांतियात्रा काढावी, असं सुचवण्यात आलं."

"यामुळं हिंदूंचं, म्हणजे आमचं रक्षण होईल? आम्हांला जीवदान मिळेल?"

हैदरनं सुरंजनकडे बारकाईनं पाहिलं.

सुरंजननं आज सकाळी दाढी केली नव्हती, की केस विंचरले नव्हते.

अचानक हैदरनं विषय बदलला.

"माया कुठं गेली?"

"गेली नरकात."

हैदरला धक्का बसला. मग त्यानं सावरून घेत विनोद निर्माण करायचा प्रयत्न केला,

"नरक कसा असतो, सांग पाहू मला."

"साप दंश करतात, विंचू डंख मारतात. शरीर आगीत होरपळतं आणि नंतर त्याची राख होते पण तरी आपण मरत नाही."

"अरे, वा! तुला नरकाविषयी माझ्यापेक्षा बरंच ज्ञान दिसतंय."

"असायलाच हवं. शेवटी आगीत होरपळतोय आम्हीच ना?"

"घरात इतकी शांतता कशी? तुझे आईवडील कुठं आहेत? त्यांना तू कुठं पाठवलं आहेस का?"

"नाही."

"सुरंजन, तुझ्या एक लक्षात आलं? 'जमाती'चे लोक गुलाम आझमच्या* न्यायाच्या मागणीला एका वेगळ्याच दृष्टिकोनातून सादर करत आहेत. बाबरी मशीद ही त्यासाठी सबब वापरून."

"तसं असेलही. पण मी तुला एक सांगतो. तुला गुलाम आझमबद्दल जे

---

*गुलाम आझम या पाकिस्तानी राजकारण्याने बांग्लादेशात राजाश्रय घेतला होता. पण काही लोकांच्या मते तो देशद्रोही कारवायांमधे गुंतलेला होता. बांग्लादेशातील विविध राजकीय पक्षांचे याबाबतीत दुमत होते- काही लोकांच्या मते आझमविरुद्धचे आरोप शाबीत झाले असून, त्याला कडक शिक्षा व्हावी, तर काही लोक ते आरोप पूर्णपणे फेटाळून लावत होते.

वाटतं, तसं मला नाही वाटत. त्याला फाशीची शिक्षा झाली काय किंवा न झाली काय, मला त्याच्याशी काही देणं-घेणं नाही.''

''तू खूप बदललायस.''

''हैदर, बाबरी मशीद परत बांधली जावी, अशी मागणी तर खालिदा झियानं पण केली आहे. पण एक सांग, त्या देवळं परत बांधण्याविषयी काहीच कसं बोलत नाहीत?''

''तुझ्या मते देवळं परत बांधली जावीत का?''

''मला देवळांत काय किंवा मशिदीत काय, कशातच रस नाही, हे तुलाही माहीत आहे. पण जर पुनर्बांधणीचा प्रश्न उपस्थित झालाच, तर फक्त मशिदींच्या बाबतीतच का व्हावा?''

हैदरनं आणखी एक झुरका घेतला.

मानवी साखळीच्या दिवशी सुरंजननं घरी थांबण्याचं का ठरवावं, ते काही त्याला कळेना.

या वर्षाच्या सुरुवातीला २६ मार्चला जेव्हा लोकन्यायालयाची स्थापना झाली, तेव्हा सुरंजननंच येऊन हैदरला उठवलं होतं. त्या दिवशी बाहेर पाऊस कोसळत होता.

हैदरच्या मनात बाहेर मुळीच जायचं नव्हतं. तो सुरंजनला म्हणाला,

''आपण घरी बसू आणि मुडी खाऊ.''

पण सुरंजनला ते पटलं नव्हतं. तो उठून म्हणाला,

''लगेच ऊठ आणि तयार हो. आत्ता जर आपण मागे सरलो, तर सगळं हरू.''

त्यामुळं मग ते वाऱ्यापावसाची पर्वा न करता बाहेर पडले होते आणि आता हाच सुरंजन सभा आणि बैठकांबद्दल नाराजी दाखवत होता. 'मानवी साखळी हा नुसता तमाशा आहे', तो म्हणत होता.

हैदरनं नऊ वाजल्यापासून अकरा वाजेपर्यंत सुरंजनची मनधरणी केली, त्यानं मानवी साखळीत भाग घ्यायला यावं, म्हणून. पण कशाचा उपयोग झाला नाही.

किरणमयीनं पारुलच्या घरून मायाला बोलावून आणलं. त्या दोघींनी घरात पाऊल टाकलं मात्र, माया वडिलांच्या छातीवर डोकं ठेवून रडू लागली.

सुधामयबाबू काही तिचं सांत्वन करू शकत नव्हते.

पण शेजारच्या खोलीत सुरंजन रागानं धुमसत होता. फुकटचे अश्रू गाळण्याची त्याला चीड यायची. या जगात रडून कधी काही साध्य झालं होतं का? सगळ्यांत आधी वैद्यकीय उपचार व्हायला हवे होते. डॉ. हरिपदनी लिहून दिलेली तीन दिवसांची औषधं सुरंजननं आणली होती. किरणमयीच्या कपाटात तिला माहीत

नसलेली अशी आणखीही बरीच औषधं होती.

सुरंजनला रागाबरोबरच स्वत:ची कीवही येत होती. त्याला वाटत होतं, या घरात आपली कुणालाच पर्वा नाही. कारण आपल्याला सध्या नोकरी नाही. तो आजपर्यंत कुठंही एका नोकरीत स्थिर राहिला नव्हता कारण त्याला दुसऱ्यासाठी काम करायला आवडत नसे.

आता परत एकदा हैदरबरोबर नव्यानं धंदा सुरू करावा, असा विचार तो मनात घोळवू लागल्यावर त्याला फार भूक लागली. त्याला परत स्वत:चीच कीव आली.

आत्ता या भलत्या वेळी कुणाकडे खायला मागायचं? आई किंवा माया-कोणीही त्याला भूक लागली आहे का, ते विचारायला त्याच्या खोलीत फिरकलेलं नव्हतं. त्याला स्वत:ला जेवणाची चौकशी करणं वगैरे मुळीच आवडायचं नाही. पण केवळ आपण बेकार आहोत, आळशी आहोत, म्हणून त्यांनी आपल्याकडे असं दुर्लक्ष करावं?

आज तो आपल्या वडिलांना भेटला नव्हता. त्याचे आपल्या कुटुंबाशी जितपत संबंध होते, त्याचंच हे लक्षण होतं.

तो स्वत: आपल्या कुटुंबासाठी काहीही करत नसे. तरी पण त्यांनी आपल्यासाठी खूप काही करावं, अशी त्याची अपेक्षा असायची.

त्याचा रोजचा दिनक्रम अर्थहीन, अस्थिर असायचा. दिवसातले कित्येक तास मित्रांबरोबर भटकण्यात घालवायचे. घरी कधी तरी आमनेसामने रुजवात व्हायची, तर कधी संपूर्ण दुर्लक्ष. राजकारणाच्याबाबतीत तो पक्षाच्या ध्येयधोरणांशी नेहमी सहमत असे. बऱ्याचदा मार्क्स आणि लेनिननं घालून दिलेले आदर्श अंधपणे पाळण्याइतका. पण त्यानं त्याचा स्वत:चा किंवा त्याच्या कुटुंबाचा काय फायदा झाला?

हैदर निघून गेला होता. ते एका परीनं बरंच होतं. राजकारणातून अगदी पळ काढायचा नाही, असं त्यानं ठरवलं होतं. पण तरी सुद्धा त्या मानवी साखळीत कशासाठी भाग घ्यायचा? हे असलं काही करण्यानं आपल्याला जे आपलं पूर्णपणे वेगळं अस्तित्व असल्याची खोलवर भावना अलीकडे होत आहे, त्यातून काही सुटका होणार नाही. नक्कीच नाही. एक गोष्ट स्पष्ट होती, सुरंजनची कशावरच श्रद्धा नसल्यामुळंच हा बराचसा संताप आणि डळमळीतपणा आलेला होता.

हैदर आणि तो गेली बरीच वर्षं मित्र होते आणि या काळात त्यांनी तार्किक विचारसरणीचे व मानवी सदसद्‌विवेकबुद्धीचे फायदे यांची अनेकदा चर्चा केली होती. त्या दोघांनी एकत्र येऊन आपल्या देशबांधवांना आपला सांस्कृतिक वारसा जतन करण्याचं आवाहन केलं होतं आणि ते मानवी हक्कांसाठी भांडले होते. आज अचानक सुरंजनला ते सगळे प्रयत्न किती निष्फळ होते, याची जाणीव झाली.

त्याऐवजी आपण खाण्यापिण्यात, ऐशारामात तरी आयुष्य घालवायला हवं होतं, नाही तर कुटुंबातला एक जबाबदार घटक म्हणून वागायला हवं होतं. आदर्शवाद अगदीच फोल होता आणि त्यातून उगीच या नसत्या चिंता आणि काळज्या उपटायच्या.

हा असला विचार करत त्यानं सिगारेट पेटवली. त्याचं लक्ष टेबलावर असलेल्या एका छोट्या चपट्या पुस्तकाकडे गेलं. त्यानं ते पुस्तक आजपर्यंत कधी पाहिलं नव्हतं. ते १९९० च्या जातीय दंग्यांबद्दल होतं. त्यानं ते उघडलं आणि तो वाचण्यात गढून गेला.

- ☐ *३० ऑक्टो., १९९० रोजी, रात्री १ वाजता पंचानन धाम आश्रमात राहणाऱ्या लोकांना जाग आली. मोठ्या मोठ्यांदा घोषणा देत एक मिरवणूक चालली होती. मिरवणुकीतल्या लोकांनी पुढची दारं जबरदस्तीनं उघडली आणि तटबंदी फोडून टाकली. आश्रमवासीयांना ते शिवीगाळ करू लागले. त्यांनी एका तात्पुरत्या उभारलेल्या शेडवर रॉकेल ओतून ती पेटवून दिली. एकामागून एक सगळ्या मूर्ती मोडून तोडून टाकल्या. आश्रमाच्याच भूमीवर संस्कृत भाषेची पाठशाळा होती. जमावानं घुसून पुस्तकांच्या शेल्फांची मोडतोड केली. दुर्मीळ पुस्तकं जाळली आणि सापडेल, तेवढा पैसा लुटला.*
- ☐ *त्याच दिवशी मध्यरात्रीच्या सुमाराला २५०० सशस्त्र लोकांनी सरदारघाट कालीबाडीवर हल्ला चढवून दगडफेक केली. मुख्य देवळात घुसून मोडतोड केली व मूर्तींचा नाश केला. चट्टेश्वरी माँ मंदिराच्या आजूबाजूची देवळं व झोपड्या मोडून टाकल्या. गोलपहाड स्मशानाला आग लावली व स्मशानकालीच्या मूर्तीची विटंबना केली.*
- ☐ *३० ऑक्टोबर रोजी व्हॉईस ऑफ अमेरिकाद्वारे प्रसारित झालेल्या वृत्ताचं पर्यवसान कैवल्यधामावरील हल्ल्यात झालं. आश्रमातील प्रत्येक मूर्ती व प्रत्येक कक्ष जाळण्यात आले. आश्रमवासी डोंगरात पळून गेले. जे मागे उरले, त्यांना लोखंडी रुळांनी मारहाण झाली आणि त्यांचा अनन्वित छळ झाला. देवळाची पुष्कळ मोडतोड झाली.*
- ☐ *हरगौरी मंदिरातही अशाच प्रकारे मूर्ती फोडल्या गेल्या, मौल्यवान चीजवस्तू लुटल्या आणि धार्मिक ग्रंथ जाळून टाकण्यात आले. मंदिराभोवतीच्या परिसराची नासधूस झाली आणि त्या भागात राहणारे सर्व लोक बेघर झाले.*
- ☐ *संध्याकाळी एका सशस्त्र टोळीनं चट्टेश्वरी रोडवरील कृष्णगोपालजी मंदिरावर हल्ला चढवला. त्यांनी एकंदर दोन किलो चांदी, पाव किलो*

सोनं आणि मूर्तींसहित इतरही किती तरी मौल्यवान वस्तू लुटून नेल्या. मुख्य दाराजवळचं गोमातेचं सुंदर शिल्प आणि आजूबाजूच्या पाईन वृक्षांचीही त्यांनी विल्हेवाट लावली.

- बहाद्दरहाट येथील इलियास कॉलनीवर तर भुताखेतांच्या वस्तीची कळा पसरली. सर्व हिंदू घरं लुटण्यात आली, कोणत्याही वयाच्या स्त्री-पुरुषांची विटंबना करण्यात आली.
- चित्तगाँगच्या पुष्कळ भागांमध्ये फार मोठ्या प्रमाणावर लुटालूट व जाळपोळ झाली. त्यात कॉलेज रोडवरील दशभुजा दुर्गावाडी, कुरबानीगंज येथील बरदेश्वरी काली मंदिर, चकबझार येथील परमहंस महात्मा नरसिंह मंदिर, उत्तर चाँदगाँव येथील वर्षाकालाबाडी आणि दुर्गा कालीबाडी, सदरघाट येथील सिद्धेश्वरी काली मंदिर, दीवानहाट येथील दीवानेश्वरी काली मंदिर, काटघर येथील उत्तर पतेंगा, स्मशान कालीबाडी, इ.चा समावेश होता. त्याचप्रमाणे मगधेश्वरीची मूर्ती तोडण्यात आली. पूर्ण मादारबाडी येथील रक्षा कालीमंदिर, मुगलुटली येथील मिलन परिषद मंदिर, टायगरपास येथील दुर्गा मंदिर, शिवबाडी आणि हरिमंदिर, सदरघाटातील राजराजेश्वरी ठाकूरबाडी, जलालबाद येथील काली मंदिर आणि दुर्गाबाडी, कुलगाँव येथील नापितपाडा स्मशानमंदिर, कातळगंज येथील करुणामयी काली मंदिर, पश्चिम बाकलिया येथील काली मंदिर, हिमांशु दास, सतीशचंद्र दास, राममोहन दास आणि चंडीचरण दास यांची शिवमंदिरं, मनमोहन दास यांचं कृष्णमंदिर, नंदकानन यांचं तुलसीधाम मंदिर, बंदर भागातील दक्षिण हालीशहर मंदिर, पाँचलाईश येथील गोलपहाड महास्मशान आणि कालीबाडी, अमन अली रोडवरील जेलेपाडा काली मंदिर आणि मेडिकल कॉलेज रोडवरील आनंदमयी काली मंदिर, इ. ठिकाणी मोठ्या प्रमाणावर नुकसान झालं.
- याखेरीज लूटमार व हानी झालेली ठिकाणं म्हणजे सातकानिया येथील नाऊलामधील बुढा कालीबाडी, जागरिया येथील सार्वजनिक कालीबाडी व दुर्गा मंदिर, दक्षिण कांचना येथील चंडीमंडप मगधेश्वरी मंदिर, दक्षिण चरती येथील मध्यपाडा कालीबाडी, दक्षिण चरती येथील वर्णकपाडामधे असलेली रूप कालीबाडी व धरमंदिर, पश्चिम माटियाडांगा येथील ज्वालाकुमारी मंदिर, बादोना डेप्युटीहाट येथील कृष्णाहरी मंदिर, बाजालिया येथील दुर्नीगढ महाबोधी बिहार, कधुरखिल मधे असलेल्या बोआलखली येथील प्रसिद्ध मिलन मंदिर आणि कृष्ण मंदिर, अबूरडंडी येथील जगदानंद मिशन, पश्चिम शाखपुरा येथील सार्वजनिक मगधेश्वरी मंदिर, मध्य शाखपुरा

येथील मोहिनी मंदिर आश्रम, धोर्ला कोलाईहाट येथील काली मंदिर, कधुरखिल येथील सार्वजनिक जगधात्री मंदिर, कोक डांडिया येथील ऋषिग्राम अधिपती, कधुरखिलच्या शाश्वत चौधरी यांची मगधेश्वरी धनपोता आणि सेवाखोला पोटियाची सार्वजनिक कालीबाडी, सातकानियातील नलुया इथं असलेलं द्विजेंद्र दास यांचं हरिमंदिर व जगन्नाथबाडी सातकानियातील दक्षिण चरती दक्षिणपाडा येथील सार्वजनिक कालीबाडी आणि दक्षिण ब्राह्मणडांगाची सार्वजनिक कालीबाडी.

- ☐ रात्री अकराच्या सुमाराला मिर्झापूरच्या हाटहजारी उपविभागात असलेल्या मिर्झापूर जगन्नाथ आश्रमावर (ध्यानधारणा व अध्ययनाची जागा) शंभर जातीयवादी लोकांच्या जमावानं हल्ला चढवला. त्यांनी सर्व मूर्तींची मोडतोड केली व जगन्नाथाच्या अंगावरील सर्व अलंकार लुटून नेले. दुसऱ्या दिवशी सकाळी जमावानं पत्र्याच्या छपराला आग लावली. दुसरा हल्ला होणार आहे, अशी सूचना मिळून सुद्धा प्रत्यक्ष हल्ला होताच पोलिसांनी पाठ फिरवली. परत एकदा पोलिसांमधे नव्याने तक्रार नोंदवल्यावर त्यांनी आपली शक्ती कशी मर्यादित आहे, हे सांगून काहीही उपाययोजना केली नाही. त्या सायंकाळी सुमारे चाळीस ते पंचेचाळीस सशस्त्र लोकांनी नि:शस्त्र गावकऱ्यांवर चाल केली. गावकरी पळून गेले. त्या टोळीनं जबरदस्तीनं घरांमध्ये व देवळांमध्ये घुसून चीजवस्तू लुटली व मूर्तींची विटंबना केली.
- ☐ चंदनाइश उपविभागातील धाईरहाट हरिमंदिरातील मूर्ती सशस्त्र टोळ्यांनी मोडून टाकल्या. जगन्नाथाच्या रथाचीही मोडतोड केली. बडाकल युनियनच्या पठाणदंडी गावातील मातमंदिर व राधागोबिंद मंदिर उद्ध्वस्त करण्यात आलं.
- ☐ मध्यरात्री १२ वाजता बोआलखालीच्या चारशे लोकांनी कधुरखिल युनियनमधील सर्व घरगुती देवळं पाडली. तसेच हिमांशु चौधरी, परेश बिश्वास, भूपाल चौधरी, फणींद्र चौधरी आणि अनुकूल चौधरी यांची घरंही पाडली.
- ☐ बाँसखली उपविभागातील पुरातन ऋषिधाम आश्रमाची मोडतोड केली. सर्व खोल्यांना आगी लावून पुस्तकांची राखरांगोळी केली.
- ☐ मूलतत्त्ववाद्यांनी ३१ ऑक्टोबर रोजी सीताकुंड इथं जगन्नाथ आश्रमावर हल्ला केला.
- ☐ बटाला येथील श्री श्रीकाली मंदिर (हे सुमारे २०० वर्षांचं जुनं होतं) हल्लेखोरांचं मुख्य लक्ष्य होतं. मूर्तीचं शिर उडवण्यात आलं. तिचा

चांदीचा मुकुट व सुवर्णालंकार चोरीला गेले.

- *चरशरत गावात जास्त लोक हिंदू होते. एक नोव्हेंबर रोजी दोनशे ते तीनशे लोकांनी येऊन पूर्ण गाव अक्षरश: लुटून नेलं. जे काही त्यांना बरोबर नेता आलं नाही, ते जाळून टाकलं. मागे राहिली, ती फक्त अर्धवट जळलेली झाडांची खोडं व राखेचे ढीग. अखेर जाण्यापूर्वी हल्लेखोरांनी गावकऱ्यांना धमकावलं, जर १० तारखेपूर्वी गाव सोडलं नाहीत, तर याहूनही महाभयंकर हल्ले होतील. शेळ्या, मेंढ्या व गाईगुरं मारण्यात आली. धान्याच्या कोठारांना आगी लावण्यात आल्या. सुमारे ४००० हिंदूंचं अपरिमित नुकसान झालं. पंचाहत्तर टक्क्यांहून अधिक घरं जळून खाक झाली. स्त्रियांवर बलात्कार करण्यात आले. पंचवीस लाखांहून अधिक टका नुकसान झालं.*
- *सातबाडिया गावातील देवळांवर सुमारे दोनशे लाठ्या व लोखंडी सळ्या घेतलेल्या गुंडांनी हल्ला चढवला व आतील मूर्ती फोडल्या. जवळपासच्या गावांतील लोकांना ही बातमी कळताच त्यांनी भीतीनं पळ काढला. बरेचसे लोक जवळच्या जंगलात जाऊन लपले. हल्लेखोरांनी प्रत्येक घर लुटलं.*
- *सातबाडियाची सार्वजनिक दुर्गाबाडी भुईसपाट करण्यात आली. खेजुरिया गावातील देवळांच्या व घरांच्या वाट्यालाही हेच आलं. शेतकऱ्यांचं सर्वस्व लुटलं गेलं.*
- *हल्लेखोरांनी शैलेंद्रकुमार यांच्या पत्नीला जिवंत जाळलं. ती अत्यवस्थ झाली.*
- *शिवमंदिरात काही भक्तगण प्रार्थनेसाठी जमले होते. ते गुंडांच्या तावडीत सापडल्यावर त्यांना शिव्याशाप देऊन मारहाण करण्यात आली. देवळातील मूर्ती फोडून टाकून, हल्लेखोर परत जाण्यापूर्वी त्या मूर्तीवर लघवी करून गेले.*

सुरंजनचे डोळे पाणावले. त्या गुंडांनी आपल्याच अंगावर लघवी केल्याची त्याला भावना झाली. त्यानं घृणेनं पुस्तक फेकून दिलं.

किरणमयी आणि माया या दोघींनाही सुधामयबाबूंच्या स्नायूंना व्यायाम कसा द्यायचा ते डॉ. हरिपदनी शिकवलं होतं. त्यामुळं त्यांची शक्ती भरून निघणार होती. या फिजिओथेरपीमुळं सुधामयबाबूंची स्थिती खूप सुधारू लागली. औषधांचाही

परिणाम होत होता. पण तरी ते परत पहिल्यासारखे कधीच होणार नव्हते.

याचा सगळ्यांत मोठा परिणाम कुणावर झाला असेल, तर तो त्यांच्या मुलीवर- मायावर. आपल्या बळकट, आनंदी वडिलांना असं लाकडाच्या ठोकळ्यासारखं पलंगावर झोपलेलं पाहून तिचा बराचसा उत्साह नाहीसा झाला. जेव्हा जेव्हा सुधामयबाबू दाटून आलेल्या घशानं 'माया...माया...' अशी हाक मारत, तेव्हा मायाला दु:खाचा कढ येई.

एकेकाळचा बुलंद माणूस असा असहाय त्या बिछान्यात पडून राही, निर्विकार डोळ्यांनी आपल्या मुलीकडे टक लावून पाही, जणू काही ते डोळे तिला काही सांगायला बघत.

मायाला तिच्या वडिलांनी नेहमी सत्याची कास धरण्याची, सरळमार्गानं चालण्याची शिकवण दिली होती. त्यांचं आचरण जन्मभर अत्यंत प्रामाणिक होतं. समाजातील जी रूढी पसंत नसेल, त्यांचा त्यांनी उघडपणे प्रतिकार केला होता.

आपली मुलगी आता वयात आली आहे. तिच्या लग्नाचं बघायला हवं, अशी आठवण किरणमयी त्यांना वारंवार करून देई. पण सुधामयबाबूंचा नेहमी त्याला विरोध असे.

"तिला अजून शिकू दे..." ते म्हणायचे,

"मग एखादी नोकरी धरू दे आणि मग जर तिला लग्न करावंसं वाटलं, तर करू दे."

आपल्या नवऱ्याचं बोलणं ऐकून किरणमयी एक सुस्कारा सोडून तिच्या आवडत्या विषयाकडे वळायची- मायाला तिच्या मामाकडे कलकत्त्याला पाठवणं. शेवटी अंजली, आभा, नीलिमा आणि शिबानी या मायाच्या बरोबरीच्या होत्या आणि त्या सगळ्या उच्च शिक्षणासाठी कलकत्त्याला गेल्या होत्या, असा तिचा मुद्दा असे.

पण त्यावर सुधामयबाबू रागानं म्हणायचे,

"का बरं? या देशात काय उच्च शिक्षण घ्यायला बंदी आहे? शाळा-कॉलेजं काय बंद पडली का इथली?"

"आपली मुलगी मोठी झाली आहे. मला रात्रीची झोप येत नाही. विजयाला नाही कॉलेजात जाताना गुंडगिरीचा त्रास झाला?"

"पण असा त्रास तर मुसलमान मुलींनाही होतोच. मुसलमान मुलींना कुणी पळवत नाही का? त्यांच्यावर बलात्कार होत नाहीत का?"

"तुम्ही म्हणता, ते खरं आहे... पण तरीही..."

अखेरे मायाला कलकत्त्याला पाठवण्याच्या आपल्या बेताशी सुधामयबाबू कधीच सहमत होणार नाहीत, हे किरणमयीला कळून चुकलं. जरी त्यांचं वडिलोपार्जित घर गेलं असलं, तरी काय झालं, अजून त्यांना पाय रोवायला या देशाची भूमी

होतीच. तिच्या नवऱ्याच्या लेखी हेही पुष्कळच होतं, आणि खरं सांगायचं; तर मायानं कधीही कलकत्त्याला जाण्याची इच्छा व्यक्त केली नव्हती. उत्सुकता दाखवली नव्हती.

ती एकदाच आपल्या मावशीकडे गेली होती. पण तिला ते अजिबात आवडलं नव्हतं. तिची मावसभावंडं शिष्ट आणि दिखाऊ, आत्मकेंद्रित होती. त्यांनी तिला तुच्छतेनं वागवलं होतं. त्यांनी कधीही आपल्या बरोबर तिला कुठं नेलं नाही. ती दिवसभर घरी कसा तरी वेळ काढायची. आपल्या बांग्लादेशातल्या घराची आठवण काढायची. आधी ठरल्याप्रमाणे ती पूजेच्या सुट्टीचे सर्व दिवस कलकत्त्याला राहणार होती. पण सुट्टी संपण्यापूर्वीच तिनं मामापाशी आपल्याला परत पाठवण्याचा हट्ट केला.

तिची मावशी म्हणाली,

“पण दीदीनं तुला दहा दिवसांसाठी पाठवलंय.”

“मला घरची खूप आठवण येते...” माया रडवेली होऊन म्हणाली.

कलकत्त्याला पूजेच्या काळात दिव्यांची रोशणाई, आनंद आणि उत्साहाचं वातावरण असे. पण मायाला त्याचं काही अप्रूप नव्हतं. किरणमयीला वाटलं होतं, तिला तिथं राहायला आवडेल. ती आणखी राहील. पण प्रत्यक्षात मात्र माया सातच दिवसांत परतली होती.

माया सुधामयबाबूंच्या उशाशी बसून जहांगीरचा विचार करू लागली.

तिनं पारुलच्या घरून त्याला दोन वेळा फोन केला होता. पण का, कोण जाणे, तो नेहमीसारखा खुशीत नव्हता. तिच्या सहवासासाठी आतुरलेला नव्हता. त्याच्या अमेरिकेत स्थायिक असलेल्या काकांनी त्याला आपल्याजवळ राहून पुढील शिक्षण घ्यावं, असं सुचवलं होतं. जहांगीर जाण्याची तयारी करत होता. त्यानं तसं मायाला सांगितलंही होतं.

मायाला ते ऐकून इतका धक्का बसला, की ती जोरात किंचाळली. मग भानावर येऊन तिनं स्वत:ला सावरलं आणि ती म्हणाली,

“तू खरंच जाणार आहेस?”

“म्हणजे काय? अमेरिकेला जायचंय, म्हटलं. अर्थात मी जाणार आहे.”

“तू तिथं जाऊन करणार काय?”

“सुरुवातीला गेल्या गेल्या काही तरी हे ते करीन. निदान नागरिकत्व मिळेस्तोवर.”

“म्हणजे तू परत नाही येणार?”

“मी परत येऊन काय करू? या असल्या देशात कुणी शहाणा माणूस राहू तरी शकेल का?”

"तू कधी चाललास?"

"पुढच्या महिन्यात. चाचांचा मला आग्रह चाललाय. त्यांना भीती वाटते आहे, न जाणो, मी इथल्या राजकारणात वगैरे गुंतलो, तर!"

"ओऽऽ !"

या सगळ्या संभाषणाच्या ओघात जहांगीरला असं एकदाही विचारावंसं वाटलं नाही, की मी नसताना इथं तू काय करशील? मायानं आपल्याबरोबर यावं, असं त्याला वाटत होतं, की इथं राहून त्याची वाट पाहावी? चार वर्षं चाललेलं त्यांचं प्रेमप्रकरण... रेस्टॉरंटमध्ये तासन् तास बसणं, क्रेसेन्ट लेकच्या काठी लग्नाबद्दल पुन: पुन्हा केलेली बोलणी, चर्चा... अमेरिकेची स्वप्नं बघताना तो हे सारं विसरून पण गेला? ऐश्वर्याची स्वप्नं बघताना जहांगीर आपल्या मायाला विसरला?

सुधामयबाबूंच्या जवळ बसून माया जहांगीरचा विचार करत राहिली.

किती प्रयत्न केला, तरी त्याला कसं विसरायचं? आपली स्वत:ची दु:खं आणि त्यात आणखी हे वडिलांच्या पॅरॅलिसिसचं दु:ख.

किरणमयीचं दु:ख तर याहूनही दारुण होतं. ते दूर होणं शक्यच नव्हतं. अचानक मध्यरात्री ती रडत उठे. ती का रडायची, कुणासाठी, हे मात्र ती कधीही उघड करत नसे. पण नंतर आसवं सुकून जायची आणि ती आपली दैनंदिन कामं- स्वयंपाक, झाडू-पोचा, नवऱ्याची देखभाल- सगळं काही निमूटपणानं करायची.

किरणमयीनं इतर हिंदू बायकांप्रमाणे आपल्या भांगात सिंदूर घालणं किंवा मनगटावर शंखाच्या बांगड्या घालणं केव्हाच सोडून दिलं होतं. १९७१ मध्येच सुधामयबाबूंनी तिला हे सारं सोडून द्यायला सांगितलं होतं आणि अखेर १९७५ मध्ये तर तिनं ते पूर्णपणेच सोडून दिलं होतं.

सुधामयबाबूंनी पण आपल्या आवडीचं धोतर नेसणं बंद केलं होतं. त्याऐवजी त्यांनी तारु खलिफा शिंप्याकडून स्वत:करता पायजम्याची जोडी शिवून आणली होती. त्या दिवशी घरी आल्यावर त्यांनी ताप आणि डोकेदुखीची तक्रार केली होती.

किरणमयीला एक ठाऊक होतं, आपला नवरा अस्वस्थ असला, की त्याचं अंग तापतं.

आपल्या कुटुंबावर ही एवढी संकटाची कुऱ्हाड कोसळली असताना सुद्धा सुरंजननं इतका तुटकपणा दाखवावा, याचं मायाला आश्चर्य वाटलं. ती गोंधळून गेली.

तो दिवसभर आपल्याच खोलीत असे. जेवणाखाणाची त्याला पर्वा नसायची. कधी भूक लागली, तरीही जेवायला वाढ, म्हणून म्हणत नसे. सगळ्यांत विचित्र गोष्ट ही, की मरणाच्या दारात पडलेल्या आपल्या वडिलांचीही त्याला काही फिकीर नव्हती. त्याचे मित्र त्याच्याकडे येत-जात, खोलीत बसून मोठमोठ्यांदा गप्पा मारत.

कधी मनात आलं, की तो घराबाहेर निघून जायचा. आपण कुठं चाललोय, कधी परत येणार, हे सुद्धा घरातल्यांशी बोलायचा नाही.

याची काही जबाबदारी आहे की नाही? मायाच्या मनात आलं. त्याच्याजवळ कुणी पैसे मागत नव्हतं. पण एक मुलगा म्हणून आपल्या वडिलांची काळजी घेणं याचं कर्तव्य आहे की नाही? औषधं आणणं, डॉक्टरांना बोलावणं, किमान वडिलांना आधार द्यायला त्यांच्याजवळ बसणं यापैकी काही तरी हा करील की नाही? सुधामयबाबूंना मनात असं नक्कीच वाटत असणार, की आपल्या मुलाला आपली खरंच पर्वा आहे, हे दाखवण्यासाठी तरी निदान त्यानं आपल्याजवळ बसावं.

डॉ. हरिपदांचं औषध आणि उपचारांमुळं सुधामयबाबूंच्या प्रकृतीत खूपच सुधारणा होत होती. त्यांचं बोलणं आता बऱ्यापैकी स्पष्ट होतं. पण अजून लुळ्या हातापायांतली ताकद परत आली नव्हती. डॉक्टर म्हणाले होते, नियमित व्यायाम केल्यानं पुष्कळ सुधारणा होईल.

माया सतत आपल्या वडिलांजवळ होती. त्यांच्या प्रत्येक गरजेला उपयोगी पडत होती.

तिनं हल्ली शिकवण्या घेणं बंद केल्यामुळं तिला एवढा वेळ मिळत होता.

तिच्या शेवटच्या विद्यार्थिनीच्या- मिनतीच्या आईनं एक दिवस सांगितलं होतं, ते सगळे आता भारतात जाणार असल्यामुळं शिकवणी बंद करायची आहे.

"भारतात का?" मायानं विचारलं.

मिनतीची आई उदासीनपणे हसली पण काहीच बोलली नाही.

मायाला आपल्या या विद्यार्थिनीबद्दल आणखी एक गोष्ट आठवली.

मिनती भिकारून्निसा शाळेत शिकत होती. एक दिवस माया तिला गणित शिकवत असताना मिनती 'अलमदो लिल्लाह रब्बिल आलेमिन... अर् रहमनिर रहीम' असं पुटपुटताना मायानं ऐकलं.

मायानं तिला आश्चर्यानं विचारलं,

"हे सगळं तू का म्हणते आहेस?"

मिनती शांतपणे म्हणाली,

"आम्ही 'सुरां'मधले पाठ रोज प्रार्थनेच्या वेळी म्हणतो ना..."

"हे बरोबर आहे का? म्हणजे तुमच्या शाळेत प्रार्थनेच्या वेळी सुरांचं पठण असतं?"

"होय. दोन सुरांचं पठण. त्यानंतर आम्ही राष्ट्रगीत म्हणतो."

"मग सुरांचं पठण चालू असताना तू काय करतेस?"

"मी पण ते म्हणते. मी माझं डोकं सुद्धा झाकून घेते."
"पण मग हिंदू, बौद्ध आणि ख्रिश्चनांकरता शाळेत प्रार्थना नाही?"
"नाही."
मायाला हे ऐकून अतिशय बेचैन वाटलं. देशाच्या राजधानीतल्या एका सर्वात महत्त्वाच्या शाळेमधे सर्व धर्मांच्या लोकांच्या प्रार्थना सकाळी म्हटल्या जाऊ नयेत, ही चुकीची गोष्ट होती.

मायाला आपल्या आणखी एका विद्यार्थिनीची आठवण झाली. ती पारुलची नातेवाईक होती आणि तिचं नाव सुमैया होतं. एक दिवस ती अचानक मायाला म्हणाली,
"दीदी, आजपासून मी तुमच्याजवळ शिकणार नाही."
"का बरं?"
"अब्बा म्हणाले, ते माझ्यासाठी मुसलमान शिक्षक बघणार आहेत."
अशा तऱ्हेनं मायाच्या दोन्ही शिकवण्या सुटल्या होत्या. तिनं हे अजून घरी कुणाला सांगितलं नव्हतं. उगीच सगळे काळजीत पडले असते. आधीच सुरंजन घरातून पैसे खर्चाला घेतोच. आपणही तेच केलं, तर आई काय करेल?

किरणमयी स्वयंपाकघरात वरणभात शिजवत होती. तिच्या मनात सुधामयबाबूंकरता थोडं सूप आणि फळांचा रस करायचा होता. पण ताजी फळं आणणार कोण? आपल्या मुलाला घरात सगळी परिस्थिती दिसते आहे, तरी तो खुशाल दिवसभर लोळत पडतो तरी कसा? आपली घरात गरज आहे, हे याला कळत नाही? अजूनही ते सगळे संकटाच्या छायेत होते आणि हा नुसता लोळत पडला होता.

आपल्या भावाच्या असल्या तुटक वागण्यानं आणि घरातल्या एकूण दारुण परिस्थितीनं मायानं पण आता या सगळ्या संकटांतून मार्ग कसा काढायचा, याचा विचार करणं सोडून दिलं होतं. ती पण हळूहळू निष्क्रिय होत चालली होती. जशी परिस्थिती येईल, तशी ती स्वीकारायची.

जर सुरंजन आपल्या सगळ्यांच्या सुरक्षिततेची काळजी करणार नसेल, तर मग एकटे आपण तरी काय करणार? तिच्या ओळखीचं असं एकजणही नव्हतं, ज्यांच्या घरी ते सगळे जाऊन राहू शकतील.

पारुलच्या घरी सुद्धा तिला अवघडल्यासारखं झालं होतं. पारुल तिची चांगली मैत्रीण होती. मायानं तिथं जाऊन राहण्याबद्दल घरातही कुणी काही बोललं नव्हतं. पण या खेपेला मात्र घरातल्या लोकांची मायाकडे बघण्याची दृष्टी काही वेगळी

होती. जणू काही ते नजरेनं विचारत होते,

'तू इथं का आलीस?'

पारुल पण म्हणू लागली होती, मायानं इथं जास्त काळ थांबणं काही तितकंसं सुरक्षित नाही वगैरे...

सुरक्षिततेचा प्रश्न फक्त आपल्या बाबतीतच निघावा, ही किती दुर्दैवाची गोष्ट आहे. पारुलच्या बाबतीत का नाही निघू? पारुलवर कधी आपल्या घरी येऊन आसरा मागायची वेळ येईल का? हे कधी घडण्याची शक्यताही नव्हती.

एकदा माया तिथं असताना पारुलकडे तिचे कुणी तरी नातेवाईक भेटायला आले होते. मायाला बघून त्यांनी विचारलं,

"तुझं नाव काय?"

"माया."

"तुझं संपूर्ण नाव काय?"

तेवढ्यात मधे पडून पारुलनं घाईघाईनं सांगितलं,

"तिचं नाव झकीया सुलतान."

नंतर तिनं मायाला, आपण असं का वागलो, ते समजावून सांगितलं.

"ते आमच्यापेक्षा वेगळे लोक आहेत. मुल्ला, मौलवी वगैरे प्रकारचे. त्यांना जर कळलं, तर गावभर सांगत सुटतील, यांच्याकडे हिंदूंना आसरा देतात म्हणून."

"ओऽऽ."

मायानं या सगळ्या घटनेकडे आपल्या मैत्रिणीच्या दृष्टिकोनातून बघण्याचा प्रयत्न केला पण तरीही तिचं मन दुखावलंच.

हिंदूंना आश्रय देणं हा काय गुन्हा होता का?

या सगळ्या प्रकारानंतर बरेच दिवस मनात सतावत असणारा विचार एका प्रश्नाच्या स्वरूपात समोर आला, मुळात हिंदूंना आश्रय घ्यायची गरजच का यावी? माया आपल्या परीक्षांमधे अगदी विशेष गुणवत्तेनं उत्तीर्ण झाली होती. पारुलला मात्र द्वितीय श्रेणी मिळाली होती आणि तरीही अनेकदा पारुलचंच पारडं जड असायचं.

"बाबा, मूठ वळवा. हात उचलायचा प्रयत्न करा."

सुधामयबाबूंनी लहान मुलाप्रमाणे तिचं ऐकलं.

त्यांच्या हातातली शक्ती थोड्या प्रमाणात परत आलेली बघून मायाला बरं वाटलं. तिनं वडिलांचे हात हातांत घेतले.

"दादाला काही खायचं नाही का?"

"कुणास ठाऊक? मी आत्ता पाहिलं, तर तो झोपलाय." सुरंजनबद्दल किरणमयी बेफिकीर दिसत होती.

किरणमयीनं स्वत:सुद्धा काही खाल्लं नव्हतं. मात्र तिनं मायाला जेवायला वाढलं. माया अतिशय थकली होती आणि पेंगत होती.

अचानक खोलीच्या घट्ट बंद केलेल्या दारं-खिडक्यांना भेदून रस्त्यावरच्या घोषणा मायाच्या कानांवर आदळल्या आणि ती दचकली,

'हिंदूनो, जर तुम्हांला जिवंत राहायचं असेल, तर हा देश सोडून जा!'

सुधामयबाबूंच्या कानांवरही हे शब्द पडले आणि मायाच्या हातांत असलेली त्यांची बोटं ताठरली, त्यांची शक्ती परत येत असल्याची आणखी एक खूण.

सुरंजनच्या पोटातून भुकेनं कळा येत होत्या.

पूर्वी कधी तो खाओ न खाओ पण जेवणाच्या टेबलावर भाताचं भांडं त्याच्यासाठी झाकून ठेवलेलं असायचं. अलीकडे त्याच्या घरच्या माणसांना त्याची काहीही काळजी वाटेनाशी झाली होती, हे तर उघडच होतं. पण आपण आपल्या तोंडानं काही भूक लागल्याचं बोलायचं नाही, असं त्यानं ठरवलं.

तो उठून अंगणात गेला, मोरीत तोंड धुतलं आणि टॉवेलला पुसलं. खोलीत परत येऊन त्यानं शर्ट बदलला आणि घराबाहेर पडला. पण रस्त्यावर आल्यावर मात्र, आपल्याला कुठं जायचं आहे, हे त्याला नीटसं कळेना.

हैदरच्या घरी जावं का? पण आत्ता हैदर घरी नसेल. नाही तर बेलाल किंवा कमालकडे जावं? चालेल. पण मग त्यांना असं तर नाही वाटणार, की हा आश्रय मागायला आलाय? किंवा सहानुभूती मिळवायला आलाय? छे, नकोच ते. त्यापेक्षा गावातून एकटंच भटकावं.

एकेकाळी त्याला मयमनसिंग सोडणं किती जिवावर आलं होतं आणि अचानक सुधामयबाबूंनी मुलाच्या नकळतच आपलं घर रईसुद्दीनला विकलं होतं. दुसऱ्या दिवशी सकाळी उठल्यावर त्याला हे आपलं घर, आपलं जन्मठिकाण, कामिनीच्या फुलांचा गंध दरवळतो ते घर, घराबाहेरचं छोटं तळं (आपण जिथं पोहायचो ते) ही दत्तबारी (दत्तात्रेयाचं निवासस्थान) आता आपलं उरलेलं नाही, अशी सुतराम कल्पना नव्हती. सुरंजनला जेव्हा हे कळलं, की आपल्याला आता हे घर सोडून जावं लागणार, तेव्हा त्याचं डोकं इतकं भडकलं की तो जो घराबाहेर पडला, तो दोन दिवस घरीसुद्धा आला नव्हता.

आपण इतके हळवे कसे, आपला अहंकार इतक्या चटकन कसा दुखावतो, हे सुरंजनला कोडंच होतं. कधी कधी त्याला वाटायचं, यात दोष आपला व आपल्या घरच्यांचा आहे. तर कधी त्याला वाटायचं, हा सारा दोष परवीनचा आहे.

एकेकाळी ही परवीन आपल्या प्रेमात होती, या विचारांनी मन कटू झालं. ती नेहमी पळत त्याच्या खोलीत यायची आणि म्हणायची,

"चल, आपण पळून जाऊ."

"कुठं?"

"कुठं तरी दूर, डोंगरदऱ्यांत..."

"डोंगर आहेत कुठं? त्यासाठी चित्तागाँग, नाही तर सिल्हेटपर्यंत जावं लागेल."

"चालेल. जाऊ. आपलं तिथं घर बांधू."

"आणि खायचं काय? गवत?"

हे ऐकून परवीन हसून स्वतःला सुरंजनच्या अंगावर झोकून द्यायची,

"मी तुझ्याविना कशी जगू?"

"या असल्या फालतू गोष्टी पोरी नेहमीच म्हणतात. पण खरंखुरं कोणी मरत नाही."

सुरंजनचं म्हणणं खरं ठरलं. परवीन काही मेली वगैरे नाही. उलट, अगदी आज्ञाधारकपणे तिच्या आईवडिलांच्या म्हणण्यापुढं मान तुकवून लग्नाला उभी राहिली.

तिच्या लग्नाच्या दोन दिवस आधी ती सुरंजनला सांगायला आली होती, त्यानं धर्मांतर करून मुस्लिम व्हावं, असं तिच्या घरच्यांचं म्हणणं होतं. सुरंजन हसून म्हणाला,

"माझा धर्मावर विश्वास नाही, हे तुला ठाऊकच आहे."

"नाही. तुला मुस्लिम व्हावंच लागेल."

"पण मला नाही व्हायचं."

"याचा अर्थ असा, की तुला मी नकोय."

"मला तू अर्थातच हवी आहेस पण केवळ त्यासाठी मी का धर्म बदलायचा?"

परवीनचा गोरापान चेहरा अचानक रागानं लाल झाला.

सुरंजनशी एकदाच काय ते संबंध तोडून टाकावेत, म्हणून परवीनच्या घरातल्यांनी तिच्यावर बरंच दडपण आणलं होतं, याची सुरंजनलाही पुरेपूर कल्पना होती.

तिचा भाऊ कुणाच्या बाजूनं असेल, कोण जाणे. परवीनचा भाऊ हैदर हा सुरंजनचा चांगला मित्र होता पण त्यानं आजवर त्या दोघांबद्दल सुरंजनजवळ काही विषय काढला नव्हता.

हैदरच्या या अशा कुणाचीच बाजू न घेण्याच्या पवित्र्यामुळं सुरंजनला फार अस्वस्थ वाटे. पण तो या बाबतीत काही बळजबरी करू शकत नव्हता.

सुरंजननं इस्लाम धर्म स्वीकारण्याच्या दिशेनं काहीही हालचाल केली नाही आणि अखेर परवीननंही दऱ्याखोऱ्यांत जाऊन त्याच्याबरोबर राहण्याच्या आपल्या स्वप्नांवर पाणी सोडलं.

स्वप्नं इतकी सहजासहजी विसरता येतात- पूजेसाठी घडवलेल्या मातीच्या मूर्ती नंतर पाण्यात विसर्जित करून टाकाव्या, तशी? स्वप्नं काय फक्त लोकांना तात्पुरतं छान वाटावं, म्हणून असतात?

परवीनचं लग्न एका मुसलमान व्यावसायिकाशी झालं पण लवकरच त्यांच्यात बेबनाव सुरू झाला.

हैदर एक दिवस सुरंजनला म्हणाला,

"परवीन आपल्या नवऱ्याला कदाचित तलाक देईल."

'तलाक? अवघ्या दोन वर्षांत?', सुरंजनला म्हणावंसं वाटलं, पण तो काही बोलला नाही.

त्यानं परवीनचा विषय आपल्या मनातून काढून टाकला होता. पण ती कदाचित तलाक घेणार आहे, हे कळल्यावर त्याला आनंद झाला आणि जुन्या आठवणी जागृत झाल्या.

त्यानं परवीन हे नाव हृदयाच्या आतल्या कोषात, आठवणींच्या कुपीत अलगद बंदिस्त करून ठेवलं होतं का?

असेलही.

तिला शेवटचं कधी पाहिलं आपण?

तो गतस्मृतींना उजाळा देत राहिला.

मग मोठ्या कष्टानं त्यानं आपला विचार रत्नाकडे वळवला.

रत्ना मित्रा. रत्ना सुंदर होती, सुरंजनला चांगली शोभली असती.

मग आता परवीन घटस्फोटिता होणार होती, तर ! पण अर्थात त्याचा आपल्याशी काय संबंध?

तिनं एका मुसलमानाशी लग्न केलं होतं. आपल्या घरच्यांच्या मर्जीनं. त्यामुळं आता सगळं काही सुरळीत होणार, अशी सर्वांना खात्रीच होती. जशी काही जात-पात, धर्म बघून केलेली लग्नं हमखास चिरस्थायी असलीच पाहिजेत. मग आता कशाला परत यायचं? नवऱ्यानं दऱ्याखोऱ्यांमधे नेलं नाही वाटतं? तिच्या स्वप्नांची पूर्ती झाली नाही वाटतं? आणि या सगळ्यांमध्ये त्याची भूमिका काय? तो एक बेकार हिंदू तरुण, रस्त्यावर भटकण्यावाचून काही उद्योग नसलेला. मग तो तिच्यासाठी सुयोग्य वर कसा असणार?

हृदयाच्या बंदिस्त कोषातून तिचा चेहरा परत परत वर येऊन त्याच्या डोळ्यांसमोर

तरळू लागला.

ते जेव्हा एकटे असायचे, तेव्हा ती त्याच्या ओठांवर अलगद ओठ टेकायची. मग तो तिला घट्ट पकडून म्हणायचा,

"माझी चिमणुली ती!"

त्यावर ती जोरजोरात हसत म्हणायची,

"माझं माकड ते!"

आपण खरंच माकड आहोत की काय? आहोतच. नाही तर असं कुजत कशाला पडलो असतो? पाच वर्षं लोटली. पाण्याच्या डबक्यात पुंजक्या पुंजक्यानं उगवणाऱ्या पाणवेलीसारखी. पण गेलेल्या काळानं आणि आयुष्यानं आपला काय फायदा झाला? काहीच नाही. परवीनसारखं दुसरं कुणीही त्याला म्हणालेलं नव्हतं,

"मला तू खूप खूप आवडतोस !"

परवीन जेव्हा त्याला असं म्हणाली, तेव्हा त्यानं तिला विचारलं,

"का गं, तू कुणाशी पैज वगैरे लावली आहेस, की काय?"

"म्हणजे काय?"

"म्हणजे... तू मला असं म्हणून दाखवायचं वगैरे..."

"छे! काही तरीच काय?"

"मग तू जे म्हणालीस, ते खरं आहे?"

"मी नेहमी खरं खरंच बोलते."

—आणि ही अशी एवढ्या आत्मविश्वासानं बोलणारी मुलगी, घरातल्यांनी लग्नाचा विषय काढताच खचून गेली होती. तिची ती सगळी उदात्त स्वप्नं विरून गेली होती. तिचं स्वतंत्र व्यक्तिमत्त्व, तिची ध्येयं सगळं गेलं होतं.

आपल्या लग्नाच्या दिवशी परवीननं एकदा देखील विरोध करू नये, 'पलिकडच्या घरात राहणाऱ्या माकडाशीच मला लग्न करायचंय', असा हट्ट धरू नये, याचं सुरंजनला फार वाईट वाटलं. तिचं घर केवळ दोन घरं टाकून पलीकडे होतं.

किरणमयी आणि माया लग्नाला गेल्या होत्या. सुरंजन गेला नव्हता.

त्यानं रिक्षावाल्याला चमेलीबागेकडे रिक्षा घ्यायला सांगितलं. धुकं पडलं होतं. त्याला आता चांगलीच भूक लागली होती. पूर्वी त्याला अपचनाचा त्रास झाला होता. पण आज त्याचं पित्तही वाढलं होतं. त्याच्या वडिलांनी त्याला पोट अस्वस्थ झालं, की अँटासिड (पित्तशामक गोळी) घ्यायला सांगितलं होती. पण त्याला औषधांचा तिटकारा होता. शिवाय घराबाहेर पडताना तो बरोबर त्या गोळ्या घ्यायला हमखास विसरायचा.

आपण पुलकच्या घरी जावं आणि काही तरी खावं, असा त्यानं विचार केला. पुलक गेल्या पाच दिवसांत घराबाहेर पडला नव्हता. तेव्हा तो आत्ता सुद्धा घरी असेलच.

दार उघडताच लगेच सुरंजन म्हणाला,
"आधी मला काही तरी खायला दे. आज आमची चूल थंड आहे."
"का?"
"डॉ. सुधामय दत्तांना अर्धांगाचा झटका आला आहे. त्यांची पत्नी व मुलगी त्यांच्या शुश्रूषेत मग्न आहेत. धनाढ्य कुटुंबात जन्मलेल्या सुधामय दत्तांना आज स्वत:च्या वैद्यकीय इलाजाचा खर्चही परवडेनासा झालाय."
"खरं म्हणजे, तूच आता काही तरी करायला हवंस. नोकरी वगैरे बघायला हवी."
"मी प्रयत्न केला पण मुस्लिम देशात नोकरी इतकी सहज मिळत नाही. शिवाय अशिक्षितांच्या हातांखाली इथं कुणाला काम करायचंय?"
पुलकला ते ऐकून धक्का बसला. तो म्हणाला,
"सुरंजन, तू मुसलमानांना शिव्या देतोयस."
"घाबरायचं कारण नाही. मी शिव्या देतोय खरा, पण फक्त तुझ्यापाशीच ना? त्यांच्या तोंडावर शिव्या देणं शक्य तरी आहे का? ते माझा शिरच्छेद करून टाकतील."
थोड्या वेळानं नीलानं त्याला भात-भाजी वाढली आणि काळजीनं विचारलं,
"सुरंजनदा, तुम्ही आज दिवसभरात काहीच खाल्लेलं नाही?"
सुरंजन क्षीण हसून म्हणाला,
"मी काय खातो, याची कुणाला पर्वा असणार आहे?"
"मला वाटतं, तुम्ही आता लग्न करावं."
"लग्न?" सुरंजनचा घास घशात अडकला. "माझ्याशी कोण लग्न करणार?"
"केवळ त्या परवीनपायी तुम्ही लग्नाचा विचारच डोक्यातून काढून टाकणं बरोबर नाही."
"छे, छे... तसं नाही काही. खरं तर, आपल्याला कधी लग्न वगैरे करावं लागेल, हे माझ्या लक्षातच आलं नव्हतं."
पुलक आणि नीला हसले.
सुरंजनला अन्नाला काही चवच लागत नव्हती. पण भूक भागवण्यासाठी तो कसंबसं जेवला.
"मला थोडे पैसे देशील, पुलक?" त्यानं जेवता जेवताच विचारलं.

“किती?”

“तुला जमेल, तेवढे. घरात पैशाची काय स्थिती आहे, ते काही मला कोणी सांगत नाही. पण आईची गंगाजळी बहुतेक संपलीच असेल.”

“ठीक आहे. तुला काय लागतील, ते मी देईन. बरं, पण देशात नव्यानं काय काय घडलंय. काय परिस्थिती आहे, काही कानांवर आलं का? भोला, चित्तागाँग, सिल्हेट, कॉक्स बझार, पिरोझपूर?”

“तू काय सांगणार आहेस, ते मला ठाऊक आहे... त्यांनी इतकी इतकी देवळं पाडली, हिंदू घरं लुटली, जाळली, हिंदू लोकांना मारहाण केली, त्यांची कत्तल केली, त्यांच्या बायकांवर बलात्कार केले... आणखी नवं काही असेल, तर सांग.”

“हे सगळं तुला ठीकच वाटतंय?”

“अर्थात, ठीकच आहे. या देशात आणखी कसली अपेक्षा करतोस तू? आपण आधी पाठ उघडी टाकून बसायचं आणि मग त्यांनी मारलं, म्हणून ओरडायचं. हे काही बरोबर नाही.”

टेबलापलीकडे बसलेला पुलक एकदम शांत झाला.

थोड्या वेळानंतर तो म्हणाला,

“सिल्हेटमध्ये त्यांनी चैतन्यदेवांचं घर जाळलं. त्यांनी जुनी लायब्ररी देखील सोडली नाही. माझा भाऊ सिल्हेटमधून ताजी बातमी घेऊन आलाय. कालीघाट कालीबाडी, शिवबाडी, जगन्नाथ आखाडा, चाली बंदर, भैरवबाडी, चाली बंदर स्मशान, जतरपूर महाप्रभू आखाडा, मीरा बझार रामकृष्ण मिशन, मीरा बझारातील बलराम आखाडा, निर्मलाबाला मुलांचं वसतिगृह, बंदर बझार, ब्राह्मो मंदिर, जिंदा बझार जगन्नाथ आखाडा, गोबिंदाजी आखाडा, लामा बझारमधील नरसिंह तालीम, नया सडक तालीम, देबपूर तालीम, टीलागढ आखाडा, बियानी बझार कालीबाडी, ढाका दक्षिण महाप्रभूबाडी, गोटाटीकर शिवबाडी, महालक्ष्मीबाडी महापीठ, फेन्चूगंज, सरकारखाना दुर्गाबाडी, विश्वनाथ येथील साजीबाडी, बैरागी बझार आखाडा, चंदग्राम शिवमंदिर, अकिलपूर, आखाडा, कंपनीगंज, जीवनपूर कालीबाडी, बालागंज जोगीपूर कालीबाजी, जाकीगंज आखाडा, आमलखी कालीमंदिर, बारहाट आखाडा, गाझीपूर आखाडा आणि बीरश्री आखाडा ह्या सगळ्या पाडून टाकल्या आहेत. वेणुभूषण दास, सुनीलकुमार दास आणि कानुभूषण दास यांना जिवंत जाळण्यात आलं.”

“हे बरोबर आहे का?”

“सगळ्या प्रकारच्या घटना घडताहेत, सुरंजन. आपण या देशात कसे काय वाचणार आहोत, हे मलाच कळत नाही. चित्तगाँगमधे बी.एन.पी. आणि ‘जमाती’च्या लोकांनी हातमिळवणी करून घरं व देवळं उद्ध्वस्त केली आहेत. हिंदू घरांतून जमेल तेवढी चीजवस्तू, भांडीकुंडी लुटून नेली आहेत. तळ्यांमधून मासे सुद्धा

बाहेर काढून फेकले आहेत. दिवसचे दिवस हिंदू अन्नपाण्याविना उपाशी आहेत. सीताकुंडातील खाजुरिया गावात जमाती शिबिराच्या लोकांनी केनुबिहारी नाथ व त्यांचा मुलगा अर्जुनबिहारी यांना बंदुकीचा धाक दाखवून सांगितलं, की त्यांनी जर वीस हजार टका रक्कम भरली नाही, तर त्यांना स्वत:च्याच घरातून बाहेर काढण्यात येईल. त्यांनी घर सोडून पळ काढला. मीरसराई कॉलेजातील अध्यापकांची मुलगी उत्पलारानी भौमिक हिला मध्यरात्री पळवून नेऊन पहाटे परत आणून सोडलं. आपण या सगळ्याबद्दल काही विरोध दाखवणार आहोत, की नाही?''

''आपण विरोध दाखवला, तर काय होईल, माहीत आहे? डी.एल.रॉयचं ते गाणं आठवतं,''

''...आमि जदि पिठे तोर ऐ लाथि एकटा मारिइ रागे।
तोर तो स्पर्धा बडो पिढे जे तोर व्यथा लागे।''

सुरंजननं खुर्चीवर रेलून बसत डोळे मिटले.

''भोला इथं त्यांनी हजारो घरांची वाताहत केली आहे. आज सकाळी सुमारे बारा तासांसाठी संचारबंदी उठवण्यात आली होती आणि त्या थोड्या कालावधीत लोकांनी फावडी, सळ्या आणि पहारी घेऊन लक्ष्मीनारायण आखाड्यावर तिसऱ्यांदा धाड घातली. पोलीस नुसते उभं राहून मजा बघत होते. बऱ्हाणुद्दीनमधे तर दीड हजारांवर लोक अत्याचाराला बळी पडले आहेत आणि किमान दोन हजार घरांचं नुकसान झालं आहे. ताजमुद्दीनमधे एकूण बावीसशे घरं संपूर्णपणे तर दोन हजार घरं अर्धवट पाडण्यात आली आहेत. भोला इथं दोनशेसाठ देवळं उद्ध्वस्त झाली आहेत.''

सुरंजन हसून म्हणाला,

''तू एखाद्या वार्ताहराप्रमाणे वृत्त तर क्रमवार दिलंस. या सगळ्या घटनांबद्दल तुला वाईट वाटतं?''

पुलकनं थक्क होऊन सुरंजनकडे पाहिलं.

तो म्हणाला,

''तुला नाही वाईट वाटत?''

सुरंजन मोठमोठ्यानं हसत म्हणाला,

''नाही बुवा, आपल्याला नाही वाईट वाटत.''

पुलकला त्याचं नवल वाटलं. तो म्हणाला,

''माझे किती तरी नातेवाईक त्या भागात राहत आहेत. मला त्यांची काळजी वाटल्यावाचून कशी राहील?''

''मुसलमानांनी आपलं काम केलं, पण त्याबद्दल हिंदूंनी बदला घेणं बरं दिसत नाही मला. तुझ्याबद्दल काही सहानुभूती वाटत नाही पुलक, सॉरी.''

पुलक सुरंजनकडे चमत्कारिक नजरेनं बघत राहिला.

मग तो खोलीतून बाहेर गेला आणि दोन हजार टका सुरंजनसाठी घेऊन आला. सुरंजननं ते पैसे त्याच्याकडून घेऊन खिशात टाकले आणि तो म्हणाला,

"अलक कसा आहे? त्याच्या मित्रांनी परत त्याला आपल्या गोटात घेतलं की नाही?"

"नाही ना. तो दिवसभर एकटाच असतो. सगळे मित्र बाहेर खेळत असतात आणि हा बिचारा खोलीतून ते नुसतं बघत बसतो."

"पुलक, तुला एक ठाऊक आहे? ज्यांना आपण आपले जवळचे मानतो, मित्र मानतो, जे जातीयवादी विचारसरणीचे नाहीत, असं मानतो, ते खरं म्हणजे अंतर्यामी जातीयवादी असतात. आपण या देशामधल्या मुसलमानांशी इतके एकरूप झालेले आहोत, की आपण जराही न कचरता 'अस्सलाम आलेकूम', 'खुदा हाफीज' म्हणतो, *जल* म्हणण्याऐवजी *पानी* म्हणतो, *स्नान* म्हणण्याऐवजी *गोसल* म्हणतो. त्यांच्या धार्मिक भावनांची आपण कदर करतो. रमझानच्या दिवसांत उघडपणे चहा पिणं, सिगारेट ओढणं वगैरे टाळतो. खरं सांगायचं, तर या दिवसांत आपण हॉटेलात सुद्धा जात नाही. पण ते आपल्याला कितपत जवळचे आहेत? कुणाकरता आपण हा सगळा त्याग करतो? आपल्या पूजांसाठी आपल्याला किती सुट्ट्या मिळतात? आणि ते लोक जेव्हा दोन ईदच्या सुट्ट्यांच्या दिवशी मजा करत असतात, तेव्हा हिंदूंना राबवलं जातं, हॉस्पिटलांमध्ये जास्तीचे तास काम पडतं. आठवी घटनादुरुस्ती कायद्यानं संमत देखील झाली. अवामी लीगवाल्यांनी नुसता आरडाओरडा केला. पण फक्त तेवढंच. हाजयात्रेहून परत आल्यावर करतात, तसं हसीना स्वत: आपलं मस्तक झाकून बसतात. ते सगळे सारखे आहेत, पुलक... सगळे सारखे. आपल्यापुढं आता दोनच पर्याय आहेत- आत्महत्या किंवा देश सोडणं."

सुरंजन दाराकडे वळला.

त्याच्या आईनं त्याला 'मयमनसिंगला जा आणि रईसुद्दीनला भेट', असं नुकतंच सांगितलं होतं. त्यानं त्यांचं घर व जमीन अगदी चणेफुटाणे देऊन खरेदी केलं होतं. आता या अडचणीच्या वेळी कदाचित थोडी आर्थिक मदत करेलही पण सुरंजनच्या मनात रईसुद्दीनकडे पदर मुळीच पसरायचा नव्हता. त्याला उसनं मागायचा नेहमीच तिटकारा होता, पण काळ बिकट आला होता. किराणामालाचं बिल आणि इतर देणी थकली होती. रईसुद्दीनकडे जाण्याऐवजी त्यानं पुलककडे उसने पैसे मागायचं ठरवलं. कारण पूर्वी त्यानं स्वत: सुद्धा पुलकला मदत केलेली होती. म्हणून असेल किंवा पुलक स्वत: एक हिंदू असल्यामुळं अल्पसंख्याकांची दु:खं त्याला चांगली कळतील, या भावनेतून असेल. गेल्या काही दिवसांपूर्वीच

सुरंजननं एक निश्चय केला होता, मुसलमानांकडे अजिबात मदत मागायची नाही.

पुलकचा निरोप घेऊन तो घराच्या दिशेनं निघाला. घरी परतत असताना आपल्याला घरात काय पद्धतीची वागणूक मिळते, हाच विचार तो करत होता.

आपल्यावर कुणी जास्त जबाबदारी टाकू इच्छित नाही. कदाचित त्यांना वाटत असेल, हा देशभक्त आहे. याला देशाची काळजी वाहण्यापुढं बाकी कशाला सवड नसेल. कदाचित त्यांना वाटत असेल, कशाला याला त्रास द्या.

आज जाऊन आता आईजवळ हे पैसे द्यावे. आपली आई आपलं कुटुंब कसं नीट सावरून धरते, या गोष्टीचं त्याला नवल वाटलं. तिनं आजवर कशाबद्दलही तक्रार केली नव्हती; आपल्या निष्क्रिय मुलाबद्दल सुद्धा नाही. त्यांना किती तरी संकटांना तोंड द्यावं लागलं. पण किरणमयीनं कधीही तक्रार केली नाही.

सुरंजनला अचानक वाटलं, कशाला जगतो आहोत आपण! इकडे सुधामयबाबूंची त्रिशंकूसारखी स्थिती झाली होती. जगणं आणि मरणं यांच्या मधे लोंबकळल्यासारखी. सारखं कुणी तरी त्यांचं करायचं. हे असलं जीवन कशाकरता जगायचं? आपण स्वत: तरी कशाकरता जगायचं?

क्षणभर सुरंजनच्या मनात विचार चमकून गेला, पेथिड्रिनच्या थोड्या ॲम्प्युल्स आणाव्या आणि घ्याव्या आपल्या आपण टोचून.

क्षणभर त्याच्या डोळ्यांसमोर आपल्या स्वत:च्या मरणाचं चित्र उभं राहिलं.

आपण अंथरुणात मृतावस्थेत पडलो आहोत आणि हे आपल्या घरच्यांना ठाऊकच नाही. त्यांना वाटतंय, हा दमला असेल, झोप लागली असेल. याला उठवायला नको. कधी तरी माया येऊन आपल्याला उठवायला म्हणेल,

''दादा ऊठ. आपल्या बाबांसाठी काही तरी करायला हवं आहे...''

-आणि मग तिचा दादा काही बोलणारच नाही.

हे असले विचार मनात घोळवत तो चालला होता. तेवढ्यात त्यानं विजयनगर चौकात एक मिरवणूक पाहिली.

जातीय सलोख्यासाठी काढलेली ती यात्रा होती. ते हिंदू-मुसलमान यांच्यातील बंधुभावाबद्दल घोषणा देत होते.

सुरंजनच्या चेहऱ्यावर उपहासगर्भ हसू उमटलं.

घरी जाण्याआधी तो गौतमकडे डोकावला.

गौतम आता पुष्कळ बरा दिसत होता पण अजूनही खूप घाबरलेला होता. जरा आवाज झाला की दचकायचा. वैद्यकीय शिक्षण घेणाऱ्या त्याच्यासारख्या मुलाला

राजकारणात अजिबात रस नव्हता. आजूबाजूला कोणी हितशत्रू नव्हते आणि तरीही त्याला इतक्या निर्दयपणे मारहाण व्हावी, हे नवलच होतं आणि त्याचं कारण काय, तर भारतात बाबरी मशीद उद्ध्वस्त झाली, म्हणून.

गौतमची आई शेजारीच बसली होती. ती सुरंजनच्या कानात कुजबुजली, अगदी हळू आवाजात,

"आम्ही चाललो."

"चाललो?"

सुरंजनला आश्चर्य वाटलं.

"होय. आम्ही आता हे घर विकून टाकणार."

ते कुठं निघाले होते, याची सुरंजनला काहीच कल्पना नव्हती. आपण जर अजून थोडा वेळ इथं बसलो, तर कदाचित ते हा देशच सोडून जाणार असल्याचं कटू सत्य आपल्याला ऐकावं लागेल. त्यामुळं तो खुर्ची सारून उठला आणि जायला निघाला. पण गौतमच्या आईनं त्याला थांबवलं आणि म्हणाली,

"बेटा थांब, एवढ्यातच जाऊ नको. आम्ही जाण्याआधी आपली भेट तरी होईल की नाही कुणास, ठाऊक. बैस. थोडा वेळ गप्पा मारू..." तिचा आवाज दाटून आला होता.

"सॉरी माशीमाँ, पण मला घरी काम आहे. मी पुन्हा कधी तरी भेटायला येईन."

सुरंजननं वळून गौतमकडे पाहिलं सुद्धा नाही. त्याच्या आईकडे पण नाही. खाली मान घालून तो बाहेर पडला. आपल्या तोंडून बाहेर पडलेला निराशेचा सुस्कारा लपवणंही त्याला जमलं नाही.

◯

५

बिरूपाक्ष हा सुरंजनच्याच राजकीय पक्षातला एक अभ्यासू तरुण होता. आज सकाळी, सुरंजन अजून अंथरुणातून उठलाही नव्हता तोच, बिरूपाक्ष खोलीत आला.

"दहा वाजले, तरी अजून तू झोपलायस?"

"मी झोपलेलो नाही, नुसता लोळतोय. जेव्हा काहीच करण्यासारखं नसेल, तेव्हा नुसतं पडून राहावं. मशिदी उद्ध्वस्त करण्याचं धाडस आपल्यात नाही, तेव्हा नुसतं लोळत पडण्याखेरीज आपण दुसरं काय करणार?"

"खरं आहे तुझं म्हणणं. ते शेकडो देवळं उद्ध्वस्त करत आहेत पण आपण एखाद्या मशिदीवर नुसता दगड जरी फेकला तरी काय होईल, याची कल्पना कर. पाकिस्तान्यांनी चारशे वर्षांची पुरातन रोमोना कालीबारी धुळीला मिळवली, पण सरकारनं काही त्याच्या पुनर्बांधणीचं आश्वासन दिलं नाही."

"हसीना रोज बाबरी मशिदीच्या पुनर्बांधणीबद्दल बोलतात. बांग्लादेशात हिंदूंच्या नुकसानभरपाईची निदान किंचित तरी आशा आहे; पण देवळांच्या पुनर्बांधणीबद्दल मात्र बोलणं निघत नाही. त्यांच्या एक गोष्ट कशी लक्षात येत नाही? हिंदू काही बांग्लादेशात पुराच्या पाण्याबरोबर वाहत आलेले नाहीत. इतर कुणाइतकेच आम्हीही या देशाचे नागरिक आहोत. आम्हांला जगण्याचा हक्क आहे, स्वतःच्या जिवाचं संरक्षण करण्याचा हक्क आहे, मालमत्ता आणि धर्मस्थळं जतन करण्याचा हक्क आहे.

"ही सगळी लूटमार आणि दंगल काही केवळ बाबरी मशिदीच्या प्रश्नावरून चाललेली नाही. २१ मार्च, १९९२ या दिवशी सकाळी, बागेरहाट गावात, कालींद्र हलदार यांची मुलगी पुतुलरानी हिला त्याच भागात राहणाऱ्या मोखलेसुर रहमान आणि चाँद मिया तालुकदार यांनी पळवून नेलं.

"पटुआ खाली बगा युनियनचा उपजिल्हापरिषद चेअरमन युनुस मियाँ आणि यू.पी. सदस्य नबी अली मिर्धा यांनी मिळून मणि व कनाईलाल कुटुंबीयांना इतकं छळलं, की त्यांना देश सोडून जाणं भाग पडलं...

"राजनगर गावात बिरेन नावाच्या एका माणसाला पळवून नेण्यात आलं, त्याची मालमत्ता हडप करता यावी म्हणून. आजतागायत बिरेनचा पत्ता नाही. अशाच प्रकारे सुधीरची जमीन बळकावण्यासाठी

त्याचाही छळ करण्यात आला. सुधीर देश सोडून निघून गेला. साबुरपूर गावातील चंदन शील याला तर चेअरमननं स्वत:च पळवून नेलं. आजपर्यंत तरी त्याच्याबद्दल काही कळलेलं नाही... आणि बगा गावात चित्तरंजन चक्रवर्ती यांचं उभं पीक चोरून नेलं. चित्तबाबू जेव्हा गुन्ह्याची नोंद करायला गेले, तेव्हा त्यांना, 'तक्रार मागे घ्या, नाही तर तुम्हांला मारून टाकू' अशी धमकी देण्यात आली.''

सुरंजननं सिगारेट पेटवली. आपण नकळत या संभाषणात ओढले जात आहोत, हे त्याला कळून चुकलं. त्यानं सिगारेटचा एक झुरका घेतला आणि तो म्हणाला,

''एक एप्रिलला स्वपनचंद्र घोष यांच्या जलखाबार दुकानात सात-आठ व्यक्ती घुसल्या. घोष यांना बंदुकीचा धाक दाखवून, त्यांच्याकडून रोख रकमेची मागणी करण्यात आली. त्यांनी नकार दिल्यावर त्यांच्या कामगारांना धरून मारहाण करण्यात आली, तिजोरी जबरदस्तीनं फोडून वीस हजार टका एवढी रक्कम घेऊन गुंड पळून गेले. पण अशा घटना मुसलमानांच्या दुकानातही घडतातच. हे असं खंडणी गोळा करण्याचं जे सत्र सुरू झालं आहे, ते फारच तापदायक होत चाललंय. सिद्दीक बझारच्या माणिकलाल धुबीचंच उदाहरण घ्या. त्याच भागात राहणाऱ्या शहाबुद्दीन, सिराज परवेझ, सलाउद्दीन वगैरे लोकांनी त्याच्या मालमत्तेवर जबरदस्तीनं कबजा केला आहे आणि उरलेल्याचा ताबा मिळवण्यासाठीही त्यांची धडपड चालली आहे.''

सुरंजन काही वेळ शांत बसला आणि नंतर म्हणाला,

''पिकं कापून नेणं, बायकांना पळवणं, त्यांच्यावर बलात्कार करणं, मालमत्ता बळकावणं, खुनाच्या धमक्या देणं, लोकांना मारहाण करणं आणि त्यांना स्वत:च्याच घरातून बाहेर हाकलणं, इतकंच काय, पण देशाबाहेर हाकलणं... या सगळ्या गोष्टी काही फक्त आपल्या इथंच घडत नाही आहेत, तर सगळ्या देशभरच चालू आहेत. प्रत्यक्ष काय काय अत्याचार झाले, ते तरी आपल्याला पुरं कुठं ठाऊक आहे? किती लोकांना आपला देश सोडून जाणं भाग पडलं, याचा नक्की आकडा ठाऊक आहे आपल्याला?''

''सेनबाग, नोआखली इथं कृष्णलाल दास यांची पत्नी स्वर्णबाला हिला अबुल कलाम मुन्शी, अबुल कासीम आणि इतर काही लोकांनी पळवून नेलं. त्यांनी तिच्यावर बलात्कार केला आणि नंतर जवळच्या शेतात तिला बेशुद्धावस्थेत सोडून ते निघून गेले.'' बिरूपाक्ष म्हणाला.

सुरंजन उठून तोंड-हात-पाय धुवायला गेला. जाण्याआधी त्यानं किरणमयीला दोन कप चहा आणायला सांगितलं. आदल्या रात्रीच त्यानं आपल्या आईला दोन हजार टका दिले असल्यानं, आता तिला आपला मुलगा अगदीच बेजबाबदार आहे, असं वाटत नसावं.

ती आज बरीच शांत, स्वस्थ वाटत होती. कदाचित आर्थिक स्थिती, तात्पुरती का होईना, सुधारल्यामुळं असेल.

सुरंजन परत खोलीत गेला, तेव्हा बिरूपाक्ष खुर्चीत सचिंत मुद्रेनं बसला होता. सुरंजननं त्याला 'धीर धर' असा सल्ला दिला.

त्याला स्वतःला आता खूपच बरं वाटत होतं. आपण वडिलांच्या खोलीत जावं आणि ते काय करत आहेत ते बघावं, असं त्याला वाटलं.

तेवढ्यात माया दोन कप चहा घेऊन आली.

"एऽऽ, तू गेल्या काही दिवसांत बारीक झालेली दिसतेस, का? पारुलच्या घरी पोटभर जेवायला नाही वाटतं घातलं त्यांनी?"

मायानं त्याच्या या बोलण्याकडे दुर्लक्ष केलं आणि ती निघून गेली. तिला आपल्या भावाचा फार राग आला होता. सुधामयबाबू आजारी होते. अशा वेळी हसणं-खिदळणं मुळीच योग्य नव्हतं.

मायाच्या या तुटक वागण्यानं तो भानावर आला आणि एकदम गप्प झाला.

बिरूपाक्षनं त्याच्या विचारांची तंद्री सोडली. तो म्हणाला,

"सुरंजनदा, तुझा धर्मावर विश्वास नाही ना? तुम्ही प्रार्थना वगैरे करत नाही, शिवाय बीफ (गोमांस) देखील खाता, हे मला ठाऊक आहे. मग तुम्ही असं का नाही सांगत, की तुम्ही खरेखुरे हिंदू नसून अर्धे मुस्लिम आहात?"

"वस्तुस्थिती अशी आहे, की मी एक खरा मानवप्राणी आहे. त्याच गोष्टीला तर त्यांचा मूळ विरोध आहे. गंमत अशी, की हिंदू धर्मांध आणि मुस्लिम धर्मांध यांच्यात खरा बेबनाव नाहीच मुळी. तू या देशातील 'जमाती'चे लोक आणि भारतातील 'भाजप'चे लोक यांच्यांतील साम्य ओळखलं असशील. दोन्हीही पक्ष आपापल्या देशात आपापलं सामर्थ्य वाढवू बघत आहेत. 'भारतामध्ये भाजप नव्हे, तर काँग्रेस दंगलींना जबाबदार आहे...' तुला ठाऊक आहे, हे वक्तव्य कुणाचं ते? बैतूल मुकर्रम काँग्रेगेशनमध्ये खुद्द निझामींनी हे वक्तव्य केलं..."

"भारतातील दंगलींमध्ये एक हजार लोक मरण पावले. विश्व हिंदू परिषद, रा.स्व.संघ, बजरंग दल, जमात-ए-इस्लामी अशा सर्व गटांवर बंदी घालण्यात आली आहे. दरम्यान त्यांनी सिल्हेटमध्ये संप पुकारलेला आहे. पिरोझपूरमध्ये १४४ कलम लागू करण्यात आलं आहे. भोलामध्ये संचारबंदी जारी केलेली आहे. देशभर सर्वत्र मोठ्या प्रमाणात जातीय सलोख्यासाठी पदयात्रा काढण्यात येत आहेत. या मिरवणुकींमध्ये एक गमतीची गोष्ट दिसते, ती म्हणजे घोषणांमध्ये 'निझामी, अडवानी, भाई भाई...' अशा घोषणा ऐकू येतात. आणखीही काही घोषणा या दोघांमधील साम्य दाखवणाऱ्या आहेत. आज सर्व पक्षांनी एकत्र येऊन, जातीयतेला विरोध करण्यासाठी शांतियात्रा काढायची ठरवली आहे. असं ऐकतोय, की इंग्लंडमध्येही

देवळांवर हल्ले झाले. भोलाची पाहणी करून तोफाएल अहमद नुकतेच परत आले आहेत. त्यांना असं वाटतं, की बांग्लादेश रायफल्स (BDR) च्या जवानांना त्या ठिकाणी पाठवायला हवं. त्या संपूर्ण प्रदेशाची परिस्थिती फार वाईट आहे.''

''अखेर या सगळ्याची निष्पत्ती काय? सगळं काही जळून राख झाल्यावर बी.डी.आर. तरी काय करणार? राख गोळा करणार? तोफाइल सहा तारखेला कुठं होते? त्याच रात्री त्यांनी संरक्षणव्यवस्था का नाही केली?''

आता सुरंजनला स्फुरण चढलं होतं. तो म्हणाला,

''अवामी लीग तरी काय साधुसंतांची थोडीच आहे?''

''अशीही शक्यता असू शकेल ना, की अवामी लीगनं मुद्दामच दंगे थांबवण्याचा प्रयत्न केला नाही, म्हणजे आपोआपच कायदा आणि सुव्यवस्थेचा भंग झाल्याची जबाबदारी सरकारच्या माथी मारायला बरं.''

''कोणास ठाऊक? शक्य आहे. प्रत्येकालाच मतं हवी आहेत. या देशात फक्त मतांवर आधारित राजकारण चालतं. आदर्शवादाची कोणालाच पर्वा नाही. कसंही करून मतं मिळवायची. अवामी लीगला वाटतं, सगळी हिंदू मतं आपल्यालाच मिळतील. ते त्याला काय म्हणतात बरं? मला वाटतं, मतांची पतपेढी... तुला ठाऊक आहे? काही ठिकाणी तर त्यांनीच लूटमार चालू केली आहे.''

''मी तर असं ऐकतो, की अवामी लीगचा बालेकिल्ला म्हणून जी ठिकाणं मानली जातात, तिथं बी.एन.पी.च्या लोकांनी अत्याचार सुरू केले आहेत, त्यांनी देवळं उद्ध्वस्त करून टाकली आणि वर लोकांना विचारलं- तुम्ही ज्यांना मतं देता, ते लोक कुठं आहेत? त्याच पद्धतीनं इकडे बी.एन.पी.च्या बालेकिल्ल्यांमध्ये जाऊन अवामी लीगनं अत्याचार केले आणि लोकांना असाच प्रश्न विचारला. बी.एन.पी.नं हा प्रकार भोला इथं केला आहे, तर महेशकाली घिओर आणि माणिकगंज या ठिकाणी अवामी लीग जबाबदार आहे.''

''होय, राजकारण ही एक बाब आहे, पण आजतागायत मूलतत्त्ववाद्यांना वगळून काहीच साध्य झालेलं नाही. पण सगळ्या वृत्तपत्रांमध्ये सारख्याच प्रकारचे अग्रलेख आले आहेत म्हणे, हे खरं का? सगळ्यांनी काय म्हणे, जातीय सलोख्याचं आवाहन केलंय?''

''तू पेपर वाचत नाहीस?''

''मला वाचावासा वाटतच नाही.''

याच वेळी माया खोलीत आली. तिनं एक लिफाफा टेबलावर ठेवला आणि ती म्हणाली,

''माँचा निरोप आहे, हे पैसे परत घे, तिला नको आहेत.''

तो काही विचारणार, इतक्यात माया खोलीतून निघूनही गेली.

सुरंजननं लिफाफा उघडला, तर त्यात काल त्यानं किरणमयीला दिलेले सगळे पैसे जसेच्या तसे होते.

सुरंजनला अतिशय अपमान वाटला.

आपण काय करतोय, असं किरणमयीला वाटलं? इतका स्वाभिमान? आपल्या मुलानं दिलेले पैसे नाकारण्याइतका? आपल्या बेकार मुलानं कुठून तरी चोरीमारी करून पैसे आणले, असं तर नाही ना तिला वाटलं?

सुरंजन इतका अस्वस्थ झाला, की त्याला कुणाशी बोलावंसं वाटेना. बिरूपाक्षाशी देखील नाही. त्याला एकटं बसावंसं वाटलं.

किरणमयीचे वडील, अखिलचंद्र बसू हे एक प्रथितयश वकील होते. त्यांनी आपल्या मुलीचं लग्न सोळाव्या वर्षी एका तरुण डॉक्टरशी करून दिलं आणि आपल्या सगळ्या कुटुंबाबरोबर ते कलकत्त्याला निघून गेले. आपली मुलगी आणि जावई सुद्धा कधी ना कधी तरी तिकडे राहायला येतील, अशी त्यांना आशा होती.

किरणमयीला सुद्धा अशीच आशा वाटायची, कारण आपले सगळेच नातेवाईक कलकत्त्याला आहेत, म्हटल्यावर सुधामयबाबू पण तिकडे जायचं ठरवतील, असं तिला वाटायचं. पण तिची सासरची माणसं विचित्रच होती. ती आपल्या सासू-सासऱ्यांबरोबर सहा वर्षं राहिली. या काळात किती तरी नातेवाईक आणि मित्रमंडळी सोडून गेली. पण तिच्या नवऱ्यानं मात्र देश सोडून जाण्याबद्दल अक्षरही उच्चारलं नाही. किरणमयी एकटी राहायची.

कलकत्त्याहून वडिलांचं कधी तरी पत्र यायचं:

प्रिय किरण,

तुम्ही इकडे यायचं ठरवलं की नाही? सुधामयबाबूंना त्याविषयी परत एकदा विचार करायला सांग. आम्हांलाही आपला देश सोडून जाताना काही आनंद झाला नाही पण आम्हांला तसं करणं भाग पडलं. आम्ही इथंही काही फार सुखी आहोत, असं नाही. आमच्या मायभूमीची आम्हांला सुद्धा खूप आठवण येते. पण आपल्याला व्यवहार पाहिला पाहिजे, वस्तुस्थितीचा विचार केला पाहिजे. मला तुमची फार काळजी वाटते.

- तुझे, पिताजी

किरणमयी एकटीच बसून पत्र वाचायची आणि रडायची. कधी तरी रात्री ती सुधामयबाबूंचं भारतात चलण्याविषयी मन वळवायचा प्रयत्न करायची.

“तुमच्या बऱ्याच नातेवाइकांनी देश सोडलाय आणि माझ्याही. या असल्या परिस्थितीत जर आपणच इथं उरलो, तर आपल्याला कोणी मदत करणार नाही. भांडंभर पाणी देखील मिळायचं नाही.”

हे ऐकून सुधामयबाबू हसून तिची चेष्टा करायचे.

“तुला पाणी मागावं लागेल? मी तुला आख्खी ब्रह्मपुत्रा आणून देईन. मग बघू, किती पितेस ते. अगदी सगळे नातेवाईक मिळून सुद्धा ब्रह्मपुत्रेएवढं पाणी का भरून ठेवणार आहेत?”

सासरच्या माणसांपैकी कुणीच, नवरा किंवा मुलगा सुद्धा, हा देश सोडून जाण्याचा विचारदेखील करणं शक्य नव्हतं. त्यामुळं मग किरणमयीला त्यांचा तो निर्णय मान्य करण्यावाचून दुसरा पर्यायच नव्हता. शेवटी कोणत्याही परिस्थितीमधे कितीही संकटं आली, तरी सगळं कुटुंब सावरून धरण्याची जबाबदारी तिचीच होती. तिनं त्याचा बाऊ केला नाही. तिनं अगदी नुकताच केलेला स्वार्थत्याग म्हणजे आपली दोन सोन्याची कंकणं डॉ. हरिपदांच्या बायकोला विकली. सोन्याचं मोल काही इतकं जास्त आहे का, की संकटकाळी सुद्धा विकू नये? या घडीला सुधामयबाबूंवर उपचार आणि त्यांनी लवकरात लवकर बरं होणं हेच सगळ्यांत महत्त्वाचं होतं.

किरणमयीला जेव्हा विचार करायला सवड मिळाली, तेव्हा सुद्धा आपल्याला नवऱ्याविषयी वाटणाऱ्या प्रेमाचा हा कधीच न संपणारा झरा आपल्या ठायी आहे तरी कुठं, हे काही तिला उमजेना. हे प्रेम शारीर नव्हतं. १९७१ सालापासून त्या दोघांमधलं शारीरिक प्रेम संपलेलंच होतं.

सुधामयबाबू तिला नेहमी म्हणायचे,

“किरणमयी, मी तुझी फसवणूक केली आहे, नाही का गं?”

त्यांना काय म्हणायचं होतं, हे कळून सवरून सुद्धा किरणमयी त्यावर काही बोलत नसे. खरं तर, मनातून तिला सांगावसं वाटायचं,

‘छे, मुळीच नाही. मला नाही माझी फसवणूक झाल्यासारखी वाटत. कोण म्हणतं असं?’

पण हे सगळं नीट शब्दांत व्यक्त करणं तिला जमायचं नाही. त्यामुळं मग ती गप्पच बसायची.

सुधामयबाबू एक निःश्वास सोडून म्हणायचे,

“तू मला सोडून जाणार आहेस, किरण? मला कधी तरी अशी फार भीती वाटते गं.”

पण हा प्रश्नच नव्हता. किरणमयी त्यांना सोडून जाणं कधी शक्य नव्हतं, कधीच नाही.

शारीरिक प्रेम हेच स्त्री आणि पुरुष संबंधांमधलं सर्व काही असतं थोडंच? ते सोडून इतर कशाला काहीच महत्त्व नाही का? पस्तीस वर्षांच्या संसाराला, विवाहबंधनाला काहीच किंमत नाही? संसाराची परिपूर्णता होण्यासाठी दोघांनी मिळून जी सुखदु:खांची वाटचाल केलेली असते, ती विसरणं इतकं सोपं असतं? नाही, किरणमयी स्वत:शीच म्हणायची. आयुष्य हे काही परत परत मिळत नाही, तेव्हा वाट्याला आलेल्या प्राप्त परिस्थितीशी जुळवून घ्यायला हवं.

दुर्दैवानं त्यांच्या आयुष्यातील एक भाग निकामी झालेला होता; पण त्या गोष्टीचा तिनं स्वीकार केला होता. आणि जेव्हा जेव्हा मध्यरात्री तिला उठवून सुधामयबाबू आपल्या शारीरिक संबंधांतील असमर्थतेबद्दल दु:ख व्यक्त करत किंवा तुला त्यामुळं त्रास होतो ना, असं विचारत, तेव्हा ती नेहमी म्हणायची,

"मुळीच नाही! मला कसा त्रास होईल?"

पण आपल्या या दुर्बलतेबद्दल, वैगुण्याबद्दल सुधामयबाबूंना किती यातना व्हायच्या, किती हताश, किती अगतिक वाटायचं, याची तिला कल्पना होती. विशेषत: ते आपला चेहरा उशीत दडवायचे तेव्हा.

किरणमयी तेव्हा भिंतीकडे तोंड करून रात्रभर तळमळायची.

कधी तरी सुधामयबाबू तिला म्हणायचे,

"तुला जर आयुष्य नव्यानं सुरू करायचं असलं, तर माझी ना नाही."

किरणमयीला आतून कधीच तृष्णा वाटली नसेल, असं म्हणणंही चुकीचं ठरेल. कधी तरी सुधामयबाबूंचे मित्र घरी यायचे, गप्पागोष्टी करत बसायचे आणि त्यांच्या सावल्या कधी तरी किरणमयीच्या मांडीवर पडायच्या, तेव्हा स्वत:लाही नकळत तिला वाटायचं, या सावल्या खऱ्या असत्या, तर? एखादी हाडामांसाची बनलेली सावली आपल्या मांडीवर डोकं टेकून निजली, तर?

मात्र किरणमयीच्या शरीरानं फार काळ अशा मागण्या केल्या नाहीत. कालांतरानं तिच्या देहालाही या वंचनेची सवय झाली आणि काही झालं, तरी आयुष्य थोडंच थांबून राहतंय? ते सरतच गेलं, वय वाढत गेलं, तरुणपणाच्या इच्छा, वासना विरून गेल्या. त्या दिवसाला एकवीस वर्षं लोटली. तिला अलीकडे या बाबतीत काही अतृप्ती वाटत नसे.

कधी तरी ती स्वत:शीच विचार करायची समजा, समजा मी दुसऱ्या पुरुषाकडे गेले असते आणि तोही असाच असमर्थ निघाला असता, तर? किंवा जरी अगदी एक प्रियकर म्हणून तो चांगला असला, तरी सुधामयबाबूंइतका विशाल मनाचा, इतका चांगला निघाला नसता, तर?

सुधामयबाबूंचं आपल्यावर जिवापाड प्रेम आहे, हे किरणमयीला ठाऊक होतं. तिला त्याची अनेकदा प्रचीती येई आणि खूप तृप्ती, समाधान वाटे. ते तिला सोडून

कधीही जेवत-खात नसत. माशाचा सुद्धा मोठा तुकडा काढून तिच्या पानात वाढत. जर कधी मोलकरणीचा खाडा असला (ही गोष्ट पूर्वीची, त्यांची परिस्थिती चांगली असतानाची), की घरात धुणं, झाडू-फरशी करायला ते आपण होऊन तयार असत. संध्याकाळच्या वेळी किरणमयी एकटी, उदास बसून असली, की तिच्या केसांतला गुंता सोडवायला लागत. कधी तिला रमोना भवनमध्ये जाऊन स्वत:साठी थोड्या साड्या घेऊन यायचा आग्रह करत.

''तुझ्याकडे घरात नेसायला पुरेशा साड्या नाहीत.'' ते म्हणत.

नाही तर कधी तरी म्हणत,

''किरण, माझ्याकडे जर पुरेसे पैसे असते ना, तर मी तुझ्यासाठी खूप मोठ्ठं घर बांधलं असतं. तू अंगणात अनवाणी पायानं हिंडली असतीस. बागेत कितीक प्रकारची फळझाडं लावली असती, भाज्या आणि फुलं लावली असती. घेवड्याच्या वेलीचा आणि भोपळ्याच्या वेलाचा एकत्र गुंता झाला असता आणि मेंदीचा वास तुझ्या खोलीभर दरवळला असता. खरं तर, ब्रह्मपल्लीचं घर तुझ्यासाठी सर्वांग योग्य होतं. पण तुला माझी कशी अडचण होती, ते ठाऊक आहे. पैसा माझ्या लेखी तितका महत्त्वाचा नव्हता. ते ध्येयच नव्हतं माझं. मला काही पैसा मिळवता आला नसता, असं नाही. तुझ्या वडिलांना माझ्या घराकडे पाहूनच माझ्या आर्थिक स्थितीबद्दल पूर्ण भरवसा वाटला होता. आता माझ्याजवळ घर नाही, संपत्ती नाही. आत्ता आपली अक्षरश: हातातोंडाची गाठ आहे, याची जाणीव आहे मला. माझं काय, कसंही होतं किरण, पण तुला नक्की त्रास होत असेल.''

या सगळ्यांमधून किरणमयीला एकच स्पष्ट व्हायचं, की हा सरळ, साधासुधा जीव आपल्यावर खरंखुरं, मनापासून प्रेम करतो. जर एखाद्याला आयुष्यातल्या छोट्या-मोठ्या सुखांचा त्याग करून त्या मोबदल्यात या अशा माणसावर प्रेम करायची संधी मिळणार असेल, तर ते किती तरी चांगलं होतं. तशा वयाच्या अठ्ठाविसाव्या वर्षापासून तिच्या काही इच्छा अतृप्त राहिल्या होत्या खऱ्या पण तिच्या हृदयात खोलवर प्रेमाचा समुद्र उसळत होता आणि कधी शारीरिक अतृप्तीच्या दु:खानं मान वर काढलीच, तर ती दु:खं तो धुऊन टाकत होता.

ती आपल्या मुलाचा विचार करू लागली.

सुरंजननं तिला थोडे पैसे दिले होते. बहुतेक त्यानं ते पैसे कर्जाऊच घेतले असावे. तिला एक माहीत होतं, आपल्याला नोकरी नाही म्हणून तो स्वत:ला अपात्र समजतो. पण तिची अजून अगदी कठीण परिस्थिती आलेली नव्हती. ती कसं तरी करून वेळ भागवून नेत होती. अजूनही तिच्याकडे थोडे पैसे शिल्लक होते. सुधामयबाबूंनी स्वत:जवळ काहीही पैसा ठेवला नव्हता. जे काही थोडं-फार

मिळवत, ते लगेच आपल्या बायकोच्या हवाली करत. शिवाय, तिच्याजवळ तशी वेळच आली तर थोडे-फार सोन्याचे दागिनेही शिल्लक होते. त्याचमुळं तिनं सुरंजनचे पैसे परत केले होते. पण आपल्या या वागण्यानं सुरंजन किती दुखावला जाईल, याची तिला कल्पनाच आली नाही आणि म्हणूनच जेव्हा तो तिच्या खोलीत घुसून म्हणाला,

"तुला काय वाटतं, मी चोरीमारी करून पैसे आणले आहेत? का माझ्यासारख्या निरुपयोगी आणि बेकार माणसाकडून पैसे घ्यायची तुला लाज वाटते? मी तुमच्यासाठी जास्त काही करू शकत नाही, हे मलाही माहीत आहे... पण आपण काही करू शकलो असतो तर, असं मलाही वाटतं. एवढंसुद्धा तू समजू शकली नाहीस?"

तेव्हा ती आश्चर्यानं त्याच्याकडे बघतच राहिली.

त्याचे ते शब्द तिच्या काळजाला घरं पाडत गेले आणि ती मूकपणे बसून राहिली.

सुरंजननं रत्नाचं दार वाजवलं. तिनं स्वत:च दार उघडलं. त्याला दारात बघून तिला मुळीच आश्चर्य वाटलेलं दिसलं नाही. जणू काही त्याची वाट बघत असल्यासारखं ती त्याला आपल्या खोलीत घेऊन गेली. ती साधीच, सुती साडी नेसली होती.

लाल कुंकू हिच्या कपाळावर किती शोभून दिसेल, सुरंजनच्या मनात आलं... आणि भांगात रेखलेला नाजूक सिंदूर!

धर्मानं नेमून दिलेल्या असल्या निर्बंधांवर किंवा चिन्हांवर वगैरे सुरंजनचा विश्वास नव्हता. पण त्याला शंख, सिंदूर, बांगड्यांची किणकिण फार आवडायची. त्याच्या घरी असल्या सनातन रूढी-परंपरांचं पालन जरी होत नसलं, तरी पूजेच्या काळात उत्सवात भाग घ्यायला कधी बंदी नव्हती.

रत्ना त्याला बसवून चहा आणायला गेली. इतक्या वेळात तिनं फक्त त्याला 'कसा आहेस?' एवढंच विचारलं होतं.

सुरंजनही विशेष काही बोलला नव्हता. परवीनच्या नंतर पहिल्यांदाच आपण कुणाच्या तरी प्रेमात पडलो आहोत, ही जाणीव झाल्यामुळं त्याला बोलणं सुचत नव्हतं. आज कित्येक दिवसांनी पहिल्यांदाच त्यानं दाढी केली होती, इस्त्रीचा शर्ट घातला होता आणि थोडं कलोनही लावलं होतं.

रत्नाचे आई-वडील बरेच म्हातारे होते. तिला एक लग्न झालेला भाऊ होता. त्याला दोन मुलं होती. रत्ना या सगळ्यांबरोबर एकत्र राहत होती.

मुलांशी अजून त्याची नीटशी ओळख झाली नव्हती. त्यामुळं ती उत्सुकतेनं त्याच्या अवतीभवती घुटमळत होती. मधेच दाराआडून डोकावत होती.

सुरंजननं एका सात वर्षांच्या पोरीला जवळ बोलावून तिचं नाव विचारलं,

"मृत्तिका.'' ती धीटपणे म्हणाली.
"वा ! काय छान नाव आहे. तू रत्नाची कोण लागतेस?''
"ती माझी आत्या आहे.''
"असं?''
"तुम्ही माझ्या आत्याच्या ऑफिसात काम करता?''
"नाही गं. मी नुसताच इकडे तिकडे भटकतो.''

मृत्तिकाला तो 'भटकणं' शब्द आवडलेला दिसला. तिला आणखीही काही तरी बोलायचं होतं पण रत्ना चहाचा ट्रे घेऊन आली. सोबत बिस्किटं, गरम चणे आणि दोन प्रकारची मिठाई होती.

"वा, हे बघा एकदा!'' सुरंजन म्हणाला. "लोक म्हणतात हिंदूंना घराबाहेर पडता येत नाही. त्यामुळं तिथं खायला मिळायची मारामार. पण इथं बघावं, तर काही वेगळंच. एवढा खाऊ आहे, की एखादं दुकान सुद्धा उघडता येईल. मग? सिल्हेटहून कधी परत आलीस?''

"सिल्हेटहून नाही. मी हबीबगंज, सुनामगंज आणि मौलवी बझारला गेले होते. हबीबगंजमधे त्यांनी माझ्या डोळ्यांदेखत तीन देवळं जाळली.''

"पण ही जाळपोळ कोण करत होतं?''

"दुसरं कोण? टोप्या घातलेले दाढीवाले मुसलमान. नंतर त्यांनी बाजारातलं काली मंदिर उद्ध्वस्त केलं. तपनदास गुहा म्हणून माझे एक नातेवाईक डॉक्टर आहेत. त्यांचा दवाखानाच फोडून लुटला त्यांनी. आठ तारखेला सुनामगंजमधली दोन देवळं पाडली. नऊ तारखेला चार देवळं आणि पन्नास दुकानं लुटून, नंतर जाळण्यात आली. मौलवी बझार मधल्या राजनगर आणि कुलौरामधे सहा देवळं आणि एक आखाडा पूर्णपणे उद्ध्वस्त करण्यात आला. ब्राह्मबझारमध्ये सात दुकानं लुटण्यात आली.''

"नक्कीच हिंदू दुकानं असणार.''

रत्नाला हसू फुटलं.

"अर्थातच.''

तिनं चहा आणि गरम चणे सुरंजनच्या पुढ्यात ठेवले आणि ती म्हणाली, "या देशात राहणं शक्य आहे, असं तुला वाटतं?''

"का नाही? हा देश ही काय मुसलमानांच्या बापाची जहागीर आहे का?''

रत्ना हसली. पण त्या हसण्यात एक उदास झाक होती.

"लोक म्हणे, भोलामध्ये अगदी स्वस्तात सगळी मालमत्ता विकून टाकताहेत.''

"भोला सोडून कोण चाललंय? हिंदू?''

"अर्थातच.''

"मग तू तसं स्पष्ट म्हणत का नाहीस?" सुरंजन मूठभर चणे उचलत म्हणाला.

अर्थात ज्या लोकांवर अत्याचार होत होते, ते हिंदूच असणार, हे काही तिनं वेगळं सांगायची गरज नव्हती; हे तोही जाणून होता. पण तरीही तिनं 'त्या भागात राहणाऱ्या लोकांना घालवण्यात येतंय.' असं न म्हणता 'हिंदूंना घालवण्यात येतंय.' असं स्पष्ट म्हटलं पाहिजे, असा त्यानं आग्रह धरला.

रत्नाला काय ते कळलं पण ती काही न बोलता, सुरंजन खात असताना नुसती एकटक त्याच्याकडे बघत राहिली.

सुरंजनच्या मनात एकच गोष्ट घोळत होती. आज त्यानं तिला अगदी मोकळेपणानं सांगायचं ठरवलं होतं,

'मला तू फार आवडतेस आणि तुझी तयारी असेल, तर मला तुझ्याशी लग्न करायचंय.'

इतक्यात रत्ना पाणी आणायला उठली.

ती त्याच्या जवळून जाताना तिच्या पदराचा शेव त्याच्या हाताला निसटता स्पर्शून गेला.

त्याला त्या स्पर्शानं शिरशिरी आली. त्याला वाटलं,

रत्ना सहज माझी पत्नी होऊ शकेल. आपल्या भरकटलेल्या वाया चाललेल्या आयुष्याला स्थैर्य यावं, यासाठी म्हणून काही त्याला तिच्याशी लग्न करायचं नव्हतं. पण तो अनुभव आपल्याला आवडेल, याची त्याला खात्री होती. आपण दोघं दिवसचे दिवस एकमेकांशेजारी पडून राहू. तिच्या बोटांशी आपण खेळू आणि एकमेकांशी अगदी तान्ही बाळं असल्यापासूनच्या जुन्या दिवसांबद्दलच्या गप्पा मारू, थोड्याच वेळात आपल्या दोघांमधे असलेला सगळा दुरावा नाहीसा होऊन जाईल.

खरं तर, रत्ना त्याला बायको म्हणून हवी असण्यापेक्षा मैत्रीण म्हणून हवी होती.

पण तिचं काय? तिच्या त्या अथांग डोळ्यांत काय लपलेलं होतं? आपल्याला त्याचा काही पत्ता लागत नाही. या कल्पनेनं त्याला खूप निराशा वाटली. तो म्हणाला,

"तुला काही दुखापत झाली तर नाही, ते बघायला मी आलो."

"काही दुखापत? या शब्दाचा संदर्भ पुरुषांच्या बाबतीत एक, तर स्त्रीच्या बाबतीत दुसराच आहे. तुला नक्की काय म्हणायचंय?"

"दोन्ही."

रत्ना हसली आणि तिनं मान खाली घातली.

रत्ना हसली, की मौक्तिकांची उधळण वगैरे काही होत नसे. पण तिला हसताना बघणं हाही एक आनंद होता.

सुरंजनला तिच्या चेहऱ्यावरून नजर काढावीशी वाटेना.

आपण तिच्यापुढं फार वयस्क दिसतो का? आपल्या वयात पुरुष जरा थकल्यासरखे दिसतात का? आपण लग्न करायला अगदीच अयोग्य तर नाही?

हे असले विचार त्याच्या मनात चमकून जात असतानाच त्याच्या एक लक्षात आलं, रत्ना त्याच्याकडे परत टक लावून बघत होती. तिच्या डोळ्यांवरून तिला भुरळ पडल्यासारखी दिसत होती.

"अजूनही लग्न न करण्याचा तुझा विचार अगदी पक्का आहे का, रे?" रत्नानं हसून विचारलं.

सुरंजन उत्तर देण्यापूर्वी जरा थांबला.

"आयुष्य नदीसारखं आहे, हे तुला ठाऊक होतं का? नदी कधी एखाद्या ठिकाणी वाहण्याची थांबते का? कधी तरी निर्णय सुद्धा बदलतात. ते कायम काही अचल राहत नाहीत"

रत्नानं त्याचं बोलणं नीट ऐकलं.

सुरंजन उठून जायला निघाला, तेव्हा ती म्हणाली,

"बरं झालं, रे देवा!"

हिंदूंची सध्याची अवस्था आणि एकंदरच भोवतालची परिस्थिती बघता तिचे ते शब्द अयोग्यच वाटत होते.

पण सुरंजनची तक्रार नव्हती. तिच्या म्हणण्याचा अर्थ काय, ते विचारायची गरजच नव्हती, कारण तिला काय म्हणायचं होतं, ते त्याला पूर्णपणे ठाऊक होतं. रत्नाच्या सहवासात त्याला निर्भेळ आनंद मिळायचा.

तिची नाजूक, सडपातळ बोटं आपल्या हाती घेऊन त्याला म्हणायचं होतं, 'चल, आपण साल वृक्षांच्या बनात जाऊ, तू आणि मी जवळ जवळ पडून राहू. चंद्र आपलं रक्षण करेल. आपण चंद्राला सांगू, तुझं चांदणं लपवू नकोस...'

त्याला आणखी असंही म्हणायचं होतं,

'आपण आपले पूर्वीचे निर्णय बदलून टाकू आणि एकत्र काही तरी करू.'

पण यांतलं काहीही बोलणं त्याला जमलं नाही आणि तो क्षण निसटला.

रत्ना त्याला जिन्याशी सोडायला आली आणि म्हणाली,

"परत ये हं. तू आलास, की कुणी तरी आपल्यासाठी आधार द्यायला आहे, या कल्पनेनं बरं वाटतं... निदान आपण एकटे नाही..."

त्या चिमणुलीनं, परवीननं त्याच्या हृदयात एकेकाळी जो वसंत ऋतू फुलवला होता, तो पुन्हा एकदा नव्यानं फुलल्याची सुरंजनला स्पष्ट जाणीव झाली. परवीननं एकेकाळी ज्या स्वर्गाची दारं त्याच्यासाठी उघडली होती, तसल्याच स्वर्गात तो परत एकदा वाहात चालला होता.

६

सुरंजननं सकाळच्या चहाबरोबर वर्तमानपत्र उचललं. तो आज बराच आरामात होता. रात्रभर चांगली झोप झाली होती. त्यानं वर्तमानपत्रावर एक नजर टाकून मायाला हाक मारली.

''तुला काय झालं आहे, माया? तू अशी दुर्मुखलेली का असतेस सदोदित?''

''मला काहीही झालेलं नाही... तूच विचित्रासारखं वागतो आहेस. तू बाबांपाशी एकदा सुद्धा बसला नाहीस.''

''मला या असल्या गोष्टी जमत नाहीत. इतका धडधाकट, उत्साही माणूस हा असा एखाद्या ओंडक्यासारखा नुसता पडून राहिलेला माझ्याच्यानं बघवत नाही... आणि त्यात तुम्हांला दोघींना तिथं रडत बसलेलं पाहिलं, की ते मला सहन होत नाही. बरं, काय गं, मी दिलेले पैसे माँनं परत का केले? तिच्याजवळ काय खूप पैसा आहे का?''

''माँनं तिचे दागिने विकून टाकले.''

''हो का? बरं झालं. नाही तरी मला दागिने मुळीच आवडत नाहीत.''

''तुला आवडत नाहीत, होय? मग तू परवीन आपाला मोत्याची अंगठी का दिली होतीस?''

''त्या वेळी मी पोरकट होतो. मला समज नव्हती, फारशी बुद्धी नव्हती तेव्हा. तू मला विचारशील, तर...''

''वा, मग आता तुला समज आली आहे, वाटतं?'' मायानं विचारलं आणि ती हसली.

तिला असं हसताना पाहून सुरंजनला आनंद झाला. बऱ्याच दिवसांत त्याची बहीण अशी आनंदात दिसली नव्हती. तिला असंच हसतं ठेवावं, म्हणून त्यानं आपण वाचत असलेल्या वर्तमानपत्राचं पहिलं पान तिला दाखवलं.

''बघ...'' तो म्हणाला, ''आपण जिथं राहतो, त्या देशात सर्व जातिधर्मांचे लोक सलोख्यानं राहतात. जातीयता थांबवा आणि ज्यांनी अत्याचार, मारहाण, लूटमार व दरोड्याचं सत्र चालवलं आहे, त्यांना दंड करा, हा सर्वपक्षीय शांतियात्रेचा संदेश आहे. भारतामध्ये द्वेषाचा प्रसार आता बराच मर्यादित आला आहे. बाबरी मशिदीच्या आतील व सभोवार असलेल्या जागेचा जबरदस्तीनं घेतलेला कबजा उच्च न्यायालयानं बेकायदेशीर

ठरवलेला आहे. नरसिंहरावांनी असं जाहीर केलं आहे, की बाबरी मशिदीचा विनाश हे संपूर्णतया यू.पी.सरकारचं काम असून, केंद्र सरकार त्याबद्दल अजिबात जबाबदार नाही. पश्चिम बंगाल, गुजरात, महाराष्ट्र ही राज्यं अजूनही लष्करी अमलाखाली आहेत. डाव्या विचारसरणीच्या शक्तींनी जातीयवादाविरुद्ध लढा पुकारला आहे. आज पलटन जंक्शन इथं एक सभा बोलावण्यात आली आहे, सी.पी.बी. यांच्यातर्फे. अवामी लीगनं जातीय सलोखा प्रस्थापित करण्यासाठी आपण शांतियात्रा काढणार आहोत, अशी घोषणा केलेली आहे, नगर समन्वय कमिटीनं असं जाहीर केलं आहे, की जे दंगली सुरू करण्यास जबाबदार आहेत, त्यांना अटक करण्यात यावी. जातीयवादाच्या निर्मूलनासाठीची जी समिती आहे, त्यांनीही बैठक बोलावली आहे. टेंगी इथं सर्वपक्षीय शांतियात्रा निघणार आहे. सांस्कृतिक मंडळांनी एक घोषणा तयार केली आहे, 'बांग्लादेशात जातीयवादी शक्तींचा सामना करण्यात येईल.' पंधरा सुविख्यात नागरिकांनी असं जाहीर केलं आहे, की जातीय सलोखा व शांतता प्रस्थापित करण्याची जबाबदारी सर्वच नागरिकांची आहे. कर्नल अकबर यांनी असं जाहीर केलं आहे, की हुकूमशाही (फॅसिस्ट) विचारसरणीच्या 'जमातीं'ची शक्ती ठेचून काढली पाहिजे. बारीसाल इथं सामुदायिक जातीय सलोख्यासाठी समिती स्थापन करण्यात आली आहे. ढाका युनिव्हर्सिटी शिक्षक समितीनं असं जाहीर केलं आहे, की जर जातीय एकात्मता भंग पावली, तर लवकरच येणाऱ्या विजयमासाचं पावित्र्य नष्ट होईल. धामराई इथं लूटमार केल्याच्या आरोपावरून अठ्ठावीस जणांना अटक झाली आहे. पश्चिम बंगालचे मुख्यमंत्री, ज्योति बसू म्हणाले, 'भारताची मान जगासमोर खाली झाली आहे, याचं आपल्याला तीव्र दुःख होतंय.''

''तू फक्त चांगल्याच बातम्या वाचल्या आहेस....'' माया त्याच्या पलंगावर बसत म्हणाली. तिनं त्याच्या हातून वर्तमानपत्र घेतलं आणि म्हणाली, ''बाकीच्या बातम्यांचं काय? भोला मध्ये १०,००० कुटुंबं बेघर झाली आहेत, तर चित्तगाँगमध्ये सातशे घरांची राखरांगोळी झाली आहे. किशोरगंज मध्ये देवळं उद्ध्वस्त करण्यात आली आहेत. पिरोझपूरमध्ये १४४ कलम लागू करण्यात आलं आहे. मीरसराय, सीताकुंड इथं सातशे घरांना आगी लावण्यात आल्या.''

''आज मी कुठलीही वाईट बातमी ऐकणार नाही, कारण आज मी आनंदात आहे!'' सुरंजन ठामपणे म्हणाला.

''का बरं? परवीन आपा तलाक घेणार म्हणून? ती काल इकडे आली होती. ती म्हणाली, तिचा नवरा रोज रात्री तिला मारतो.''

''मग आता काय? ती मुसलमानाशी लग्न करून सुखी होईल, अशी त्यांना खात्री होती ना? छे, छे, माझ्या आनंदात असण्याचा परवीनशी काहीही संबंध नाही. आता या खेपेला मुसलमान नाहीत... म्हणजे मग आपण लग्नाला उभे राहिलो, की

थोडं आधी कुणी दाटल्या गळ्यानं एकमेकांना विचारायला नको, तू तुझा धर्म बदलशील?"

माया खळखळून हसली. तिचं ते देखणं हास्य ऐकूनही किती दिवस झाले होते.

अचानक सुरंजन गंभीर होऊन म्हणाला,

"आता बाबा कसे आहेत? आता ते लवकरच उठून हिंडायला लागतील की नाही?"

"आता बरे आहेत. आता निदान जरा नीट बोलू शकतात. हाताला धरून चालवत नेलं, तर बाथरूमलाही जातात. आता लापशीसारखं अन्न खाता येतं त्यांना. अरे खरंच, काल संध्याकाळी बेलाल भाई आला होता. तुझी चौकशी करत होता. तो बाबांना भेटला. तो म्हणाला, तू येते काही दिवस घराबाहेर पडता कामा नये. ते फार धोक्याचं आहे."

"ओऽऽ."

सुरंजन अचानक उठला.

तो असा गडबडीनं का उठला, ते लक्षात येऊन माया म्हणाली,

"काय झालं? कुठं निघालास की काय?"

"मी घरी राहणारा माणूस आहे का?"

"जर तू बाहेर पडलास, तर माँ फार काळजी करेल. दादा, नको ना रे जाऊ. मला सुद्धा फार काळजी वाटते आणि भीती पण."

"मला पुलकचे पैसे परत करायला हवेत. तुझ्याकडे थोडे पैसे आहेत का? तू तर मिळवती आहेस. ए, मला तुझ्या शिलकीतून सिगारेटसाठी थोडे पैसे दे ना."

"मुळीच नाही. मी तुला सिगारेटला पैसे देणार नाही. तू लवकर मरू नयेस, असं मला वाटतं."

असं म्हणत म्हणत मायानं त्याला एक शंभराची नोट काढून दिली.

त्यानं प्रेमानं आपल्या बहिणीकडे पाहिलं आणि त्याला जुना प्रसंग आठवला.

मायाला अगदी लहानपणी शाळेतल्या काही मुलींनी चिडवलं होतं,

"हिंदू, हिंदू... हिंदू गाईचं डोकं खातात..."

तेव्हा ती खूप रडली होती. घरी येऊन तिनं सुरंजनला विचारलं होतं,

"दादा, मी हिंदू आहे?"

तो म्हणाला होता,

"हो."

त्यावर माया म्हणाली,

"मला नाही हिंदू राहायचं, मी हिंदू आहे, म्हणून सगळे मला चिडवतात."

सुधामयबाबूंनी हे संभाषण ऐकलं आणि ते म्हणाले,

"कोण म्हणतो, तू हिंदू आहेस? तू तर माणूस आहेस. माणसाहून श्रेष्ठ काही नसतं."

त्या वेळी सुरंजन आपल्या वडिलांपुढं मनोमन आदरानं नतमस्तक झाला होता. त्याचा आजतागायत पुष्कळ माणसांशी संबंध आला होता. पण त्याच्या वडिलांइतका मोठ्या मनाचा, सहनशील, समजूतदार आणि दुसऱ्याची कदर करणारा माणूस त्यानं पाहिला नव्हता.

१९६४ मध्ये सुधामयबाबूंनीच दंगल थांबवण्यासाठी एक घोषणा तयार केली होती,
"पूर्व पाकिस्तान, त्यांना थांबवा... त्यांना विरोध करा..."
सुदैवानं शेख मुजीब यांच्या हस्तक्षेपामुळं त्या दंगलीचा आणखी प्रसार झाला नव्हता.

खरं म्हणजे, ती दंगल अयूब खान सरकारच्या समर्थकांनी चोरटेपणानं चालू केली होती आणि सरकारविरोधी कारवायांना वेळीच थोपवणं हे तिचं उद्दिष्ट होतं. दंगली सरकारविरोधी आहेत, असा आरोप ठेवून सरकार कोर्टात गेलं होतं व सुधामयबाबू आरोपींपैकी एक होते.

सुधामयबाबू तसे भूतकाळात रमणाऱ्यांपैकी नव्हते, पण नकळत भूतकाळाची चित्रं डोळ्यांसमोर तरळू लागली. त्यांची देशाबद्दलची आत्मीयता, सक्रिय सहभाग, देशाची प्रगती, देशाचं भवितव्य... या सगळ्याचा शेवट काय झाला होता?

१९७५ पासून देशाच्या कामकाजाची व्यवस्था हळूहळू मूलतत्त्ववादी शक्तींनी हळूहळू बघायला सुरुवात केली होती. लोकांना याची कल्पना होती; पण कुणाला त्यावर प्रतिक्रिया व्यक्त करावीशी वाटली नव्हती. या पिढीतल्या लोकांना काही तत्त्वप्रियता वगैरे होती की नाही? भूतकाळातील ती हिंमत, ते धैर्य कुठं गेलं?

१९५२ मधे देशातील तरुणांनी एकत्र येऊन बांगला ही राष्ट्रभाषा व्हावी, यासाठी सार्वत्रिक चळवळ केली होती, ते धैर्य कुठं गेलं? त्या काळच्या तरुणांनी आपल्या तत्त्वासाठी जिवाचं बलिदान केलं होतं.

१९६९ मधे ज्यांनी सार्वत्रिक उठावामधे आपल्या प्राणांची आहुती दिली होती, तसे तरुण आज कुठं गेले?

१९७१ सालचे तीस लाख देशभक्त कुठे गेले? त्यांच्या अंगची धैर्यशीलता, त्यांचा देशभक्तीचा वारसा आज कुणाकडे आहे? ती उत्साहाची भावना, तो जोश, उन्माद सुधामयबाबूसारख्यांना चळवळीत खेचायला कारणीभूत झाला होता. आज तो कुठं आहे? आज ते चैतन्य कुठं आहे? आजच्या तरुणांची कातडी सर्पासारखी थंडगार कशी? आणि एका धर्मनिरपेक्ष राष्ट्रात हळूहळू जातीयवादाचा इतका सहज

लज्जा । १३९

शिरकाव कसा झाला? भविष्यात काय भयानक वाढून ठेवलंय, हे आधी कुणाच्याच कसं लक्षात आलं नाही?

या विचारांनी त्रस्त होऊन सुधामयबाबूंनी अंथरुणात उठून बसायचा प्रयत्न केला पण ते कोसळले. वेदना आणि पराजयाचं दु:ख त्यांच्या थकलेल्या चेहऱ्यावर उमटलं.

अवामी लीगच्या लॉ मिनिस्ट्रीनं अयूब खान यांचा सर्वांच्या तिरस्काराला पात्र झालेला 'एनिमी प्रॉपर्टी ॲक्ट' (शत्रूची मालमत्ताविषयक कायदा) हा 'ॲक्वायर्ड प्रॉपर्टी ॲक्ट' (जप्त मालमत्ताविषयक कायदा) या निराळ्या नावाखाली संसदेत आणला. आधीच्या राजवटीत जे हिंदू देश सोडून गेले, त्यांची मालमत्ता ही 'शत्रूची मालमत्ता' म्हणून जाहीर करण्यात आली.

दुसऱ्या शब्दांत सांगायचं, तर सुधामयबाबूंचे काका देशाचे शत्रू होते का? त्यांच्या काकांची ढाक्यात, तसेच आजूबाजूच्या सोनारगाव, नारशिंदी, किशोरगंज, फरीदपूर इ.उपनगरात मोठाली घरं व जमीनजुमला होता. यांपैकी काही जागांवर शैक्षणिक संस्था, जनावरांची रुग्णालयं, कुटुंब कल्याण संस्थांची ऑफिसं, आयकर कार्यालयं, इत्यादी उभारण्यात आली होती. सुधामयबाबू अगदी लहान असताना आपल्या अनिलकाकांच्या घरी वारंवार जात असत. ते रामकृष्ण मिशन रोडवरील एका भव्य इमारतीत राहत. त्यांच्या तबेल्यात दहा घोडे होते.

आज मात्र सुधामय दत्त टिकाटुली इथल्या एका लहानशा अंधाऱ्या घरात राहात होते. जवळच एक प्रचंड मोठं घर होतं. हे घर एकेकाळी त्यांच्या काकांच्या मालकीचं होतं. परंतु आता सरकारनं त्याचा ताबा घेतलेला होता.

हा जो नवीन कायदा केलेला होता, 'जप्त मालमत्ताविषयक कायदा', हा जर देश सोडून गेलेल्या लोकांच्या नजीकच्या स्थायिक नातेवाइकांच्या जरा जरी बाजूचा असता, तरी देशात शिल्लक उरलेल्या हिंदूंची किती तरी दु:खं कमी झाली असती. सुधामयबाबूंनी याबाबत उच्चपदस्थ सरकारी अधिकाऱ्यांना आजपर्यंत किती तरी वेळा सूचना केली होती. पण त्याचा काही उपयोग झाला नाही. ज्या अनेक बाबतीत त्यांना हार मानावी लागली होती, त्यांपैकी ही एक.

आता ते थकले होते. हे सगळं आणि आता त्या जोडीला हे लुळंपांगळं जिणं वाट्याला आलं. आपण आता कशासाठी जगायचं, हे त्यांना समजेना. आपल्याला जर असंच अंथरुणात पडल्या पडल्या मरण आलं, तर कुणाचं काय बिघडणार आहे? उलट किरणमयीचं रात्रीचं जागरण थांबेल; तिचा सततचा त्रास वाचेल.

अंथरुणात पडल्या पडल्या त्यांच्या मनात विचार येऊ लागला, हिंदू नागरिकांचं संरक्षण करण्यात आपलं सरकार किती अपयशी ठरलं आहे!

१९६५ साली भारत पाकिस्तान यांच्यांत जे युद्ध झालं, त्यानंतर घडलेल्या दोन गोष्टींमुळं 'एनिमी प्रॉपर्टी ॲक्ट' किंवा शत्रूची मालमत्ताविषयक कायदा अस्तित्वात आला- एक म्हणजे, हुकूमशाही पाकिस्तानी सरकारचा पूर्व पाकिस्तान व आपल्या अधिकाराखाली असलेल्या मुलुखाकडे बघण्याचा दृष्टिकोन आणि त्याची आत्यंतिक जातीयवादी विचारसरणी. स्वातंत्र्य मिळाल्यानंतर याच कायद्याचं मोठ्या हुशारीनं नामांतर केलं होतं, याची सुधामयबाबूंना फार चीड यायची. नव्यानं स्वातंत्र्य मिळवलेल्या बांग्लादेशात या अशा प्रकारचा कायदा असणं ही मोठ्या शरमेची गोष्ट आहे, असं त्यांना वाटे. या कायद्यामुळं नागरिकांच्या मूलभूत, मानवी आणि लोकशाही हक्कांची पायमल्ली झाली होती. अत्यंत शिताफीनं रचलेल्या आणि नवीन नाव धारण केलेल्या या कायद्यामुळं सुमारे वीस दशलक्ष हिंदूंना समान हक्क देण्याचे टाळून, त्यांचं अपरिमित नुकसान करण्यात आलं होतं. त्यांना अक्षरशः त्यांच्या भूमीतून मुळापासून उखडून टाकण्यात आलं होतं. आता या कारणानं जर हिंदूंना असुरक्षित वाटलं, तर त्यात त्यांचा काय दोष? त्यांच्या भूमीत जातीयवादाचं बीज खोलवर रुजलं, तर हा काय त्यांचा गुन्हा?

देशाच्या घटनेनं आपल्या सर्व नागरिकांना एकाच प्रकारचं संरक्षण आणि समान हक्क दिले होते. पण हा 'एनिमी प्रॉपर्टी ॲक्ट' हे तर चक्क घटनेचं उल्लंघन होतं आणि देशाच्या सार्वभौमत्वाचा, देशाच्या स्वतंत्र विचारसरणीचा अनादर होता.

मूलभूत हक्कांसंबंधीचे घटनेमधले मुद्दे अगदी स्पष्ट होते. त्यांत सरळ सरळ लिहिलं होतं :

26. 1 All existing law inconsistent with any provisions of this part, and any law so made shall, to the extent of such inconsistency, be void.

26. 2 The state shall not make any law inconsistent with any provisions of this part, and any law so made shall, to the extent for such inconsistency, be void.

27. All citizens are equal before law and are entitled to equal protection of law.

28. 1 The state shall not discriminate against any citizens on grounds of religion, race, caste, sex or place of birth.

31. To enjoy the protection of the law, and to be treated in accordance with the law, and only in accordance with the law, is the inalienable right of every citizen, wherever he may be, and of every other person for the time being within Bangladesh, and in particular, no action detrimental to

the life, liberty, body, reputation or property of any person shall be taken except in accordance with law.

[(२६. (१) या विभागातील कोणत्याही तरतुदींशी विसंगत असणारे सर्व कायदे आणि त्या विसंगतींना धरून केलेला कोणताही कायदा गैरलागू मानण्यात येईल.

२६. (२) या विभागातील कोणत्याही तरतुदींशी विसंगत ठरणारा कोणताही कायदा सरकार तयार करणार नाही, आणि तसा एखादा कायदा जरी तयार झाला आणि तो या अर्थाने विसंगत ठरला, तर तो गैरलागू ठरेल.

२७. कायद्यासमोर सर्व नागरिक समान आहेत आणि त्या सर्वांना कायद्यापासून मिळणारे संरक्षणही समानच राहील.

२८. (१) सरकार कोणत्याही नागरिकात धर्म, वंश, जात, लिंग किंवा जन्मस्थान यांचा आधार घेऊन भेदभाव करणार नाही.

३१. कायद्यानुसार मिळणाऱ्या संरक्षणाचा उपभोग घेणे आणि कायद्यानुसार वागणूक मिळणे व निव्वळ कायद्यानुसारच सर्व व्यवहार घडणे हा प्रत्येक नागरिकाचा एक अदेय असा हक्क आहे. मग तो नागरिक कोठेही का वास्तव्य करेना, त्याला तो हक्क प्राप्तच होईल. त्याचप्रमाणे त्या काळापुरती बांग्लादेशात असणारी इतर कोणतीही व्यक्तीही त्या हक्काचा उपभोग घेऊ शकेल. त्या संबंधात, विशेषत: कोणाही व्यक्तीचे जीवन, स्वातंत्र्य, शरीर, लौकिक किंवा मालमत्ता आदींना बाधा येईल, अशी कोणतीही कारवाई केली जाणार नाही. जी काही कृती करण्यात येईल, ती केवळ कायद्याला धरूनच होईल.)]

कलम क्र ११२ मध्ये स्पष्टपणे नमूद केलेले आहे :

'All authorities, executive and judicial, in the Republic shall act in aid of the Supreme Court.'

('प्रजासत्ताकाचे कार्यकारी आणि न्यायखात्याचे सर्व अधिकारी सर्वोच्च न्यायालयास साहाय्यभूत होण्याच्या दृष्टीने कार्य करतील.')

१९६५ च्या पाकिस्तान संरक्षण कायद्यातील काही विशिष्ट कलमांनुसार राष्ट्राच्या शत्रूंची केलेली व्याख्या खालीलप्रमाणे आहे-

   a. any state, or sovereign of a state, at war with, or engaged in military operation against Pakistan, or

   b. any individual resident in enemy territory, or

   c. any body of persons constituted or (incorporated) in enemy territory, or in or under the laws of a state at war with, or engaged in military operations, against Pakistan, or

d. any other persons or body of persons declared by the Central Government to be an enemy, or

e. any body of persons (whether incorporated or not) carrying on business in any place, if and so long as the body is controlled by a person who under this rule is as enemy, or

f. as respect any business carried on in enemy territory and individual or body of persons (whether incorporate or not) carrying on that business.

[(अ) पाकिस्तानविरुद्धच्या लष्करी कारवाईत गुंतलेले आणि प्रत्यक्ष युद्धकार्यात सहभागी झालेले कोणतेही राष्ट्र किंवा एखादा राष्ट्रप्रमुख.
किंवा
(ब) शत्रूच्या प्रदेशातील कोणताही रहिवासी
किंवा
(क) शत्रूच्या प्रदेशातील कोणतीही संघटित संस्था किंवा एकत्र आलेले समूह किंवा पाकिस्तान विरुद्धच्या सैनिकी कारवाईत गुंतलेल्या आणि प्रत्यक्ष युद्धात कायद्याने सहभागी झालेल्या संस्था
किंवा
(ड) केंद्र सरकारने 'शत्रू' म्हणून घोषित केलेल्या इतर कोणत्याही व्यक्ती किंवा संस्था
किंवा
(इ) कोणत्याही ठिकाणी व्यवसाय-धंदा करणारी संस्था - (कायद्याने स्थापन झालेली कंपनी असो वा नसो) जोपर्यंत या नियमाखाली 'शत्रू' म्हणून घोषित केलेल्या व्यक्तीच्या नियंत्रणाखाली जर ती संस्था असेल, तर त्या नियंत्रणाच्या मुदतीपर्यंतची ती विशिष्ट संस्था
किंवा
(फ) शत्रु-प्रदेशात कोणताही व्यवसाय-धंदा करणारी व्यक्ती आणि संस्था (कायद्याने स्थापन झालेली वा न झालेली)]

पुढे कलम क्र.१६९.१ मध्ये पुन्हा एकदा त्याचे विभागीकरण करून 'शत्रू' कोणाला संबोधायचे, हे स्पष्ट करण्यात आले-

a. any individual who possesses the nationality or a state at war with, or engaged in military operation against Pakistan, or having possessed such nationality at any time has lost... without acquiring another nationality, or

b. any body of persons constituted or incorporated in or under the laws of such state.

169. 4. Enemy property means : any property for the time being belonging to or held or managed on behalf of an enemy as defined in rule 161, an enemy subject or any enemy firm, but does not include the property which is 'Evacuee property' under the Pakistan (Administration of Evacuee Property) Act, 1957 (XII of 1957)

[(अ) पाकिस्तानविरुद्ध युद्धात उतरलेल्या राष्ट्राचे नागरिकत्व बाळगणारी आणि त्याच्याविरुद्ध सैनिकी कारवाईत गुंतलेली किंवा कधी काळी ते राष्ट्रीयत्व बाळगणारी; पण आता ते गमावलेली व्यक्ती... जरी तिने दुसरे राष्ट्रीयत्व संपादन केले नसले, तरीही

किंवा

(ब) अशा राष्ट्राच्या कायद्याखाली स्थापन करण्यात आलेला किंवा कायद्याने नोंदलेला कोणताही समूह.

१६९.४ 'शत्रूची मालमत्ता' म्हणजे - नियम क्र.१६१ मधील व्याख्येत बसणारी कोणतीही मालमत्ता, जी त्या कालावधीपुरती शत्रूच्या मालकीची असेल किंवा त्याच्या ताब्यात असेल किंवा त्याच्या वतीने तिचे व्यवस्थापन होत असेल, तर ती- जिला शत्रूच्या अखत्यारीतील प्रजाजन म्हणता येईल किंवा ती शत्रूची पेढी म्हणून ज्ञात असेल... या मिळकतीत द पाकिस्तान (ॲडमिनिस्ट्रेशन ऑफ इव्हॅक्यूई प्रॉपर्टी) ॲक्ट, १९५७ (XII-१९५७)खाली नोंदलेल्या 'निर्वासित मालमत्ते'चा समावेश असणार नाही.]

त्यात पुढे आणखी नमूद करण्यात आले :

Where an individual enemy subject dies in Pakistan any property which individually before his death belonged to or was held by him, or was managed on his behalf, may not-withstanding his death continue to be regarded as enemy property for the purpose of rule 182.

("जर एखाद्या शत्रुपक्षाच्या प्रजाजनाचे पाकिस्तानात निधन झाले, तर मृत्यूपूर्वी त्याच्या नावावर असलेली मिळकत किंवा त्याच्या ताब्यातील मालमत्ता किंवा त्याच्या वतीने जिची व्यवस्था पाहिली जात असेल, ती जायदाद, नियम क्र.१८२ खाली 'शत्रुपक्षाची मिळकत' म्हणून मानण्यात येईल आणि तसे मानत असताना त्याचा मृत्यू झाला आहे, याची दखल घेण्यात येणार नाही.)

१९४७ नंतर, पूर्व पाकिस्तानात जेव्हा जातीय दंगली उसळल्या, तेव्हा लक्षावधी हिंदू भारताकडे निघून गेले. त्या वेळी, तत्कालीन पाकिस्तान सरकारने त्यांच्या बाबतीत १९४९ चा ८ वा 'द ईस्ट बेंगॉल इव्हॅक्युई' (ॲडमिनिस्ट्रेशन ऑफ प्रॉपर्टी) १९५१ चा २३ वा- द ईस्ट बेंगॉल इव्हॅक्युई (रिस्टोरेशन ऑफ

पझेशन) आणि १९५१ चा २४ वा द ईस्ट बेंगॉल इव्हॅक्युईज् (ॲडमिनिस्ट्रेशन ऑफ इम्मूव्हेबल प्रॉपर्टी) आदी कायद्यांचा अंमल जारी केला. त्यानुसार निर्वासितांची मालमत्ता, तिचे पुनर्प्राप्तीकरण आणि स्थावर मिळकतीचे व्यवस्थापन सरकारकडे गेले, त्यातील चोविसावा कायदा सांगतो :

The evacuee property committees constituted under this Act shall not take charge of any evacuated property.

1.If the sole owner or all the co-sharer owners of the property, object to the management of such property by the committee on the ground that he or they has or have made other arrangements for the management and utilisation of the property and if the committee is satisfied that the arrangement so made proper and adequate, or

2. if an objection is filed and allowed under this section.

[या कायद्याखाली स्थापन करण्यात आलेल्या निर्वासितांच्या मिळकतींच्या संबंधांतील समित्या त्यापैकी कोणत्याही मिळकतीचा ताबा घेणार नाहीत.

जर-

(१) त्या मिळकतीचा एकमेव मालक किंवा तिचे भागीदार यांनी तिची देखभाल करण्याची इतर काही व्यवस्था केली असेल किंवा तिची इतर पूर्तता केलेली असेल आणि त्या कारणाने त्यांनी समितीच्या नियंत्रणावर आणि व्यवस्थेवर त्या संदर्भात आक्षेप घेतला असेल, तर आणि त्या मंडळींनी केलेल्या व्यवस्थेची यथार्थता आणि पूर्तता याबद्दल समितीचे समाधान होत असेल, तर

किंवा

(२) तशा तऱ्हेचा आक्षेप नोंदलेला असेल आणि त्याला कायद्याच्या या भागाखाली ही अनुमती मिळणार असेल, तर तसे घडून येणार नाही.]

याच कायद्यात पुढे अशीही तरतूद होती, की संबंधित मालमत्ता ताब्यात मिळण्यासाठी त्या निर्वासित व्यक्तीचा अर्ज आला, तरच त्या बाबतीत विचार होऊन ती मालमत्ता त्याच्या स्वाधीन केली जाईल. त्या मिळकतीची विल्हेवाट मर्जीनुसार लावण्याचा हक्क या अर्जदाराला असेल.

१९५७ मध्ये, पाकिस्तान सरकारने या कायद्यात आणखी काही बदल केले आणि १९५७ चा १२ वा कायदा- ॲडमिनिस्ट्रेशन ऑफ इव्हॅक्युई प्रॉपर्टी ॲक्ट, १९५७- जारी केला. या कायद्यानुसार आता ज्या प्रदेशांचा समावेश भारतीय प्रदेश म्हणून केला जातो किंवा जे क्षेत्र भारताने व्यापलेले आहे आणि अद्याप ते व्यापणे त्याला शक्य झालेले नाही, त्या प्रदेशात/क्षेत्रात वास्तव्य करणाऱ्या व्यक्तीच्या

मिळकती, तत्कालीन पाकिस्तानातील मिळकतीची व्यवस्था स्वत: पाहात असेल किंवा दुसऱ्यांकरवी तिची देखभाल करत असेल...

पाकिस्तानच्या या कायद्याने हिंदूंना काही फार अडचणीत आणले नव्हते. त्यांची खरी अडचण केली, ती द ईस्ट पाकिस्तान डिस्टर्बड् पर्सन्स आणि रिहॅबिलिटेशन ऑर्डिनन्स, १९६४ या अध्यादेशाने.

१९६५ मधील भारत-पाक युद्धाचा परिणाम म्हणून पाकिस्तान सरकारने आणीबाणीची परिस्थिती असल्याचे जाहीर केले आणि १९६२ ची पाकिस्तानची राज्यघटना, तसेच १ आणि २ या प्रकरणांमधील मूलभूत हक्कांच्या संबंधी नमूद केलेली कायद्याची ताकद कमी करण्यात आली. ६ सप्टेंबर, १९६५ रोजी डिफेन्स ऑफ पाकिस्तान ऑर्डिनन्स क्रमांक २३ प्रमाणे डिफेन्स ऑफ पाकिस्तान रूल्स १९६५ लागू करण्यात आले.

डिफेन्स ऑफ पाकिस्तान रूल्स, १९६५ मधील कलम क्र. १८२ सांगते :

'एखाद्या शत्रुपक्षाच्या पेढीला पैसे देण्यास प्रतिबंध करण्याच्या दृष्टीने, शत्रुपक्षाची मालमत्ता हस्तांतरित करण्याच्या हेतूने तिचे व्यवस्थापन करणे आणि विल्हेवाट लावणे आणि त्या संबंधातील प्रासंगिक व्यवस्था करणे वगैरे सर्व बाबी हाताळण्यासाठी केंद्र सरकार एखाद्या अधिकाऱ्याची कस्टोडियन ऑफ एनिमी प्रॉपर्टी फॉर पाकिस्तान किंवा स्थानिक क्षेत्राच्या गरजेनुसार एक किंवा अधिक डेप्युटी कस्टोडियन आदींची नियुक्ती करू शकेल. त्या अधिकाऱ्यांकरवी वरील प्रकारच्या शत्रुपक्षाच्या मालमत्तेची व्यवस्था, विल्हेवाट करून, नियमांनुसार आवश्यक ती कार्यवाही करण्यात येईल या कायद्याच्या आधाराखाली शत्रुपक्षाच्या सर्व मिळकती सरकारच्या नियंत्रणाखाली आल्या. युद्धकाळी पकडून कैदेत ठेवण्यात आलेल्या किंवा युद्धकाळात बंधने घालण्यात आलेल्या अशा मिळकतीच्या मालकांच्या त्या मिळकती 'असंरक्षित' मानण्यात आल्या. त्यांची तात्पुरती जबाबदारी सरकारने आपल्याकडे घेतली आणि त्या सर्व मिळकती संबंधित मालकांच्या हवाली करण्याचे अभिवचन सरकारने दिले. त्यासाठी केंद्र सरकारने एनिमी प्रॉपर्टी (कस्टडी ॲन्ड रजिस्ट्रेशन) ऑर्डर १९६५ असा नवा कायदा मंजूर केला. १९६६ मध्ये तसाच आणखी एक कायदा- द एनिमी प्रॉपर्टी (लॅन्ड ॲन्ड बिल्डिंग) ॲडमिनिस्ट्रेशन ॲन्ड डिस्पोजल ऑर्डर- मंजूर केला.

या सर्व कायद्यांनुसार त्या मिळकतींच्या संदर्भातील नुकसानभरपाई, देखभाल आणि व्यवस्थापन व त्याबरोबर त्या मिळकतींचा सर्व हिशोब यांची सर्व जबाबदारी विशिष्ट सरकारी अधिकाऱ्यांवर सोपवण्यात आली.

भारत-पाक युद्धानंतर शत्रुपक्षासंबंधातील आधीचे सर्व कायदे एका अध्यादेशानुसार लागू करण्यात आले. बांग्लादेशच्या स्वातंत्र्ययुद्धानंतर भारताकडे जरी दोस्तराष्ट्र

म्हणून पाहण्यात येत असले व या दोन्ही देशांमध्ये युद्ध चालू नसले, तरी राष्ट्राध्यक्षांचा आदेश क्र.२९/१९७२ किंवा बांग्लादेश व्हेस्टिंग ऑफ प्रॉपर्टी अॅन्ड अॅसेट्स ऑर्डर हा अमलात आला. परिणामी, शत्रुपक्षाची जी मिळकत पाकिस्तान सरकारच्या ताब्यात होती, तिचे हस्तांतर आता बांग्लादेश सरकारकडे झाले आणि त्यामुळे १९६९ च्या पाकिस्तान सरकारने आपल्या अध्यादेशानुसार मूळ मालकांना दिलेल्या अभिवचनाला हरताळ फासण्यात आला. हक्काची मिळकत परत मिळण्याच्या आशा मावळल्या. पाकिस्तानच्या राजवटीत जे घडत होते, तेच स्वतंत्र बांग्लादेशच्या राजवटीत घडू लागले. 'शत्रूपक्षाची मिळकत' या नावाखाली सर्व सूत्रे बांग्लादेश सरकारच्या हाती गेली. या व्यवस्थेखाली भरडल्या जाणाऱ्या जनतेने जेव्हा आपल्या कायदेशीर हक्कांची मागणी केली, तेव्हा एक नाटक करण्यात आले. त्या मूळच्या अध्यादेशात फेरफार करण्यात येऊन त्याच्या जागी XLV १९७४ च्या कायद्यानुसार नव्याने तयार केलेला XLV १९७४ चा कायदा आणला. व्हेस्टेड अॅन्ड नॉन-रेसिडेन्ट प्रॉपर्टी (अॅडमिनिस्ट्रेशन) या नावाखाली. त्यानुसार, पाकिस्तान सरकारच्या ताब्यात असलेली सर्व मालमत्ता ज्या व्यक्ती कायमच्या रहिवासी राहिलेल्या नाहीत किंवा ज्यांनी विदेशी नागरिकत्व स्वीकारलेले आहे, त्यांच्या मालकीची आहे, असे जाहीर करण्यात आले. त्या मिळकतीची दैनंदिन व्यवस्था पाहणे, तिचे संरक्षण करणे यासाठी एक समिती निर्माण करण्यात आली. त्या समितीने, केवळ पाकिस्तान सरकारने रीतसर नोंदलेल्या 'शत्रुपक्षाच्या मिळकतीचा'च ताबा घेतला नाही, तर त्या सदराखाली कधीही नमूद नसलेल्या मिळकतींवरही आपला अधिकार प्रस्थापित केला. तथापि, हा कायदा प्रत्यक्ष अमलात येण्यापूर्वी १९७६ चा अध्यादेश क्र. XLIII लागू करण्यात आला. या कायद्यानुसार, 'त्या कायद्याखाली सरकारच्या ताब्यात येणाऱ्या मिळकतींचे व्यवस्थापन, नियंत्रण, प्रशासन आणि विल्हेवाट-हस्तांतर वा इतर पद्धतीने-सरकार स्वत:कडे घेईल व त्यासाठी एखादा अधिकारी किंवा प्राधीकरण यांची नियुक्ती करेल', असे जाहीर झाले.

त्यानंतर एक वर्षाच्या आत २३ मे, १९७७ ला सरकारने एक परिपत्रक काढले: 'एखाद्या पात्र व्यक्तीला, तिच्याकडून बक्षीस म्हणून बाजारभावाने ठरणारी संपूर्ण किंमत हप्ता म्हणून आणि योग्य भाडेपट्टा करून घेऊन मोकळे बिगर-शेतीप्रधान दहा काठाचे क्षेत्र दीर्घ मुदतीच्या कराराने देण्यात येईल. व्यापार-केंद्राभोवतालची बिगर-शेतीप्रधान जमीन जाहीर लिलावात येऊन, जास्तीत जास्त बोली बोलणाराला मिळेल....'

याचाच अर्थ दुसऱ्या शब्दांत असा झाला, की बिगर शेतजमिनीच्या जवळपास दीड ते दोन कोटी बांग्लादेशी मालकांच्या जमिनी सरकार लिलावात काढायला निघाले होते, त्यांच्यापासून सरकारला दीर्घमुदतीच्या करयोजनेचा लाभ घेता येत होता.

त्या परिपत्रकाच्या ३७ व्या परिच्छेदात असेही नमूद करण्यात आले, की जर महसूल खात्याच्या अधिकाऱ्यांनी अशा मिळकतीचा छडा लावला, त्यांच्याबद्दलची माहिती सरकारला करून दिली, तर त्यांना खास बक्षीस देण्यात येईल.

३८ व्या परिच्छेदातील नोंद अशी होती:

'या कामाशी संबंधित असलेले जिल्हा पातळीवरचे अधिकारी (महसूल विभाग), उपविभागीय आणि मंडल अधिकारी (महसूल विभाग), भू-संपादन अधिकारी आणि भूमी सुधार अधिकारी या सर्वांचा मोठा सन्मान करण्यात येईल.'

अशा बक्षिसांचे आमिष दाखवण्यात आल्यामुळे या सर्व अधिकाऱ्यांना मोठी हाव सुटली. एखाद्या पिसाटासारखा त्यांनी अशा मिळकतींचा शोध सुरू केला. त्यांच्या बेफाम कारवायांमुळे असंख्य हिंदूंना त्यांच्या वंशपरंपरागत जमिनींतून परागंदा व्हावे लागले.

१९६६ नंतर, पूर्व पाकिस्तानच्या सरकारने एक अधिकृत आढावा घेतलेला होता. त्यात असे दिसून आले होते, की १९४७ च्या त्या प्रचंड स्थलांतरानंतर आणि १९५० व १९५४ च्या जातीय दंगलींनंतर ज्या हिंदूंनी देश सोडून भारतात पलायन केले होते, त्यांच्या मिळकतींची नोंद 'शत्रुपक्षा'ची मिळकत म्हणून करण्यात आलेली होती. त्या अभागी नागरिकांना देश सोडून जाताना, हमी देण्यात आली होती, की त्यांची घरेदारे, त्यांच्या शेतीवाड्या, फळबागा, त्यांचे तलाव, त्यांची कौटुंबिक स्मशानभूमी, मंदिरे, शेतजमीन, बिगर-शेती भूखंड; सर्व काही परत करण्यात येईल. इतकेच नाही, तर त्यांच्याखेरीज ज्या हिंदूंनी बांग्लादेश सोडला नव्हता, पण जे भारतात तात्पुरते वास्तव्य ठेवून उपखंडाबाहेर गेलेले होते, त्यांच्या मिळकतीची गणनाही 'शत्रुपक्ष मिळकत' म्हणूनच करण्यात आली. मात्र, जे मुसलमान भारतात किंवा परदेशांत वास्तव्य करून होते, त्यांच्या मिळकती सरकारजमा करण्यात आल्या नाहीत. त्यांच्या मालमत्तेचा आढावाही घेण्यात आला नाही. अविभाज्य हिंदू कुटुंबाच्या, संयुक्त कुटुंब पद्धतीनुसार कर्त्या पुरुषाच्या निधनानंतर त्या मिळकतीचा हक्क त्याच्या वारसांना मिळतो. या अनादि कालापासून चालत आलेल्या परंपरा आणि कायदे यांच्याकडे सरकारने डोळेझाक केली आणि सोयिस्कररीत्या अशा सर्व मिळकती, मालमत्ता हिरावून घेतल्या.

सुधामयबाबूंच्या मनात नियाझ हुसेन, फझलूल आलम, अन्वर अहमद आणि देश सोडून गेलेल्या अशा इतर अनेकांचे विचार घोळू लागले. हे सगळे इंग्लंड किंवा अमेरिकेला निघून गेले होते व त्यांच्या घरांमध्ये त्यांचे दूरचे नातेवाईक किंवा भाडेकरू राहत होते. पण अशांच्या मालमत्तांना मात्र कुणी 'एनिमी प्रॉपर्टी' (शत्रूची मालमत्ता) ठरवले नव्हते.

असे विचार मनात घोळवत सुधामयबाबू अंथरुणातून उठण्याचा प्रयत्न करू

लागले. त्यांना घाम फुटला. घरात कुणी नव्हतं. माया, किरणमयी आणि सुरंजन होते तरी कुठं?

सुरंजन जुन्या ढाक्याच्या गल्ली-बोळांतून भटकत होता. ढाक्यात इतकी वर्षं राहून देखील आपल्याला मयमनसिंग किती स्पष्ट आठवतं, असं त्याच्या मनात येत होतं. अखेर तिथंच त्याचा जन्म झाला, तो लहानाचा मोठाही तिथंच झाला आणि तरुणपणीचे काही दिवसही त्यानं तिथंच घालवले होते.

ढाक्यातील बूढीगंगा नदीच्या पाण्यात पावलं बुडवून बसल्यावर त्याला मयमनसिंगमधल्या ब्रह्मपुत्रेची फार तीव्रतेनं आठवण झाली. एखाद्या माणसाला जर आपलं जन्माला येणंच नाकारायचं असेल, तरच केवळ तो आपलं जन्मस्थान नाकारेल. आपल्या जन्मगावी वाहणाऱ्या नदीला नाकारेल.

गौतमचं कुटुंब हा देश सोडून चाललं होतं. त्यांना हा देश आता जगण्यायोग्य, सुरक्षित राहिलेला नाही, असं वाटत होतं. पण मग त्यांना जर खरोखरच असं वाटत होतं, तर मग देश सोडण्याच्या कल्पनेनं त्यांचे डोळे का पाणावत होते?

पाच वर्षांपूर्वी सुरंजनचे काका कलकत्त्याहून त्यांना भेटायला ब्राह्मणबाडिया मधल्या घरी आले होते. तेव्हा ते एखाद्या लहान मुलासारखे रडले होते.

किरणमयीनं सुरंजनला आपल्या काकांबरोबर कलकत्त्याला जाण्याबद्दल विचारताच त्यानं ती कल्पना झुरळं झटकावं, तशी झटकून टाकली.

चार-सहा वर्षांपूर्वी पार्टीच्या कामासाठी सुरंजनला मयमनसिंगला जावं लागलं. रेल्वेच्या खिडकीतून तो अधाश्यासारखं बाहेरचं दृश्य नजरेत साठवून घेत होता...

हिरवीगार कुरणं, रांगांनी उभी असणारी झाडं, मातीच्या झोपड्या, हारीनं रचलेलं गवत, तळ्याकाठी जाळी घेऊन मासे पकडायला बसलेली नाहीतर पाण्यात खेळणारी उघडी वाघडी पोरं, आगगाडी जाताना हातांतलं काम थांबवून विस्मयानं दरवेळी बघणारे भोळेभाबडे शेतकरी.

हे सगळं बघून सुरंजनचं मन भरून आलं होतं. आपण देशाच्या अगदी हृदयात येऊन पोहोचलो आहोत, असं त्याला वाटलं. कवी जीबनानंद दास यांना या सृष्टिसौंदर्यानं इतकं वेड लावलं होतं, हे सोडून जगात कुठंही सौंदर्याच्या शोधात जाऊ नये, असं त्यांना वाटलं होतं.

पण मग रामलक्ष्मणपूर नावाचं गाव आलं. त्याचं हे नाव बदलून अहमदबाडी करण्यात आलं होतं, ते बघून सुरंजनचा उत्साह मावळला. नंतर त्याच्या लक्षात आलं, की काली बझारचं नाव फातिमा नगर आणि कृष्णनगरचं नाव अवलियानगर करण्यात आलं आहे. सगळ्या देशाचंच इस्लामीकरण झालं आहे. मयमनसिंग मधली छोटी छोटी रेल्वे स्टेशनं सुद्धा त्यांच्या तावडीतून वाचलेली नाहीत.

ब्राह्मणबाडियाला आता नुसतं बी.बाडिया का म्हणतात, बारीसाल ब्रजमोहन कॉलेजला बी.एम.कॉलेज का म्हणतात आणि मुरारी चंद कॉलेजचा उल्लेख एम. सी. कॉलेज असा का केला जातो, ते त्याच्या आता लक्षात आलं. लोकांना कुठल्याही परिस्थितीत हिंदू नावांचा उच्चार देखील करायचा नव्हता. सुरंजनला वाटलं, या असल्या नावांच्या असल्या संक्षेपांमधूनच पुढं मुहम्मद अली कॉलेज, सिराजउद्दोला कॉलेज वगैरे नावं निर्माण होतील.

त्याला आठवलं, ढाका युनिव्हर्सिटीमधील जीना हॉलचं नाव बदलून जेव्हा सूर्यसेन हॉल करण्यात आलं होतं, तेही स्वातंत्र्य मिळाल्यानंतर एकवीस वर्षांनी, तेव्हा देखील केवढा गदारोळ उठला होता. जे लोक स्वातंत्र्याच्या विरुद्धच होते, त्यांनी असं घोषित केलं होतं, की सूर्यसेन हा दरोडेखोर होता, त्यामुळं त्याचं नाव हॉलला देऊ नये. बदलण्यासाठी ही केवळ एक सबब आहे, असं त्यांचं म्हणणं होतं. सरकारनं या मूलतत्त्ववाद्यांच्या प्रत्येक म्हणण्याला मान न तुकवली, तरच नवल होतं कारण सरकार सत्तेवर होतं, ते या मूलतत्त्ववाद्यांमुळंच.

जुन्या ढाक्यामध्ये जी काही हिंदू दुकानं अजून शाबूत होती, ती सगळी बंद होती. ते दुकानं उघडणार तरी कशी? तुम्हांला भ्यायचं काही कारण नाही, असा दिलासा कुणी त्यांना दिला असता तर ना. पण १९९० च्या दंग्यानंतर ही दुकानं उघडलीच होती, तशी १९९२ मध्येही उघडतील. कारण हे हिंदू गेंड्याच्या कातडीचेच होते. म्हणूनच तर आपली पाडलेली घरं पुन्हा बांधायचे आणि मोडतोड झालेली दुकानं नव्यानं उभारायचे. निदान दगड-माती-चुना वापरून हे सगळं नव्यानं बांधता तरी येत होतं. पण मोडलेली मनं? ती कशी सांधणार?

१९९० साली झालेल्या विनाशकारी घटनांची त्याच्या मनानं परत एकदा उजळणी केली. पटुआटली ब्राह्मो समाज, शाँखरी बझारमधील श्रीधर बिग्रह मंदिर, नया बझार मधील प्राचीन मठ, कायतेटुली मधील साँप मंदिर या सर्वांना आगी लावण्यात आल्या. पटुआटली येथील प्रसिद्ध एम. भट्टाचार्य आणि कंपनी, हॉटेल राज, ढाकेश्वरी ज्वेलर्स, एव्हर ग्रीन ज्वेलर्स, न्यू घोष ज्वेलर्स, अल्पना ज्वेलर्स, काश्मिरी बिर्याणी हाऊस, मानसी ज्वेलर्स, मिताली ज्वेलर्स, शांखरी बझारमधील सोमा स्टोअर्स, अनन्या लाँड्री, कृष्ण हेअर ड्रेसर, टायर ट्यूब रिपेअरिंग, साहा कँटीन, सरदार घाट येथील तरंगतं रेस्टॉरंट 'हॉटेल उजाला' ह्या सगळ्यांची लूटमार करण्यात आली. नया बझार म्युनिसिपालिटी झाडूवाले वसाहतीवर धाड घालून ती जाळण्यात आली. केरानी गंज येथील चुनकुटिया पूर्व पाडा मधील हरिसभा मंदिर, काली मंदिर, मीर बाग येथील मंदिर, घोशुम बझार येथील आरवाडा, सुभद्य घोषाई बाग दुर्गा मंदिर, चंद्रानिकार मंदिर, पश्चिम पारा काली

मंदिर, समशान घाट, तेघटिया पबन दीप रामकनाई मंदिर, कालिंदी बाडीशूर, बाजार दुर्गा मंदिर आणि काली मंदिर, तसेच मनसा मंदिर या सर्वांवर हल्ला चढवून त्यांतील मूर्ती फोडण्यात आल्या. खेजुरबाग उपजिल्ह्यातील परिमोहन मिश्रा यांचा मुलगा रबी मिश्रा याच्या घरासहित पन्नास घरं जाळण्यात आली. तेघरिया येथील भन्नतोष घोष व परितोष घोष यांची घरं आणि मंडैल हिंदू पाडा व बनगाँव ऋषिपाडा येथील तीनशे हिंदू घरांची लूटमार व जाळपोळ करण्यात आली.

यांपैकी काही हिंसाचार तर सुरंजनच्या डोळ्यांदेखत घडला होता आणि काही गोष्टी त्याच्या कानांवर आल्या होत्या.

तो असाच किती तरी वेळ नुसता भरकटत राहिला. कुठं जावं, ते त्याला कळेना. या ढाका शहरात आपलं असं कोणाला म्हणावं? कुणाशी चार गोष्टी बोलाव्या? मायानं मोठ्या नाराजीनं त्याला शंभर टका दिले होते. पण का, कोण जाणे, त्याला ते पैसे खर्च करावेसे वाटेनात. किती तरी वेळा त्याच्या मनात आपण 'बांग्ला फाईव्ह' सिगारेटचं आख्खं पाकीट घ्यावं, असा विचार आला होता. पण सिगारेट काय, कायमच्या टिकणार आहेत का? मग उगीच घेण्यात काय अर्थ आहे? तो काही पैशांसाठी हळवा नव्हता. अनेकदा सुधामयबाबूंनी नवे शर्ट, पँट आणण्यासाठी दिलेले पैसे तो आपल्या मित्रांवर खर्च करून टाकत असे. त्यांच्यापैकी कोणाला पळून जाऊन लग्न करावंसं वाटलं, तर लागणारा पैसा सुरंजन पुरवत असे. अशीच एकदा परीक्षेची फी भरण्यासाठीचे पैसे सुरंजननं खुशाल रहमत नावाच्या मुलाला देऊन टाकले होते. त्या मुलाची आई हॉस्पिटलमध्ये होती आणि औषधपाण्याचा खर्च करायला त्या मुलाला परवडत नव्हतं, हे कळताच सुरंजननं पुढचा-मागचा विचारही न करता परीक्षेच्या फीचे पैसे देऊन टाकले होते.

आपण रत्नाकडे जावं का? लग्न झाल्यानंतरही तिला आपलं आहे हेच नाव ठेवायचं असलं, तर ते जमेल? मुलींनीच का म्हणून लग्नानंतर नावं बदलायची? लग्नाआधी वडिलांच्या नावाचं शेपूट जोडायचं आणि लग्नानंतर नवऱ्याच्या नावाचं. निव्वळ वेडेपणा.

कधी कधी तर सुरंजनला स्वत:चंच आडनाव नकोसं व्हायचं, दत्त. नाव, जात, पात, वर्ण, धर्म असल्या भेदभावांमुळं तर माणसामाणसांमधील परस्परसंबंध बिघडून गेले होते. बंगाली माणसानं, मग तो हिंदू असो नाही तर मुसलमान, बंगाली नावच धारण केलं पाहिजे. त्याला अनेकदा वाटायचं, मायाचं नाव नीलांजना माया असायला हवं होतं आणि आपलं स्वत:चं नाव... काय बरं... हं... निबिड सुरंजन, सुरंजन सुधा, नाही तर निखिल सुरंजन हवं होतं. हे जर असलं एखादं नाव असतं,

तर मग आपल्यावर हा असा हिंदू असल्याचा शिक्का बसला नसता. पुष्कळ बंगाली मुस्लिमांमधे अरबी नावं धारण करण्याची पद्धत होती. अगदी बंगाली संस्कृतीत मुरलेले लोक सुद्धा फैसल रहमान, तौहीदूल इस्लाम, फैयाज चौधरी असली नावं घ्यायचे. पण का? बंगाली लोकांनी अरबी नावं काय म्हणून घ्यायची? आपल्याला जर मुलगी झाली, तर तिचं नाव आपण 'स्रोतस्विनी भालोबाशा' किंवा 'अथाई नीलिमा' ठेवू. पण 'अथाई नीलिमा' हे नाव 'माया नीलांजना' नावाशी जास्त मिळतंजुळतं आहे. मग ते तिच्याच मुलीसाठी राखून ठेवलेलं बरं.

सुरंजन असाच हेतुशून्य भरकटत राहिला. आणि तरीही घरातून निघताना त्याला वाटलं होतं, आज आपल्याला पुष्कळ कामं आहेत. अवतीभवती रहदारी चालू होती. प्रत्येक जण कुठं ना कुठं तरी चालला होता. फक्त त्यालाच काही काम नव्हतं. या भयभीत शहरात कुठं तरी निवांत बसून त्याला कुणाशी तरी गप्पा मारायच्या होत्या. दुलालला भेटायला बंक्सालला जावं का? का अझीमपूरमध्ये महादेवदांच्या घरी जावं? नाही तर सरळ इस्पाहानी कॉलनीत जाऊन काजल देबनाथ यांना भेटावं. आपण कुणाकडे जावं, असा विचार करत असताना नेमकी हिंदू लोकांचीच नावं कशी मनात येतात? काल तर बेलाल आपल्याला भेटायला आला होता. आज आपण त्यालाच भेटायला जावं. परवा एकदा हैदर आला होता. त्याला भेटायला जायलाही काही हरकत नाही. पण या लोकांच्या घरी जाण्यात मुख्य अडचण ही होती, की तिथं हमखास बाबरी मशिदीचा विषय निघाला असता.

भारतात काय घडतंय? किती लोक मरण पावले? भाजपचे नेते काय म्हणत आहेत? लष्कर किती शहरात आहे? कुणाकुणाला अटक झाली, कुठल्या पक्षांवर बंदी आली वगैरे वगैरे चर्चा-

सुरंजनला या सगळ्याचा फार कंटाळा आला होता. भारतात भाजपला जे स्थान होतं, तेच बांग्लादेशात जमात-ए-इस्लामीला होतं. दोन्ही गटांचा हेतू एकच- मूलतत्त्ववादाची स्थापना. जर दोन्ही देशांच्या राजकारणातून धर्म काढूनच टाकला, तर ! समाजामध्ये धर्माचं प्रस्थ इतकं वाढत चाललं होतं, की तिसऱ्या जगामधल्या अर्धपोटी, दुर्बल आणि पीडित लोकांना त्याच्या प्रभावाखालून बाहेर येणं फार कठीण होतं.

त्याला कार्ल मार्क्सचं एक आवडतं वचन आठवलं :

'धर्माशी निगडित असलेले प्रश्न हे व्यावहारिक त्रुटींचं प्रकटीकरण आहे, त्याचप्रमाणे त्याविरुद्ध निषेधही आहे. धर्म हा पीडितांचा आणि गांजलेल्यांचा सुस्कारा आहे, निष्ठुर जगाचं हृदय आहे, तसाच तो निरात्मा समाजाचा आत्मा आहे. धर्म ही लोकांची अफूची गोळी आहे.'

हे शब्द स्वत:शी पुटपुटत सुरंजन रस्त्यावरच्या गर्दीतून चालत राहिला.

तो वारी, नबाबपूर, तॉन्तीबझार, कोर्ट एरिया, रजनी बसाक लेन, गेंडरिया आणि बेगमबझार, इ. भागांमधून दुपारपर्यंत चालत होता. अखेर एकदाचा तो काजल देबनाथांच्या घरी पोचला. इतर हिंदूंप्रमाणेच ते हमखास घरी सापडले. हिंदू एकतर लपून घरी बसतात, नाही तर आपल्या घराच्या आसपास माना खाली घालून घुटमळतात किंवा मग घरातच बसून राहतात. त्या गोष्टीचा अर्थात सुरंजनला फायदाच झाला. त्याला दुसरा काही उद्योगच नव्हता आणि मित्र आपापल्या घरी भेटल्यामुळं त्याला बरंच वाटलं. काजलदांच्या घरी इतरही मित्र होते- सुभाष सिंह, तापस पाल, दिलीप डे, निर्मल चॅटर्जी, अंजन मुझूमदार, जतीन चक्रवर्ती, सैदूर रहमान आणि कबीर चौधरी.

''नवीन काय? हिंदूंची सभा भरली होती, वाटतं?''

सुरंजनच्या वक्तव्यावर कुणीही हसलं नाही. तो आपला आपणच आपल्या विनोदावर हसला.

''काय, झालं तरी काय? तुम्ही सगळे इतके उदास का? हिंदूंना मारहाण चालली आहे, म्हणून की काय?'' सुरंजननं विचारलं.

''आनंद वाटण्यासारखं काही आहे का?'' सुभाषनं विचारलं.

हिंदू, ख्रिश्चन आणि बौद्ध लोकांच्या एकतेसाठी जी संघटना स्थापन केली होती, तिचे काजल देबनाथ एक सदस्य होते. सुरंजनचा त्या संघटनेला अजिबात पाठिंबा नव्हता. त्याला ती जातीयवादी वाटायची. या असल्या संघटनेला जर पाठिंबा द्यायचा, तर मग धर्म आणि राजकारण यांची फारकत असावी, असा आग्रह तरी का धरायचा? काजलदांचा दृष्टिकोन मात्र असा होता, की चाळीस वर्षांच्या आशा आणि आकांक्षांनंतर अखेर आपला स्वाभिमान आणि आपलं स्वातंत्र्य अबाधित राखण्याचा शेवटचा उपाय म्हणून या संघटनेची स्थापना झाली होती.

''या देशात जातीयवादाचा सुळसुळाट झाला आहे, हे खालिदा यांनी कधी तरी मान्य केलं आहे का?''

असं जमलेल्या लोकांपैकी एकानं विचारल्यावर दुसरा म्हणाला,

''अवामी लीगनं तरी या बाबतीत काय केलंय? त्यांनी नुसत्या सबबी सांगितल्या आहेत आणि अशा परिस्थितीबद्दल स्पष्टीकरणं दिली आहेत. पण 'जमाती'च्या लोकांनाही तेच केलं आहे. गेल्या निवडणुकांमध्ये अवामी लीग सत्तेवर आल्यानंतर त्यांनी खोटं वचन दिलं, की 'बिस्मिल्ला' हा शब्द राज्यघटनेतून वगळण्यात येईल. आता त्यांच्या हातून सत्ता गेल्यानंतर त्यांनी असा विचार केलेला दिसतो, की आता जर आठव्या घटनादुरुस्तीला आपण विरोध केला, तर आपली

लोकप्रियता कमी होईल. अवामी लीगला नुसत्या निवडणुका जिंकायच्या आहेत, का तत्त्वानं चालायचं आहे? जर तत्त्वांना त्यांच्या लेखी एवढं महत्त्व आहे, तर मग ते आठव्या घटनादुरुस्तीविरुद्ध काही का बोलत नाहीत?''

''मला वाटतं, आधी सत्तेवर यावं आणि मग काय त्या सुधारणा कराव्यात, असा त्यांनी विचार केला असेल. सैदूर रहमान अवामी लीगच्या बाजूचा आहे.''

''तसा तर कुणावरच विश्वास ठेवून उपयोग नाही. जे कुणी सत्तेवर येतील, ते इस्लामचा उदो उदो करणार आणि त्याच वेळी भारताची जेवढी म्हणून निंदा करता येईल, तेवढी करणार. या देशात लोकांना दोन आवडते छंद आहेत, एक म्हणजे भारताचा निषेध करणं आणि दुसरं इस्लाम शिरोधार्य मानणं'' काजलदांनी सर्वज्ञपणाचा आव आणून म्हटलं.

सुरंजननं वेगळाच विषय काढला,

''पण काजलदा, ही जातीयवादी संघटना काढण्याऐवजी एखादी जातिविरहित संघटना काढली तर ते जास्त बरं, असं नाही तुम्हांला वाटत? आणि सैदूर रहमान का बरं तुमच्या या संघटनेचा सदस्य नाही झाला?''

''सैदूर रहमान सदस्य नाही, यात आमचा काहीही दोष नाही,'' जतीन चक्रवर्ती गंभीरपणे म्हणाला. ''दोष जर कुणाचा असेल, तर 'राष्ट्राचा धर्म' ही कल्पना पुढं आणणाऱ्या लोकांचा. इतके दिवस आम्हांला ही असली काही संघटना स्थापन करण्याची गरज भासली नव्हती. मग आताच का भासावी? याचं कारण असं, की बांग्लादेशाची निर्मिती काही आपली आपण झालेली नाही. हिंदू, मुस्लिम, बौद्ध आणि ख्रिश्चन लोकांच्या एकजुटीनं केलेल्या प्रयत्नांचं ते फलित आहे. त्याचमुळं यांपैकी कुठलाही एक धर्म हा राष्ट्राचा धर्म घोषित करणं हा बाकीच्या धर्मांवर घोर अन्याय आहे. देशप्रेम हे व्यक्ती व्यक्तींमध्ये भिन्न नसतं, ते माणसाच्या जातिधर्मावर अवलंबून नसतं देशप्रेम सगळ्या व्यक्तींच्या ठायी सारखंच असतं. पण जेव्हा काही विशिष्ट जातीच्या लोकांना हे कळून चुकतं, की केवळ आपला धर्म आणि राष्ट्राचा धर्म एक नसल्यामुळं आपल्या धर्माला दुय्यम लेखलं जातय किंवा अगदी खालच्या दर्जाचं मानलं जातय आणि आपल्याला दुय्यम दर्जाचे नागरिक ठरवण्यात येतंय. तेव्हा त्यांच्या अहंकाराला फार मोठा धक्का पोहोचतो. आणि मग जर त्यांच्या राष्ट्रवादाचं रूपांतर जातीयवादात झालं, तर त्यात त्यांचा काही दोष आहे का?''

हे उत्तर सुरंजनला उद्देशून दिलेलं असल्यामुळं त्याला काही तरी प्रतिक्रिया व्यक्त करणं भागच होतं. तो मग नरमाईच्या आवाजात म्हणाला,

''पण आधुनिक राष्ट्रात अशी जातीयवादी संघटना असण्याचं समर्थन तुम्ही कसं काय करू शकता?''

जतीन चक्रवर्ती लगेच म्हणाला,

"अल्पसंख्याकांमध्ये जातीयवादाची भावना निर्माण होण्याला जबाबदार कोण आहे? ज्यांनी राष्ट्राच्या धर्माची कल्पना मांडली, तेच नाहीत का? जर तुम्ही कुठल्या तरी एका जमातीचा धर्म निवडून, त्याला जर राष्ट्राचा धर्म बनवून टाकलं, तर मग राष्ट्रामधला राष्ट्रवादच संपुष्टात येतो. ज्या देशानं राष्ट्राचा असा विशिष्ट धर्म घोषित केला, त्या देशात धर्मसत्ताक राज्यपद्धती आलीच म्हणून समजा. हा देश सुद्धा हळूहळू जातीयवादी बनतो आहे. राष्ट्रीय एकात्मतेच्या गप्पा मारणं केवळ देखावा आहे. आठवी घटनादुरुस्ती ही तर डोळ्यांत धूळफेक होती. जे अल्पसंख्याक त्यामुळं भरडले गेले, त्यांच्या आत्ता कुठं हे लक्षात येतंय."

"राष्ट्राचा धर्म म्हणून इस्लामला घोषित केल्यामुळं मुसलमानांचा काही फायदा होणार आहे, असं तुम्हांला खरंच वाटतं? मला तरी तसं काही वाटत नाही."

"मलाही नाही. पण हे त्यांना आत्ताच कळणार नाही. एक दिवस कधी तरी कळेल."

"मला वाटतं, या परिस्थितीत अवामी लीगला काही विशिष्ट भूमिका निभावायची आहे." अंजन म्हणाला.

सुरंजन म्हणाला,

"अवामी लीगच्या पत्रकात सुद्धा आठव्या घटनादुरुस्तीला विरोध करण्याचा काही उल्लेख नाही. लोकशाही देशात राहणाऱ्या प्रत्येकाला हे ठाऊक असतं, की लोकशाहीचा मूलाधारच मुळी धर्मनिरपेक्षता हा आहे. ज्या देशात केवळ शहाऐंशी टक्के मुसलमान आहेत, त्या देशाचा इस्लाम हा राष्ट्रीय धर्म म्हणून घोषित होऊच कसा शकतो? बांग्लादेशातले मुसलमान लोक अतिशय धार्मिक आहेत. त्यांच्याकरता राष्ट्राचा धर्म घोषित करण्याची काही एक आवश्यकता नाही."

जतीनबाबू उठून म्हणाले,

"तत्त्वांच्या बाबतीत तडजोड करण्याचा प्रश्नच येत नाही. अवामी लीगनं तडजोड एवढ्याचसाठी केली आहे, कारण त्यांना वाटतंय, आपल्याविरुद्ध काही तरी द्वेषपूर्ण मोहीम उघडण्यात आली आहे."

सुभाष इतका वेळ सगळं बोलणं लक्षपूर्वक ऐकत होता. तो आता म्हणाला,

"खरं तर, बी.एन.पी. आणि 'जमाती'च्याबद्दल बोलायचं सोडून आपण उगीचच अवामी लीगबद्दल बोलत आहोत. हे तरी काही अवामी लीगपेक्षा भले आहेत का?"

त्याला थांबवून काजलदा म्हणाले,

"एक लक्षात घे, की जे उघडउघड शत्रूच आहेत, त्यांच्याबद्दल तर बोलण्यात काही अर्थच नाही पण ज्यांच्यावर आपण भरवसा टाकला, त्यांनीच दगा दिला, तर मग खरं दुःख होतं."

कबीर चौधरी अचानक म्हणाले,

"धर्मनिरपेक्षतेबद्दल इतकं सगळं बोलणं नुसतं झालं, पण एक कुणीच ध्यानात घेत नाही, की धर्मनिरपेक्षता याचा अर्थ सर्व धर्मांबाबत एक प्रकारची समान सहिष्णुवृत्ती. धर्मनिरपेक्षतेमध्ये भेदभावाला जागाच नसते. याचा अर्थ हा, की धर्म आणि राजकारण यांची फारकत."

काजल देबनाथ जरा कळकळीनंच म्हणाले,

"जेव्हा देशाची फाळणी झाली, तेव्हा मुस्लिम मूलतत्त्ववाद्यांनी पाकिस्तानला जन्म दिला. पण भारतात मात्र हिंदू मूलतत्त्ववाद्यांचा पराभव झाला. परिणामी भारत एक आधुनिक, लोकशाही आणि धर्मनिरपेक्ष राष्ट्र बनू शकलं. भारतातील मुसलमानांना देखील हिंदूंइतकाच आदर दाखवण्यात येतो. म्हणजेच नैतिकदृष्ट्या दोन्ही देशांमध्ये मुसलमानांचाच विजय झाला. हिंदू हे भारतात पराजित झाल्यामुळं, बांग्लादेशामध्ये हिंदूंना समाजावरचं ओझं मानलं जाऊ लागलं आणि समाजव्यवस्थेचा तो अविभाज्य घटक आहे, असं कुणालाच वाटेना. खरं तर, इथल्या हिंदूंचा काटा काढण्यासाठी हे केवळ एक निमित्त होतं व त्या निमित्तानं त्यांची सगळीच मालमत्ता हडप करण्याचा एक डाव. आत्ता परत एकदा सार्वत्रिक इस्लामीकरणासाठी जोरात प्रयत्न सुरू आहेत. जसे पाकिस्तानी राजवटीत होते, तसेच. अर्थातच हिंदू भयभीत झाले आहेत. जोपर्यंत हे राष्ट्र एक धर्मनिरपेक्ष राष्ट्र म्हणून घोषित करण्यात येत नाही, तोपर्यंत येथील हिंदूंना आपला जीव बचावणं कठीण आहे. आपण सर्वांनी मिळून 'एनिमी प्रॉपर्टी लॉ' (शत्रूची मालमत्ताविषयक कायदा) ला विरोध केला पाहिजे. त्याचप्रमाणे आणखीही अनेक गोष्टींना विरोध केला पाहिजे. सरकारच्या व्यवस्थापनात हिंदूंना कुठंही स्थान नाही. पाकिस्तानी काळापासूनच एकाही हिंदूंची कधी सचिवपदी नेमणूक झालेली नाही. सैन्यातही अगदी बोटांवर मोजण्याइतके हिंदू आहेत आणि त्यांना एका विशिष्ट मर्यादेपुढं बढती मिळणं बंद होतं. हवाई दलात आणि नौदलात, तर मला वाटतं, हिंदू अजिबात नाहीत."

निर्मल म्हणाला,

"काजलदा एक गोष्ट तर खरीच आहे, की ब्रिगेडिअर किंवा मेजर जनरल हुद्द्यावर एकही हिंदू नाही. सत्तर कर्नल आहेत, त्यांतला केवळ एक हिंदू आहे. ४५० पैकी अवघा एक हिंदू लेफ्टनंट कर्नल आहे, १००० पैकी एक मेजर हिंदू आहे, १३०० पैकी ८ कॅप्टन, ९०० पैकी तीन सेकंड लेफ्टनंट आणि ऐंशी हजारांपैकी केवळ ५०० शिपाई हिंदू आहेत. बी.आर.डी.मध्ये तर ४०,००० पैकी अवघे ३०० हिंदू आहेत. सेक्रेटरींबद्दलच बोलायचं झालं, तर एकटे हिंदूच काही याला मुकलेले नाहीत, ख्रिश्चन व बौद्ध लोकांचंही तेच आहे. ॲडिशनल सेक्रेटरींमध्येही यांपैकी कोणाचा समावेश नाही. एकशेतीसपैकी एकच जॉईंट सेक्रेटरी हिंदू आहे."

काजलदा परत म्हणाले,
"परदेशी वकिलातीत तरी कोणी अल्पसंख्याक आहे का? मला नाही वाटत, असेल."

सुभाष अचानक उठून म्हणाला,
"नाही, काजलदा, एकही नाही."

जमिनीवर गालिचा अंथरलेला होता. सुरंजन त्यावर एका उशीला रेलून बसला. त्याला आता संभाषण ऐकायला मजा वाटत होती.

कबीर चौधरी म्हणाला,
"पाकिस्तानी काळापासून आजतागायत फक्त एकदाच मनोरंजन धर यांना बांग्लादेशचे राजदूत म्हणून जपानला पाठवण्यात आलं, तेही अगदी थोड्या दिवसांसाठी. जेव्हा उच्च शिक्षणासाठी किंवा प्रशिक्षणासाठी विद्यार्थ्यांना परदेशी पाठवण्याची वेळ येते, तेव्हा हिंदूंना पद्धतशीर वगळलं जातं. कोणताही नफा होण्याजोगा धंदा हिंदूंच्या हाती नाही. खरं म्हणजे, जर हिंदूंना धंदा सुरू करायचाच असेल, तर त्यांना एखादा मुसलमान भागीदार शोधावाच लागतो. तरच त्यांना परवाना मिळतो. शिवाय त्यांना धंद्यासाठी लागणारं कर्ज कुठल्याही संस्थेकडून दिलं जात नाही."

"खरं आहे तुझं," अंजन म्हणाला, "मला एकदा तयार कपड्यांचा धंदा सुरू करायचा होता, त्यासाठी मी इतकी खटपट केली, इतक्या ठिकाणी जोडे झिजवले पण काही यश आलं नाही. बँकेकडून तर काही मदत मिळाली नाही. शेवटी मी अफसारला भागीदार करून घेतल्यावर कर्ज मिळालं."

"तुझ्या एक लक्षात आलं..." सुभाष म्हणाला, "सगळे रेडिओ आणि टी.व्ही.चे कार्यक्रम कुराणानं सुरू होतात, कारण कुराणालाच फक्त धर्मग्रंथ मानण्यात येतं. गीता आणि त्रिपीटक यांतील परिच्छेद सुद्धा वाचले जातात पण त्यांना धार्मिक, पवित्र मानलं जात नाही."

सुरंजन खवळून म्हणाला,
"हे सगळं वरवरचं झालं. मला वाटतं, हे सगळंच बंद व्हायला हवं. टी.व्ही. आणि रेडिओवर धार्मिक कार्यक्रमांना बंदीच घातली पाहिजे."

थोडा वेळ सगळेच गप्प बसले. सुरंजनला चहाची तलफ आली पण इथं तो मिळणं अशक्यच होतं. त्याला वाटलं, आपण फक्त या गालिच्यावर लोळत पडावं आणि या सगळ्यांच्या मनांत खदखदत असलेल्या दुःखांवर आणि अडचणींवर नुसतं चिंतन करावं.

काजल देबनाथ परत बोलू लागले.
"सर्व सरकारी कार्यक्रमांपूर्वी, तसेच इतर संस्थांच्या कार्यक्रमांपूर्वी कुराणाचे

पाठ धार्मिकतेनं वाचले जातात. मग कधी गीतेमधून काही का वाचू नये? अख्ख्या वर्षभरात सरकारनं हिंदूंकरता केवळ दोन सुट्टया ठेवल्या आहेत. त्यांना कुठल्या खास सुट्टीकरता अर्जही करता येत नाही. प्रत्येक सार्वजनिक कार्यक्रमात एखाद्या तरी मशिदीच्या बांधणीची मागणी असते, पण देवळांच्या उभारणीविषयी कधी काही बोलणं निघत नाही. तसंच, चर्च किंवा पॅगोडाबद्दलही कधी नाही.''

सुरंजन मान उंचावून म्हणाला,

''गीतापठण रेडिओवर किंवा टी.व्ही.वर ऐकून तुम्हांला फार धन्य वाटणार आहे का? की नवीन देवळं बांधून आपलं काही भलं होणार आहे? आपण एकविसाव्या शतकाच्या उंबरठ्यावर येऊन ठेपलो आणि तरीही अजून आपण आपलं अस्तित्व धर्माद्वारे सिद्ध करण्याच्या प्रयत्नात आहोत, समाजातही आणि सरकारीदरबारी सुद्धा. त्याऐवजी आपण सर्व सरकारी धोरणांना, सामाजिक ध्येयधोरणांना किंवा शैक्षणिक धोरणांना धर्माच्या प्रभावापासून मुक्त करण्यासाठी प्रयत्न का करत नाही? आपल्याला जर धर्मनिरपेक्षताच आणायची असेल, तर त्याचा अर्थ काही रेडिओ आणि टी.व्ही.वर कुराणाइतकंच सातत्यानं गीतेचं पठण झालं पाहिजे, असा नव्हे. सर्व सरकारी कामकाजामध्ये धर्माला बंदी घालण्यात यावी, असा आपण आग्रह धरायला हवा. शाळा, कॉलेज व युनिव्हर्सिटीमध्ये सर्व धार्मिक कार्य, प्रार्थना, धार्मिक ग्रंथांचं शिक्षण व साधुसंतांच्या जीवनाचा उदोउदो करणं ताबडतोब थांबवायला हवं. त्याचप्रमाणे जिथं धार्मिक कार्य असतील, तिथं राजकारणाचा शिरकाव होता कामा नये. जर एखाद्या राजकीय नेत्यानं धार्मिक कार्यात भाग घेतला, त्याला पाठिंबा दिला, तर त्याला पक्षातून काढून टाकण्यात यायला पाहिजे. धर्माचा प्रसार करण्याचं एक माध्यम म्हणून सरकारचा वापर होता कामा नये. एखादी व्यक्ती एखाद्या नोकरीसाठी अर्ज करत असली, तर त्या अर्जावर कुठल्याही परिस्थितीत त्या व्यक्तीचा धर्म विचारणं योग्य नाही.''

सुरंजनचं बोलणं संपल्यावर काजल देबनाथ मोठ्यांदा हसले.

''तू तुझ्या विचारांमध्ये बरीच प्रगती केली आहेस की ! पण तुझ्या या सगळ्या मागण्या एखाद्या धर्मनिरपेक्ष राष्ट्रामध्ये ठीक आहेत, इथं नाही.''

सुभाष मधे आपला मुद्दा मांडण्याची वाटच पाहत होता. तो म्हणाला,

''हे असले घरभेदे आत्ता सत्तेवर आहेत, ही किती भयंकर गोष्ट आहे. शेख मुजीब यांनी त्यांना माफ केलं आणि झिया-उर्-रहमान यांनी त्यांना सत्ता दिली. इर्शाद यांनी त्यांना आणखी जास्त सत्ता दिली आणि खालिदा तर त्यांच्या पाठिंब्यानंच राजसत्तेवर आल्या.''

आत्ता बोलण्याची पाळी तापस पाल याची होती. तो म्हणाला,

''मला कॉक्स बझारची बातमी आत्ताच कळली आहे, सेवाखोला येथील देऊळ

उद्‌ध्वस्त करण्यात आलं आहे. एक चितामंदिर होतं. त्याचीही तीच दशा झाली आहे. जलालाबाद ईदगाँव बझारमधील केंद्रीय काली मंदिर, हिंदूपाडा येथील दुर्गामंदिर, महुआपाडा येथील मनसा मंदिर व हरिमंदिर, तसेच मछुआपाडा क्लब घर यांची 'जमाती'वाल्यांनी राखरांगोळी केली आहे. इस्लामाबादमधील दुर्गा मंदिर, बोआलखाली दुर्गामंदिर, अदैत्य चिंतहारी मठ, मठाध्यक्षांचं निवासस्थान, आणि आणखी किमान पाच कौटुंबिक देवळांना आगी लावण्यात आल्या आहेत. चौफरदंडी इथं आठ देवळं, तसंच सहा घरं आणि सहा दुकानं फोडण्यात आली आहेत. एका हिंदू वस्तीत एकशेपासष्ट घरं जमीनदोस्त करण्यात आली. बाजारामध्ये पाच हिंदू दुकानं लुटण्यात आली. एखादा हिंदू नजरेला पडताच त्याला मारण्यात येत आहे. बऱ्याच हिंदू घरांमधल्या धान्याच्या कोठारांना आगी लावण्यात येत आहेत. उखिया येथील भैरववाडी मंदिर सुद्धा पूर्णपणे उद्‌ध्वस्त करण्यात आलं. टेनकाफेर कालीबाडी व तेथील पुरोहिताचं घर जाळून टाकलं आहे. सारंगाच्या देवळासही जमीनदोस्त केलं आहे. महेशखाली इथं तीन देवळं आणि अकरा हिंदू घरं जाळली आहेत. चार गीतापठणशाळा सुद्धा जाळल्या आहेत. कालर माँ बाजारात कालीमंदिर व हरिमंदिर या दोहोंना आगी लावल्या आहेत. कुतुबदिया बडघोप बझार येथील काली मंदिर व आणखी पाच देवळं आगीत भस्मसात झाली आहेत. बाजारपेठेत चार कारागिरांची दुकानं उद्‌ध्वस्त करण्यात आली आहेत. अली अकबर डेईल इथं पन्नास कोळ्यांची घरं लुटण्यात आली व नंतर जाळून टाकण्यात आली. कुतुबदिया इथं तीन मुलं भाजून मरण पावली. रामूर इदगढ इथं सार्वजनिक कालीमंदिर आणि जेलेपाडा हरिमंदिर उद्‌ध्वस्त करण्यात आलं व नंतर पेटवण्यात आलं. फतेखांकुल इथं कित्येक घरं जाळण्यात आली...''

सुरंजन अचानक ओरडला,

''बस, बस करा हे आता. त्यापेक्षा एखादं गाणं का नाही म्हणत?''

''गाणं?''

सगळेच बुचकळ्यात पडले. या असल्या परिस्थितीत गाणं वगैरे म्हणणं शक्य तरी कसं आहे? आजचा दिवस काही सर्वसाधारण दिवस नाही. शहरात घरं, देवळं आणि दुकानं जाळण्याचं सत्र सुरू आहे आणि सुरंजनला गाणं सुचतंय!

परत एकदा अचानक सुरंजन विषय बदलून म्हणाला,

''काजलदा, मला फार भूक लागली आहे. मला थोडा भात मिळेल का?''

आत्ता, या वेळी भात? या सुरंजनला झालंय तरी काय?

पण आत्ता या क्षणी तरी सुरंजनला भरपूर भात आणि एखादा माशाचा तळलेला तुकडा हवा होता. लगेच त्यावर माश्या बसतील आणि त्यांना डाव्या हातानं हाकलत आपण भात खाऊ.

ब्रह्मपालीच्या घरी, अंगणात बसून रामरतिया कसा भात खायचा, त्याची त्याला आठवण झाली.

एक दिवस तो मायाला शाळेतून घरी घेऊन आला होता. त्या वेळी ती अगदी लहान होती. त्या दिवशी तिचं पोट बिघडलं होतं. शाळेत फजिती झाली होती. कपडे खराब झाले होते, म्हणून बिचारी शाळेतच रडत उभी होती. तेव्हा तिच्या मुख्याध्यापिकेनं तिला रामरतियाबरोबर घरी पाठवलं होतं. मग किरणमयीनं त्याला जेवायला वाढलं होतं. तो अंगणात बसून इतका चवीनं, मिटक्या मारत भात खात होता, की ते दृश्य सुरंजन जन्मात विसरला नसता. भात खाणं या गोष्टींपासून एखाद्या माणसाला इतका आनंद मिळू शकतो, हे सुरंजनला माहीत नव्हतं.

- आणि आज तोच सुरंजन इतक्या माणसांसमोर भात खायला मागत होता. आपल्याला वेड तर नाही लागलं, असं त्याला वाटलं. कदाचित आपल्याला वेड नसेलही लागलं, कारण वेड लागलं असतं, तर भोवतालच्या परिस्थितीमुळं आपण इतके बेचैन झालो असतो का? इथं एक अतिशय गंभीर चर्चा चालू होती आणि त्यात मध्येच जर आपण खचून गेलो, कोसळलो, तर काय विचका होईल. दिवसभर तो उन्हात फिरला होता. थकलेला होता. भूकही प्रचंड लागली होती.

एक प्रकारच्या ग्लानीतच सुरंजनला कुणाचं तरी बोलणं ऐकू आलं,

"नारशिंदी जिल्ह्यातील लोहारकाँदा गावात गावकऱ्यांनी वासनारानी चौधरी हिला आपल्या मालकीच्या जमिनीतून हुसकावून लावलं. त्यांनी तिच्या मुलाकडून सुऱ्याचा धाक दाखवून जबरदस्तीनं एका कोऱ्या स्टँपवर सही करून घेतली. त्यांनी असंही सांगितलं, की झाल्या प्रकाराविषयी जर या कानाचं त्या कानाला कळलं, तर ते वासनारानी व तिच्या दोनही मुलांना ठार मारतील."

ती वासनारानी किरणमयीसारखीच शांत आणि सुस्वभावी, मृदू असेल का? असं सुरंजनच्या मनात आलं.

"मदारीपूर येथील रमझानपूर गावात सवितारानी आणि पुष्पारानी यांच्यावर युनूस सदार यांच्या साथीदारांनी बलात्कार केला. दुमुरियामधील खुलना इथं अर्चनारानी बिश्वास आणि भागबती बिश्वास या दोघी बाजारातून घरी परत जात असतांना गुंडांनी त्यांना पळवून त्यांच्यावर बलात्कार केला. हे सगळं कुणी केलं असेल? कुणी? त्यांची नावं होती मधू, साओकाथ, अमीनूर. चित्तगाँगमध्ये पटिया इथं परिमलदास यांचा मुलगा उत्तमदास याची बादशाह मिया, नूर हुसेन आणि नूर इस्लाम यांनी हत्या केली. उत्तमच्या घरच्या लोकांनी फिर्याद सुद्धा केली, पण त्याचा परिणाम इतकाच झाला, की गावातल्या लोकांनी एक होऊन त्यांना त्यांच्या वडिलार्जित घरादारातून हुसकून लावण्याचा चंग बांधला. सिल्हेटमधल्या बडलेखा कॉलेजातील एक विद्यार्थिनी सवितारानी डे ही रात्री जागून अभ्यास करीत होती, तेव्हा निझामुद्दीन

नामक एक गुंड आणखी काही गुंडांना घेऊन तिच्या घरात घुसला व तिला त्यांनी पळवून नेलं. त्यानंतर सवितारानीचं काय झालं, ते कोणालाही कळलं नाही. बगुडा इथं, नृपेंद्रचंद्र दत्त यांची मुलगी शेफालीरानी दत्ता हिला नुसतं पळवलंच नाही, तर तिचं सक्तीनं धर्मांतर करून तिला मुसलमान बनवण्यात आलं. सरकारचं या प्रकरणाकडे लक्ष वेधलं असता त्यांनी काहीही कारवाई केली नाही. जैसोर येथील शुडा आणि बागडांगा गावांमध्ये हल्लेखोरांनी हिंदूंच्या घराला वेढा घातला. त्यांनी लहर लागेल त्याला पकडून मारहाण केली. रात्रभरात मिळून अकरा हिंदू मुलींवर बलात्कार करण्यात आले."

"आणि मग?" कुणी तरी उत्सुकतेनं विचारलं.

ज्या कुणी विचारलं होतं, त्याचे डोळे भीती आणि घृणेनं विस्फारित झाले असतील, की आणखी कुठल्या भावनेनं?

सुरंजनचे डोळे मिटलेले होते. त्याला फार झोप आली होती. जी काही चर्चा चालली होती, माहिती दिली जात होती, त्यावर आपल्या बाकीच्या मित्रांच्या काय प्रतिक्रिया होत आहेत, हे जाणून घेण्याची त्याला बिलकूल इच्छा नव्हती. विनाशाचं वर्णन चालूच होतं.

"नोआखलीच्या घोष बाग भागात सावित्रीबाला रॉय, तिचे पती मोहनबाशी रॉय आणि त्यांच्या तरुण मुलीला घराबाहेर काढण्यात आलं. एक दिवस अलीपूर येथील अब्दुल हलीम ननु आणि अब्दूर रब, बच्चू मियाँ हे अचानक सावित्रीबालाच्या घरात घुसले आणि त्यांनी आपली सकस जमीन विकून, आपल्या मुलीच्या लग्नासाठी जमवलेले १८,००० टका त्यांच्याजवळ मागितले. उरलेली जमीन आपल्या नावे करून देऊन ताबडतोब भारतात निघून गेला नाहीत, तर परिणाम वाईट होतील, अशा धमक्याही त्यांना दिल्या. गुंडांनी जाण्यापूर्वी घराच्या गोठ्यात बांधलेल्या गाई सुद्धा पळवून नेल्या. सावित्रीबाला आणि तिच्या कुटुंबीयांनी जर भारतात न जाता इथंच राहण्याचं ठरवलं असतं, तर त्यांचं काय झालं असतं? त्यांच्या मुलीला मारून टाकण्यात आलं असतं... शेरपूर येथील साँपमारी गावात ३६० गवळ्यांच्या कुटुंबीयांची मूलतत्त्ववाद्यांनी इतकी छळणूक केली होती, की ते लोक हा देशच सोडून गेले. किशोरगंज, कटियादी इथं चारुचंद्र डे सरकार, सुमंत मोहन डे सरकार, जतींद्रमोहन डे सरकार आणि दिनेशचंद्र डे सरकार या सर्वांची जमीन मुसलमान गुंडांनी खोट्या कागदपत्रांच्या साहाय्यानं बळकावली. मयमनसिंगमधील दापूनिया येथील रंजन राजभर याचीही वडिलार्जित मालमत्ता अशाच प्रकारच्या बनावट कागदपत्रांच्या आधारे लुबाडण्यात आली. रंजनच्या बहिणी मालती आणि रामरतिया या दोघींची लग्नं मुसलमानांशी झाली होती. पण लग्न झाल्यानंतर काही महिन्यांतच त्यांना घराबाहेर काढण्यात आलं. जयपूरच्या

बालीघाटा गावात चंद्र कुंडू यांची वीस बिघा जमीन धूर्त मुसलमान भाडेकरूंनी बळकावली. इतकंच काय, तर त्यांनी त्या जमिनीवर स्वत:ची घरंसुद्धा बांधली.''

सुरंजनला अतिशय झोप आली होती पण तरीही इतरांचं बोलणं त्याच्या कानांवर पडत होतं.

''नारायणगंज येथील चरगोकुल इथं राहणारे अली मास्टर, अबूल बसर आणि शहीद सरदार यांनी स्टेनगन घेऊन सहा हिंदू घरांना वेढा घातला आणि लूटमार व नासधूस केली. सुभाष मंडोल, संतोष निताई आणि क्षेत्रमोहन यांच्या घरांतली चीजवस्तू त्यांनी लुटून नेली आणि त्यांच्या वडिलोपार्जित जमिनीचीही नासधूस केली.''

कुणी तरी सुरंजनला हाक मारली,

''ऊठ सुरंजन, ऊठ. तो बघ भात आणलाय.''

नक्कीच काजलदा आपल्याला हाक मारत असणार!

माया पण नेहमी त्याला अगदी अशीच हाक मारायची,

''दादा ये ना, भात वाढलाय. ऊठ बघू. जेव.''

मायानं आपल्याला जे पैसे दिले आहेत, त्यातून आज पुष्कळ झोपेच्या गोळ्या विकत घ्याव्या, तो विचार करत होता. आपण कित्येक तासांत झोपलो नसणार बहुतेक. जसा अंधार पडेल, तसे ढेकूण चावायला सुरुवात करतील. आपण लहान असताना किरणमयी आपल्या अंथरुणातले ढेकूण कसे वेचून काढायची, त्याची त्याला आठवण झाली. आज रात्री मायालाच ढेकूण वेचून आपलं अंथरूण साफ करायला सांगायला हवं. ढेकूण रात्रभर चावायचे. कपाळावर, डोक्यातसुद्धा. त्या नुसत्या विचारानंच त्याचं डोकं दुखायला लागलं. त्याला मळमळायला लागलं.

इतक्यात कोणी तरी (बहुधा तापस असणार) म्हणालं, त्यांच्या घराजवळ किमान तीस देवळं पाडण्यात आली आणि देवळांच्या आसपासची सगळी घरं जाळण्यात आली.

संभाषणाचा धागा पकडून कोणी तरी काव्य करत म्हणालं,

''माझं ऐका, नोआखलीबद्दल मला काही तरी सांगू द्या...''

मग त्यानं सांगितलं, की सुंदलपूर गावात सात घरं आणि अधरचाँद आश्रम लुटून जाळण्यात आले. भगनान्द गावातील तीन घरांचीही अशीच अवस्था झाली आणि तशीच गंगापूरमधल्या आणखी तीन घरांची पण झाली. रागरगाँव खेडं, दौलतपूर गाव, घोषबाग मैजादी, सोनापूर येथील कालीमंदिर, बिनोदपूर आखाडा, चौमुहिनी काली मंदिर, दुर्गापूर गाव, कुतुबपूर, गोपालपूर, सुलतानपूर अखंड आश्रम आणि छेयानी बझारमधील काही देवळं पाडण्यात आली. बाबूपूर तेतुईया, मेहंदीपूर, राजगंज बझार, टेंगिरपाडा, काझीरहाट, रसूलपूर, जमीनदारहाट चौमुहिनी

पोडाबाडी ही ठिकाणं उद्ध्वस्त करण्यात आली. भवभद्री गावात दहा देवळं आणि अठरा घरं जाळण्यात आली. कंपनीगंजच्या बडराजपूर गावात एकोणीस घरं लुटण्यात आली व तेथील स्त्रियांचा छळ करण्यात आला. आज तर रामदी गावातील बिप्लव भौमिक याला भोसकण्यात आलं.

कानांत कापसाचे बोळे घालावे, असं सुरंजनला वाटलं. जिकडे बघावं, तिकडे बाबरी मशीद, वाताहत आणि लूटमार हेच विषय. जरा थोडा वेळ शांती मिळाली, तर किती बरं होईल.

आत्ता मयमनसिंगला जायला हवं होतं. तिथं गोंधळ तसा कमीच असेल, दुपारभर ब्रह्मपुत्रेच्या पात्रात डुंबत बसलो असतो, तर ही अंगाची आग तरी थांबली असती.

तो ताडकन उठला. खोलीतून बरेचसे लोक निघून गेले होते. सुरंजनही जायला निघाला. तेव्हा काजलदा म्हणाले,

"अरे, टेबलावर तर जेवण तसंच आहे. तू जेवणार नाहीस का? आणि तुला आत्ता भलत्या वेळी कशी झोप येते आहे? तुझी तब्येत बरी नाही का?"

सुरंजन आळस देऊन म्हणाला,

"नाही काजलदा, मला जेवावंसं नाही वाटत. तुम्ही म्हणता, ते खरं आहे, मला बरं वाटत नाहीये."

"काय झालं, ते तरी सांग."

"तसं काहीच नाही, पण एक सांगा, मी काय करू? मला तिन्ही त्रिकाळ सारखी भूक लागते, पण अन्नाला स्पर्श करायच्या आतच माझी भूक मरून जाते. नक्कीच पित्तामुळं असेल. मला सारखी झोप येते, पण झोप लागतच नाही."

जतीन चक्रवर्तीनं सुरंजनच्या खांद्यावर हात टाकला आणि तो म्हणाला,

"सुरंजन, तू खचून चालला आहेस. स्वत:ला सावर. आपण आपली ही अशी स्थिती होऊ देता कामा नये. शेवटी आपल्याला जगायचंय. यातून वाचायचंय."

सुरंजन मान खाली घालून उभा होता. जतीनदांचं ते बोलणं... जणू काही सुधामयबाबूच उपदेश करत आहेत, असं वाटत होतं. कित्येक दिवसांत तो आपल्या आजारी वडिलांच्या जवळ बसला नव्हता. तो काजलदांना भेटायला गेला, की नेहमी हे असंच व्हायचं. तिथं नेहमीच खूप लोक जमलेले असायचे आणि रात्री उशिरापर्यंत राजकारण आणि तसल्याच इतर विषयांवर चर्चा व्हायची.

तो काही न खाताच निघाला. बऱ्याच दिवसांत तो घरी जेवलाच नव्हता. निदान आज तरी माया, किरणमयी आणि सुधामयबाबूंच्या बरोबर जेवावं, असं त्यानं ठरवलं. त्याच्यात आणि त्याच्या घरच्या माणसांमध्ये भिंती उभ्या राहिल्या होत्या. त्या सगळ्या भिंती आजच्या आज आपण मोडून काढायला हव्या, असं त्याला वाटलं. आज परत एकदा आपण सगळ्यांशी हसून खेळून बोलू. गप्पा मारू आणि

सकाळच्यासारखे आनंदात राहू. जुन्या काळच्या गप्पा निघतील, लहानपणी उन्हात बसून पीठा खात असू, तेव्हाच्या. वडील, मुलगा, भाऊ, बहीण- सगळे एकमेकांशी परकेपणानं न वागता मैत्रीनं वागू. आज दुसऱ्या कुणाच्याही घरी जायचं नाही आता. पुलकच्या घरी नाही, रत्नाच्या पण नाही. सरळ टिकाटुलीला जायचं, घरी जे काही असेल ते खायचं, उशिरापर्यंत जागायचं, सगळ्यांशी गप्पा मारायच्या आणि मग निवांत झोपायचं.

काजलदा त्याला फाटकापर्यंत पोहोचवायला आले. ते काळजीच्या स्वरात म्हणाले,

"तू असं इकडे तिकडे भटकता कामा नये. आम्ही जास्त दूरवर कुठं जात नाही आणि तू, गावभर एकटा हिंडतो आहेस. कधी काय घडेल, त्याचा काही भरवसा आहे का?"

यावर सुरंजन काहीच बोलला नाही. तो लांब ढांगा टाकत चालू लागला.

त्याच्याकडे रिक्षा करायला पुरेसे पैसे होते, पण मायाचे पैसे खर्च करावेसे त्याला वाटेनात. त्यानं दिवसभरात सिगारेट ओढलेली नव्हती आणि आता पैशाची चणचण असून सुद्धा त्याला सिगारेटची तलफ आली. त्यानं एका दुकानाशी थांबून एक बांग्ला फाईव्ह विकत घेऊन पेटवली. त्याला आपण राजा असल्यासारखं वाटलं. अलीकडे सगळं शहर एखाद्या म्हाताऱ्या माणसासारखं लवकर झोपी जातं. या शहराला दुखणं तरी काय झालंय? असा विचार करत चालला असातानाच त्याला आपल्या मित्राची आठवण झाली. पूर्वी एकदा या मित्राच्या पाठीला गळू झालं होतं. पण त्याला त्याच्यावर काही औषध, इंजेक्शन घ्यायची इतकी भयंकर भीती वाटायची, की त्यानं त्यावर काहीही इलाज करून घेतला नाही. या शहराच्या पाठीवरही असंच गळू झालंय की काय? रिक्षात बसून घराकडे जात असताना सुरंजन विचार करत होता.

"माया, सुरंजनला काय झालंय? आत्ता तो कुठं असेल, याची तुला काही कल्पना आहे का?" सुधामयबाबूंनी विचारलं.

"तो पुलकदांच्या घरी जातोय, असं सांगून गेला होता. तिथं थांबला असेल."

"अंधार पडायच्या आत घरी न येण्याचं काही कारण?"

"कोण जाणे... मला त्याचं काही कळत नाही. एव्हाना तो खरं म्हणजे, यायला हवा होता."

"आपण काळजी करत असू आणि त्यानं वेळच्या वेळी घरी परत यायला हवं, एवढंही त्याला कळत नाही?"

माया सुधामयबाबूंना शांत करत म्हणाली,

“जाऊ द्या हो. तुम्ही इतकं बोलणं बरोबर नाही. बोलण्यानं तुम्हांला त्रास होतो. जरा स्वस्थ पडून राहा. खरं म्हणजे, तुमची जेवायची वेळ झाली आहे. जेवणानंतर तुम्हांला हवं तर मी जरा वेळ काही तरी वाचून दाखवते. दहा वाजता तुमच्या झोपेच्या गोळ्या घेऊन मग झोपायचं. तोपर्यंत दादा नक्की परत येईल. काळजी करू नका.”

“तू माझी इतकी छान शुश्रूषा करते आहेस, माया. आणखी थोडे दिवस मला जरा पडून राहू दे ना. बरं होण्याचेही तोटे असतात म्हटलं.”

“उदाहरणार्थ?” माया पलंगावर बसून थाळीतला सुधामयबाबूंचा भात कालवत म्हणाली.

“तू मला भरवतेस, तुझी आई छान अंग रगडून देते, डोकं चेपते. मी बरा झाल्यावर माझे एवढे लाड कोणी करणार आहे का? मग परत माझ्या रोग्यांना तपासायचं काम, बाजारात जाणं, कधी तरी तुझ्याशी भांडणं...” बोलता बोलता सुधामयबाबू हसू लागले.

माया त्यांच्याकडे बघत राहिली. हे दुखणं झाल्यानंतर आज पहिल्यांदाच ते हसले होते.

मघाशीच ते किरणमयीला म्हणाले होते,

“आज सगळ्या खिडक्या उघडून टाक गं. मला खोलीत इतका अंधार आवडत नाही, उदास वाटतं. थोडी मोकळी हवा सुद्धा खेळू दे. मला हिवाळा कसा तो जाणवलेलाच नाहीये. मी लहान असताना कडाक्याच्या थंडीत अगदी पातळसा शर्ट अंगात घालून भिंतींवरून पोस्टर्स चिकटवत हिंडायचो. सुशाँग दूर्गापूरच्या सगळ्या डोंगराळ भागात मी मणिसिंगच्याबरोबर फिरलो आहे. त्या वेळची टाँक चळवळ आणि हाजाँगच्या बंडाबद्दल तुला काही ठाऊक आहे का गं किरणमयी?”

किरणमयी आता मनातून खूपच सावरली होती. ती आपल्या पतीला म्हणाली,

“आपलं लग्न झाल्या झाल्या तुम्ही मला या सगळ्याबद्दल किती तरी सांगितलं आहे. मला आठवतं, त्याप्रमाणे तुम्ही नेत्राकोनामधल्या एका अनोळखी घरात मणिसिंगबरोबर रात्री घालवल्या होत्या.”

“किरणमयी...” सुधामयबाबू अचानक म्हणाले, “सुरंजननं अंगात गरम कपडे तरी घातले आहेत का?”

माया दात विचकून म्हणाली,

“छे, तो कुठले घालतोय? तो सुद्धा तुमच्यासारखाच पातळ शर्ट घालून हिंडतोय. शेवटी तो आधुनिक काळातला बंडखोर आहे ना? त्याच्यावर नैसर्गिक वाऱ्याबिऱ्याचा परिणाम होत नाही काही. हे काळाचे जे वारे वाहताहेत ना, त्यांच्याशी मुकाबला करण्यात तो दंग आहे.”

किरणमयी रागानं म्हणाली,

''दिवसभर कुठं उनाडायला गेलाय देव जाणे. काय जेवतो, जेवतो तरी का नाही... त्याचा गैरशिस्तपणा दिवसेंदिवस वाढतच चाललाय.''

इतक्यात दारावर थाप पडली.

सुरंजनच असेल का?

किरणमयी सुधामयबाबूंच्या पलंगापाशी बसली होती, ती उठून दार उघडायला गेली.

सुरंजनही अगदी असंच दार वाजवायचा पण खरं म्हणजे तो उशीर झाला, की नेहमी आपल्या खोलीचं दार उघडून सरळ खोलीत शिरायचा. बऱ्याचदा त्याच्या खोलीचा दरवाजा मुद्दामच बाहेरून कुलूप घालून बंद केलेला असायचा. त्याला आपलं आपण दार उघडून आत शिरायला सोपं जावं, म्हणून. शिवाय दरवाजाला आतून कडी असली, तरी सुद्धा आत हात घालून कशी काढायची, हे सुरंजनला ठाऊक होतं.

पण अजून तसा फारसा उशीर झाला नव्हता, म्हणजे सुरंजनच आला असणार.

माया सुधामयबाबूंचा वरणभात कालवत होती. आपण भाताचे छोटे छोटे घास करून ठेवले तर सुधामयबाबूंना ते गिळायला सोपं पडेल, असा तिच्या मनात विचार येत होता. आजारी पडल्यानंतर चार दिवस ते नुसतं पातळ लापशीवजा अन्न खात होते. आत्ताच डॉक्टरांनी त्यांना थोडं थोडं जेवण जेवायची परवानगी दिली होती. आज घरी जरा पातळशी माशाची आमटी केली होती, वरण-भाताबरोबर चवीला.

माया भातात आमटी घालून कालवायला सुरुवात करणार, एवढ्यात दार ठोठावल्याचा आवाज आला.

किरणमयीनं दारापाशी जाऊन 'कोण?' असं मोठ्यांदा विचारलं.

बाहेरून कुणी तरी हलक्या आवाजात पुटपुटल्यावर तिनं दार उघडलं.

क्षणार्धात सात तरुण घरात घुसले. त्यांनी दारात उभ्या असलेल्या किरणमयीला ढकलून दिलं. त्यांतल्या किमान चौघांजवळ लोखंडी गज असावेत. पण जे घडलं, ते इतक्या थोड्या वेळात, की उरलेल्यांच्या हातांत काय होतं, ते सांगणंही कठीण होतं.

ते सर्व तरुण एकविशीचे होते. दोघांनी टोप्या, कुर्ता-पायजमा असा वेष केला होता, तर बाकीच्यांनी शर्ट-पँट घातली होती. त्यांनी जरा सुद्धा वेळ न घालवता घरातील वस्तूंची पद्धतशीर मोडतोड सुरू केली. त्यांतील कुणीही तोंडातून चकार शब्द काढत नव्हतं. नुसते टेबल-खुर्च्या तोडल्याचे, टी.व्ही.ची काच फोडल्याचे, आरशाची कपाटं, पुस्तकांची शेल्फ, ड्रेसिंगटेबल, उभे मोठे पंखे यांची मोडतोड

केल्याचे आवाज येत होते. कपडे टरकावून त्यांच्या चिंध्या केल्या होत्या त्यांनी!
सुधामयबाबूंनी भयभीत होऊन उठून बसण्याची धडपड केली.
माया किंचाळली,
"बाबा..."
किरणमयीला इतका धक्का बसला होता, की ती अजून उघडं दार धरून तिथंच खिळून उभी होती.
त्या लोकांनी आपलं विंध्वसाचं काम संपत आल्यावर एक सुरा काढला आणि तो रोखून म्हणाले,
"हरामखोरांनो, बाबरी मशीद पाडल्यावर तुम्ही सुटाल, असं वाटलं का तुम्हांला?"
डोकं फिरल्यासारखी ती तरुण मुलं अजूनही घरातल्या सगळ्या मौल्यवान वस्तूंचा नायनाट करत सुटली होती. आपल्या घराची आपल्या डोळ्यांदेखत अशी वाताहात होताना भीतीनं थरथरत ते तिघंही मुकाट्यानं सगळं बघत होते... अक्षरही न बोलता.
पण मग त्यांच्यांतल्या एका गुंडानं मायाला पकडलं. किरणमयी जिवाच्या आकांतानं ओरडली. अपंग, असहाय सुधामयबाबू विव्हळू लागले. स्वत:चा जीव वाचवण्याची अखेरची धडपड, म्हणून मायानं पलंगाचा खांब घट्ट पकडला. किरणमयीनं पळत येऊन आपल्या शरीरानं आपल्या मुलीला झाकलं आणि ती तिला गुंडांपासून वाचवण्याचा निष्फळ प्रयत्न करू लागली. पण त्यांच्या हल्ल्यापुढं तिचं काय चालणार? त्यांनी किरणमयीला जोरात बाजूला खेचलं. मायाचे हात खांबापासून जबरदस्तीनं सोडवले आणि जसे वाऱ्यासारखे आले होते, तसेच आपली शिकार घेऊन झंझावातासारखे निघून गेले. भानावर येऊन किरणमयी त्यांच्यामागे धावत सुटली; ओरडत, किंचाळत, त्यांच्यापुढं पदर पसरत,
"सोडा माझ्या मुलीला, सोडा."
बाहेर रस्त्यावर दोन ऑटोरिक्षा थांबलेल्याच होत्या. मायाचे हात अजूनही वरणभातानं माखलेले होते. तिचे कपडे विसकटले होते. ती अत्यंत घाबरलेल्या नजरेनं आईकडे बघत किंचाळत होती,
'माँ, माँ... मला वाचव, माँ...'
ती अजूनही त्या गुंडाशी झगडत, सुटण्याची धडपड करत होती. शेवटी विलक्षण भीतीनं आणि वेदनांनी विव्हळत तिनं करुणपणे आपल्या आईकडे अखेरचा कटाक्ष टाकला. पण आई आपल्याला यातून वाचवू शकत नाही, हे एव्हाना कळून चुकलंच होतं तिला.
किरणमयीनं तिला वाचवण्याची शर्थ केली. स्वत:च्या जिवाची पर्वा न करता

ती त्या गुंडांवर तुटून पडली. त्यांनी रोखलेला सुरा हातात पकडून ती मायाला आपल्याकडे ओढू लागली.

पण मायाला ज्या दोघां गुंडांनी पकडलं होतं, त्यांनी किरणमयीला जोरात दूर ढकललं आणि मायाला एका रिक्षात कोंबलं. रिक्षा भरधाव वेगानं निघून गेली.

किरणमयी त्या मागोमाग रडत ओरडत, धावत सुटली,

''त्यांनी माझ्या मुलीला पळवलंय... अरे, कुणी तरी वाचवा तिला...''

बोळाच्या टोकाशी अखेर थकून भागून ती थांबली. तिचे केस विसकटले होते, कपडे चुरगळले होते.

इतक्यात तिला तिकडून मियाँमोती येताना दिसले. तिनं त्यांना थांबवून, त्यांची आर्जवं केली,

''दादा, त्यांनी मायाला पळवून नेलंय. काही तरी करा ना.''

तो माणूस आणि इतरांनी तिच्याकडे निर्विकारपणे पाहिलं आणि ते चालू लागले. जशी काही ती रस्त्यावरची वेडी, नाही तर किळसवाणी भिकारीणच होती. कशी तरी शक्ती गोळा करून, धीर गोळा करून किरणमयी रात्रीच्या अंधारात आपल्या मुलीच्या शोधात धावत निघाली.

सुरंजन घरी परत आला. पुढचं दार जरासं उघडं बघून त्याला आश्चर्य वाटलं. त्यानं दार उघडून आत पाऊल टाकलं आणि आतला संहार बघून तो थक्क झाला.

पालथी पडलेली टेबलं, सर्वत्र विखुरलेली पुस्तकं, गाद्या आणि अंथरुणं काढून खाली फेकलेली होती आणि कपड्यांच्या चिंध्यांचा ढिगारा पडलेला होता.

सुरंजननं घरभर हिंडून सगळं दृश्य बघितलं आणि त्याची दातखीळ बसल्यासारखी झाली. त्याच्या पायांखाली फुटक्या काचा तुडवल्याचा आवाज झाला. त्याचे वडील जमिनीवर वेदनांनी विव्हळत पडले होते. माया आणि किरणमयी दोघींचाही ठावठिकाणा नव्हता.

मी नसताना हे काय घडलं, असं आपल्या वडिलांना विचारण्याची त्याची हिंमतच होत नव्हती.

ते असे जमिनीवर कसे काय पडले होते? माँ आणि माया कुठं होत्या?

तो डोक्यातला प्रश्नांचा गुंता सोडवून त्यांच्याशी बोलणार, इतक्यात आपला आवाज थरथर कापत असल्याचं सुरंजनच्या लक्षात आलं.

त्याचे वडील गलितगात्रपणे त्याला म्हणाले,

''त्यांनी मायाला पळवून नेलं.''

सुरंजनला बसलेल्या धक्क्याचं संतापात आणि भीतीत पर्यवसान झालं.

''पळवून नेलं? म्हणजे कुणी पळवून नेलं? कुठं? कधी?''

पण त्याच्या वडिलांच्या अंगात बोलण्याचं त्राणच नव्हतं.
सुरंजननं त्यांना हळुवारपणे उचलून पलंगावर ठेवलं. त्याचा श्वास जोरजोरात येत होता. तो घामानं निथळला होता.
"माँ कुठं आहे?" सुरंजननं कुजबुजत विचारलं.
सुधामयबाबूंचा चेहरा विदीर्ण झाला होता. आता जर त्यांच्यावर लवकर काही उपचार झाले नाहीत आणि त्यांचं ब्लडप्रेशर आणखी वाढलं, तर ते मरणार, यात शंकाच नाही.
सुरंजनपुढं बिकट प्रश्न होता, आता आपण वडिलांकडे बघायचं का बहिणीला शोधायला जायचं?
भीती आणि नैराश्यानं त्याचा थरकाप झाला. त्याच्या डोळ्यांपुढं चढत वाढत जाणाऱ्या पुराच्या पाण्याचा लोट उभा राहिला. त्याला गिळू पाहणारा. क्षणात ते चित्र पुसलं गेलं आणि एका असहाय कोंबडीच्या पिल्लाभोवती कडं करून उभे असलेले भटके अक्राळविक्राळ कुत्रे त्याला दिसू लागले. शेवटी तो मनाचा हिय्या करून बाहेर निघाला. जाण्यापूर्वी आपल्या वडिलांना हलकेच थोपटून म्हणाला,
"मी मायाला परत आणीन, बाबा. काही झालं, तरी परत आणीन."

सुरंजन हैदरच्या घरी गेला आणि त्यानं जोराजोरात दार ठोकलं. त्यानं इतक्या अधीरतेनं दार वाजवलं, की हैदर स्वतः दार उघडायला आला. सुरंजनला पाहून त्याला आश्चर्य वाटलं.
"काय रे सुरंजन, काय झालं?"
सुरंजनला आधी तर बोलताच येईना. दुःखानं आणि निराशेनं त्याची जणू वाचाच गेली.
मग कसा तरी अडखळत तो म्हणाला,
"त्यांनी मायाला पळवून नेलं."
त्याचा कंठ दाटून आला होता. मायाला कोणी पळवून नेलं, ते सांगायची गरजच नव्हती.
"त्यांनी कधी पळवलं तिला?"
सुरंजननं उत्तर दिलं नाही. मायाला कधी पळवण्यात आलं, हे इतकं महत्त्वाचं होतं का? त्यांनी तिला पळवलंय, ही बातमी पुरेशी नव्हती का?
हैदरच्या कपाळाला आठी पडली. तो पार्टीच्या मीटिंगला गेला होता आणि नुकता परतला होता. खरं म्हणजे, तो कपडे बदलतच होता, तेवढ्यात सुरंजन आला. सुरंजनचा तो अवतार बघून हैदर थक्क झाला.
जणू काही आपण ज्या ज्या गोष्टींसाठी जगलो, त्या सगळ्या पार वाहून

गेल्या, धुळीला मिळाल्या असाव्यात, असा दिसत होता तो. तो दार घट्ट पकडून उभा होता पण त्याचे हात इतके थरथरू लागले, की त्यानं आपल्या मुठी घट्ट आवळून धरल्या.

हैदरनं आपल्या मित्राला शांत करण्याकरता त्याच्या खांद्यावर हात टाकला आणि म्हणाला,

''जरा शांत हो बघू. आपण आधी आत जाऊ आणि मग याबाबत काय करायचं, ते बघू.''

हैदरचा स्पर्श होताच सुरंजन खचून, मोडून पडला. आपले दोन्ही हात हैदरच्या गळ्यात टाकून म्हणाला,

''मायाला घरी आण हैदर, प्लीज मायाला परत आण...''

त्याला हुंदक्यावर हुंदके येऊ लागले. त्याचं सगळं शरीर थरथरू लागलं. त्याला मनोमन किती यातना होत होत्या, हे नुसतं बघूनच कळत होतं. शेवटी तो हैदरच्या पायांशी कोसळला. परत परत तीच विनवणी करू लागला. आपल्या या कठोर, जिद्दी, जगाचा उपहास करणाऱ्या मित्राला या अवस्थेत बघून हैदरला कसनुसं झालं. त्यानं हे असं कधी स्वप्नातही आणलं नसतं. त्यानं सुरंजनला उठवलं, उभं केलं. खरं तर, हैदरला खूप भूक लागली होती. पण जेवण नंतर करता आलं असतं.

''चल, आपण जाऊ आणि काय करता येतं, ते पाहू.'' तो म्हणाला.

मग ते दोघं हैदरच्या होंडा मोटरसायकलवरून निघाले आणि त्यांनी टिकाटुलीचे गल्ल्याबोळ पालथे घातले. हैदर खोपटवजा घरांमधे, चांगल्या मोठमोठ्या घरांमधे जाऊन चौकशी करत होता. संशयित दिसणाऱ्या पानवाल्यांपाशी चौकशी करत होता. अगदी उच्चभ्रू दिसणाऱ्या, झकपक दिसणाऱ्या तरुणांजवळही तौ चौकशीला गेला.

ते इतक्या कानाकोपऱ्यांमधून हिंडले, की हे भाग शहरात अस्तित्वात आहेत, याची सुद्धा सुरंजनला कल्पना नव्हती. पण तरी काही उपयोग झाला नाही.

शेवटी टिकाटुली बरीच मागे टाकून ते पुढं निघाले. इंग्लिश रोड, नबाबपूर, लक्ष्मी बझार, लालमोहन साह स्ट्रीट, बक्षी बझार, लालबाग, सुत्रापूर, वाईझ घाट, सदर घाट, प्यारीमोहनदास रोड, अभय दास लेन, नरिंदा, आलू बझार, थाथरी बझार, पारीदास रोड, बाबू बझार, उर्दू रोड आणि चौक बझार, इ.भागांतून ते फिरले. शहराच्या ज्या काही भागात ते गुंड लपून बसण्याची हैदरला शक्यता वाटत होती, सगळा भाग त्या दोघांनी अक्षरशः पिंजून काढला. पण तरीही मायाचा पत्ता नव्हता. तरीही त्यांनी शोध चालू ठेवला.

हैदरनं घराघराचे दरवाजे ठोकले. किती तरी लोकांशी तो बोलला, सुरंजननं कधी जन्मात पाहिलेही नसतील, अशा लोकांशी बोलला. तरी पण काही नाही. जिथं तिथं म्हणून उतरून हैदर चौकशी करे, तिथं सुरंजनची आशा पल्लवित होई. त्याला वाटे, आता तरी माया सापडेल. तिला इथंच कुठं तरी बांधून ठेवलं असेल, मारहाणही केली असेल, पण तरीही ती सापडेल. तिला नुसती मारहाण करून त्यांचं समाधान झालं नाही, तर? त्यांनी आणखी काही केलं, तर? सुरंजन जिवाचा कान करून ऐकत होता, न जाणो, कदाचित मायाच्या रडण्याचा आवाज ऐकू आलाच, तर?

ते लक्ष्मीबझार मधून जात असताना अचानक सुरंजननं हैदरला थांबायची खूण केली. त्याला मायाच्या रडण्याचा आवाज आल्यासारखं वाटलं. ते आवाजाच्या रोखानं तपास करत गेले, तर एक छोटं बाळ रडत होतं.

रात्र बरीच झाली होती. तरी अजून सुरंजन आणि हैदरचा तपास चालूच होता. ते एकाच ठिकाणी जास्त वेळ घालवत नव्हते. कारण अजून किती तरी ठिकाणी शोध घ्यायचा होता.

प्रत्येक गल्लीत तरुण मुलांचे घोळके ठिकठिकाणी उभे होते. सगळे या दोघांकडे लालभडक डोळ्यांनी रोखून बघत होते.

त्या लोकांकडे बघून सुरंजनची तर खात्रीच पटली, मायाच्या छळाला हेच सगळे जबाबदार आहेत.

"हैदर, माया कुठं आहे? अजून कशी सापडत नाही?"

"मी प्रयत्न करतोच आहे."

"आजच्या आज आपण तिला सापडवलंच पाहिजे. पाहिजे, म्हणजे पाहिजे."

"महत्त्वाची सगळी ठिकाणं तपासून झाली. मी आणखी तरी काय करणार?"

सुरंजन एकापाठोपाठ एक सिगारेट ओढत होता. त्या सिगारेटी मायाच्या पैशांनी घेतल्या आहेत, हा नुसता विचार काळीज चिरत जात होता.

"चल, आपण सुपरस्टारमधे जाऊ आणि काही तरी खाऊ. मला खरंच फार भूक लागली आहे."

हैदरनं पराठे आणि मटण मागवलं. दोन प्लेट. सुरंजननं तोंडात घास घालण्याचा प्रयत्न केला. पण पराठ्याचा घास तोंडातही घालवेना त्याला. जशी मिनिटं धावत होती, तशी त्याच्या काळजात घरं पडत होती. हैदर चवीनं जेवत होता. त्यानं जेवण झाल्यावर सिगारेट पेटवली. सुरंजननं त्याला घाई सुरू केली,

"चल, आता परत तपास चालू करू. अजून ती मिळालेली नाही ना."

"आता आणखी कुठं कुठं बघणार, तूच सांग? तू स्वत:च्या डोळ्यांनी पाहिलं आहेस, आपण अक्षरश: सगळी ठिकाणं पिंजून काढली आहेत."

"ढाका इतकं छोटं गाव आहे. मग अजून कशी ती सापडत नाही? चल, आपण पोलिसात तरी जाऊ."

सुरंजननं पोलीस ठाण्यावर तक्रार नोंदवली, तेव्हा पोलिसांनी निर्विकारपणे सगळं ऐकून घेतलं. अखेर एकदाची लेखी तक्रार नोंदवण्यात सुरंजनला यश आलं.

"हैदर, मला नाही वाटत, ते खरोखर काही करतील..."

"करतील सुद्धा." हैदर म्हणाला.

"चल वारिकला जाऊ. तिथं कुणी तुझ्या ओळखीचं आहे?"

"मी पार्टीच्या लोकांना त्या कामाला लावलंय. ते पण आता सगळीकडे शोध घेतील. तू जास्त काळजी करू नकोस."

खरं तर, हैदरनं शक्य तेवढे प्रयत्न केले होते. पण सुरंजनचं अजूनही समाधान झालं नव्हतं. त्याच्या त्या काळजीमुळं तो थांबायला तयार नव्हता.

रात्रभर ते दोघे हैदरच्या होंडावर भटकत राहिले. सगळ्या स्थानिक हातभट्टीच्या गुत्त्यांवर, मटक्याच्या अड्ड्यांवर, स्मगलर्सच्या अड्ड्यांवर.

शेवटी हैदरची प्रार्थनेची वेळ झाली. सुरंजनला भैरवी रागातला तो अझानचा सूर ऐकायला नेहमीच आवडायचं. पण आता मात्र तो आवाज त्याला असह्य झाला. अझानच्या घोषानं त्याला आणखी एक जाणीव करून दिली.

रात्र सरून पहाट होत होती... मायाचा अजून पत्ता लागला नव्हता!

टिकाटुली आल्यावर हैदरनं मोटरसायकल थांबवली. शक्य तितक्या मृदू आवाजात तो म्हणाला,

"सुरंजन, धीर सोडू नकोस. आपण काय करायचं, ते बघू."

घरी किरणमयी त्या सगळ्या मोडतोडीत दाराकडे डोळे लावून बसून होती. त्या डोळ्यांत आशा पण होती. निराशा पण. सुधामयबाबूदेखील त्या तशा लुळ्यापांगळ्या अवस्थेत, रात्रभरच्या जागरणानं थकलेले असूनही आतुरतेनं सुरंजनची वाट बघत होते. आत्ता तो येईल, मायाला घेऊन येईल. पण जेव्हा आपला मुलगा थकूनभागून रिक्तहस्तानं परत येताना दिसला, तेव्हा त्यांची सगळी आशा मावळली. याचा अर्थ असा तर नाही ना, की आपली माया आता आपल्याला परत कधी भेटणार नाही? दोघेही दु:खावेगानं थरथरू लागले. घरातलं वातावरण कोंदट झालं होतं- खेळती हवा नसल्याचा परिणाम. सगळी दारं-खिडक्या घट्ट बंद होत्या.

आपले आईवडील असे मूकपणे, भयभीत होऊन दु:खित अंत:करणानं बसलेले बघून सुरंजनला त्यांच्याशी बोलावंसं वाटेना. त्या दोघांच्याही डोळ्यांत प्रश्न स्पष्ट दिसत होते. पण साऱ्या प्रश्नांचं एकच उत्तर होतं,

"माया सापडली नाही."

सुरंजन मटकन खाली बसला आणि त्यानं पाय ताठ केले. त्याला मळमळत होतं. उलटीची भावना होत होती. एव्हाना त्या सगळ्यांनी मिळून तिच्यावर पाशवी बलात्कार केला असेल.

तो मनात म्हणाला, माया लहान, सहा वर्षांची असताना जशी दोन दिवस गायब होऊन नंतर परतली होती, तशी आत्ता परत आली, तर! दार उघडंच होतं. माया त्या दारातून आत आली, तर सगळं काही परत ठीकठाक होईल. कशी का असेना, थकलेली, दु:खीकष्टी. पण तरी जिवंत. आपल्या खचून गेलेल्या माणसांत परत आली, म्हणजे झालं! परत येऊ दे तिला. परत येऊ दे. या छोट्याशा, उद्ध्वस्त आणि मोडून पडलेल्या घरात परत येऊ दे.

आपण मायाचा परत दुसऱ्या दिवशी शोध घेऊ, असं हैदरनं वचन दिलं होतं. हैदरनं नाही तरी वचन दिलंच होतं म्हटल्यावर सुरंजनला तशी स्वप्नं बघायला, आशा करायला काय हरकत होती?

पण त्यांनी मायाला का पळवावं? ती हिंदू होती, म्हणून? या देशात राहण्याची किंमत मोजण्यासाठी हिंदूंना आणखी किती बलात्कार, रक्तपात आणि पिळवणूक सहन करावी लागणार होती? कासवांप्रमाणे मान आत घालून... आणखी किती दिवस?

या प्रश्नांची उत्तरं जरी त्याला हवी असली, तरी ती मिळणार नव्हती.

किरणमयी भिंतीला टेकून बसली होती. ती स्वत:शीच पुटपुटत होती.

'ते म्हणाले, 'माशी माँ, तुम्ही कशा आहात, ते बघायला आम्ही आलो आहोत. आम्ही इथं पलीकडेच राहतो. दार उघडा!' ते काय वयाचे असतील बरं? वीस किंवा एकवीस वर्षांचे, फार तर. त्यांच्यापुढं माझा काय टिकाव लागणार? मी इथल्या सगळ्या घरी मदत मागायला गेले... पण सगळ्यांनी नुसतं ऐकून घेतलं, सहानुभूती दाखवली, पण मदत मात्र कुणी नाही केली. त्यांतल्या एकाचं नाव होतं रफीक. मी ऐकलं ना, टोपीवाल्यानं त्याला हाक मारली... ती आधी चांगली पारुलच्या घरी राहायला गेली होती. तशीच आणखी राहिली असती तिकडे, तर वाचली तरी असती. आता माया परत कधीच घरी येणार नाही? त्यापेक्षा त्यांनी घराला आगच का नाही लावून दिली? त्यांनी तसं केलं नसावं, कारण घरमालक मुसलमान आहे ना! मग त्यांनी त्याऐवजी मलाच का नाही मारून टाकलं? निदान त्या भोळ्या पोरीचा जीव तरी वाचला असता. माझं काय, सगळं संपलंय. तिच्या आयुष्याची तर अजून सुरुवात आहे...'

सुरंजनला प्रचंड मळमळून त्याचं डोकं गरगरू लागलं. दुखू लागलं. तो मोरीत पळत गेला आणि त्याला उलट्यांवर उलट्या झाल्या.

७

व्हरांड्यात ऊन आलं. काळं-पांढरं मांजर ते ओलांडून पलीकडे गेलं. त्याला खायला हवं होतं का? का ते मायाला शोधत होतं? माया त्या मांजराला उचलून घेऊन घरात हिंडायची. ते तिच्या पांघरुणात शिरून उबेत पडून राहायचं. माया इथं आता नाही, हे त्याला ठाऊक असेल का?

माया जिथं कुठं असेल, तिथं ती नक्की रडत असणार. त्यांनी तिचे हातपाय बांधून ठेवले असतील का? तोंडात बोळा कोंबला असेल का? सहा वर्षांची मुलगी आणि एकवीस वर्षांची मुलगी यांत जमीन-अस्मानाचा फरक असतो आणि या दोन्ही वयांच्या मुलींना पळवण्याची कारणं सुद्धा वेगवेगळी असतात. एकवीस वर्षांच्या मुलीला सात माणसांनी मिळून काय काय केलं असेल, याची कल्पनाही किती असह्य होती. काळजी आणि दु:खावेगानं त्याला आपलं शरीर लाकडासारखं ताठ, मृतवत झाल्यासारखं वाटत होतं. आपण जिवंत तरी आहोत का? अर्थात आहोत. गेली आहे, ती माया. कदाचित कायमची. हा तर जगाचाच न्याय आहे. एकाखातर दुसरा कुणी आपल्या आयुष्याचा काही त्याग करत नाही. मानवप्राण्याइतका स्वार्थी प्राणी दुसरा नाही, हे तर उघडच आहे आणि त्याचमुळं माया गेली, म्हणून तिच्या नातेवाइकांनी का म्हणून मरावं?

हैदरनं मायाचा अगदी जारीनं शोध घेतला होता, हे खरं होतं. पण तरीही सुरंजनला असंच वाटत राहिलं, की हैदरनं प्रयत्नांची पराकाष्ठा काही केली नाही. शेवटी कितीही झालं, तरी हैदर एक मुसलमान होता आणि एका मुसलमानालाच मुसलमानांचा शोध घ्यायला लावायचं, म्हणजे हाडानं हाड उचलण्याचा प्रयत्न करण्यासारखंच की. उन्हात पडून त्या मांजराचं निरीक्षण करत असताना अचानक सुरंजनला वाटलं, की, खरं म्हणजे हैदरला मायाचा ठावठिकाणा माहीत आहे आणि आपल्याला काही ठाऊक नसल्याचं तो नुसतं नाटक करतोय. त्यानं सुपरस्टार हॉटेलात मोठ्या समाधानानं ढेकर दिली होती. नंतर अगदी आरामात सिगारेटही ओढली होती. एखाद्या संकटात सापडलेल्या व्यक्तीचा तो शोध घेत असल्याचं वाटत देखील नव्हतं आणि हा शोध घेणं काही फारसं महत्त्वाचं आहे, असं तर त्याला मुळी सुद्धा वाटत नव्हतं. सुरंजनला

आठवलं, हैदरला रात्रीबेरात्री गावात मोटारसायकलवरून भटकायला नेहमी आवडायचं. त्यानं केवळ ही आपली आवड तर नाही पूर्ण करून घेतली? की तो केवळ एक उपचार म्हणून, मैत्रीखातर शोध घेतल्यासारखं दाखवत होता? पोलीस स्टेशनमधे सुद्धा तो काही फारसं तळमळीनं बोलत नव्हता. आपल्या पार्टीच्या लोकांना तरी त्यानं खरोखरच काही करायला सांगितलं होतं की नाही, याची पण सुरंजनला शंकाच होती. कदाचित त्याच्यालेखी मायाला इतकं जास्त महत्त्व नसेलच. हिंदू नाही तरी, दुय्यम दर्जाचेच नागरिक होते, म्हणून तर असं नसेल?

आता देखील माया गेली आहे, ती शेजारच्या खोलीत सुधामयबाबूंच्या जवळ बसून त्यांचे हाताचे व्यायाम करून घेत नाहीय, या गोष्टीवर सुरंजनचा विश्वास बसत नव्हता. त्याला वाटत होतं, आपण त्या खोलीत पाऊल टाकताच लगेच माया आपल्याला म्हणेल,

"दादा, तू काही करणार आहेस की नाही?"

आपण आजवर तिच्यासाठी कधी फारसं काही केलं नाही, याचा आता त्याला पश्चात्ताप झाला. सगळ्याच बहिणी भावांपाशी काही तरी पोरकट हट्ट करतातच ना-मला बाहेर ने... मला हे आण... ते आण...! तसच तिनंही अनेक गोष्टींसाठी हट्ट केला होता, पण सुरंजननं कायम तिच्याकडे दुर्लक्ष केलं होतं. आपले मित्र, राजकारण, पार्टीच्या मीटिंग्ज या गोष्टी त्या वेळी त्याला जास्त महत्त्वाच्या वाटल्या होत्या... इतके सगळे दिवस सुधामयबाबू, किरणमयी, माया यांची काही पर्वाच केली नव्हती त्यानं. त्यांच्या सुखदुःखांत त्याला काहीही रस नव्हता. त्याला रस होता, तो फक्त देशाच्या भविष्यकाळात. देशाची दुःखं दूर करण्यासाठी तो झटला होता, पण त्यात तरी यश आलं होतं का?

नऊ वाजताच सुरंजन जवळच असलेल्या हैदरच्या घरी गेला. हैदर अजून झोपला होता त्यामुळं सुरंजन बाहेरच्या खोलीत ताटकळत बसून राहिला. वाट बघत असताना त्याच्या मनात संशय पिंगा घालू लागला. हल्लेखोरांमधल्या एका मुलाचं नाव रफीक होतं. हा या हैदरचा कुणी ओळखीचा, नाही तर नातेवाईकच असेल.

सुरंजनच्या अंगावर काटा आला.

दोन तास लोटल्यावर शेवटी एकदाचा हैदर बाहेर आला.

"काय मग? माया आली वाटतं?" त्यानं विचारलं.

"ती आली जर असती, तर मी इथं कशाला आलो असतो?" सुरंजन जरा जोरातच म्हणाला.

"असं असं." हैदरचा आवाज तुटक वाटला. तो नुसती लुंगी घालून बसला होता. आपली उघडी छाती खाजवत तो म्हणाला, "या वर्षी थंडी एवढी जास्त

नाहीये, नाही?'' त्यानं परत एकदा अंग खाजवलं. ''आज सुद्धा पार्टीच्या अध्यक्षांच्या घरी मीटिंग आहे. बहुतेक मिरवणुकीची तयारी चालली आहे. ते गुलाम आझम प्रकरण इतकं रंगत असतानाच या दंगली झाल्या नेमक्या. खरं म्हणजे, हा दंगाधोपा ही सगळी त्या बी.एन.पी.ची कारवाई आहे. त्यांना झाल्या प्रकाराचा आपल्या फायद्यासाठी वापर करून घ्यायचा होता ना.''

''बरं हैदर, तुला रफीक नावाचा कुणी मुलगा माहिती आहे? हल्लेखोरांमधल्या एकाचं हेच नाव होतं.''

''तो कुठला आहे?''

''ते काही माहीत नाही. पण तो एकवीस-बावीस वर्षांचा असेल. कदाचित याच भागातलाही असेल.''

''मला नाही माहीत त्या नावाचा कुणी मुलगा. बरं, पण मी माझ्या माणसांना कामाला लावतोच आहे ना.''

''चल हैदर, आपणच जाऊ. आता आपण आणखी वेळ घालवणं बरोबर नाही. मला माझ्या आई-वडिलांच्या चेहऱ्यांकडे बघवतही नाही. आधीच बाबांना अर्धांगाचा झटका आलाय. एवढ्या या मानसिक ताणानंतर आणखी काही वेडंवाकडं झालं नाही, म्हणजे बरं.''

''मला वाटतं, या वेळेला तू माझ्यासोबत बाहेर पडणं बरोबर नाही.''

''पण का? का नाही बरोबर?''

''तुला समजत कसं नाही?''

अर्थातच सुरंजनला समजलं. हैदरलाच कुणी आपल्याला सुरंजनच्याबरोबर हिंडताना पाहू नये, असं वाटत होतं. सुरंजन एक हिंदू होता आणि मुसलमान जरी चोर, डाकू किंवा खूनी असेल, तरी सुद्धा एक हिंदू म्हणून सुरंजननं त्यांच्याविरुद्ध आवाज उठवणं बरोबर नव्हतं. शिवाय मुसलमानांच्या तावडीतल्या एका मुलीला सोडवून आणण्याची भाषा करणं सुद्धा फार झालं.

सुरंजन निराश होऊन हैदरच्या घरातून बाहेर पडला.

आता इथून कुठं जायचं? घरी?

त्या ओसाड घरात जावंसं त्याला वाटेना. तो मायाला घेऊन परत येईल, अशी वेडी आशा घेऊन त्याचे आईवडील बसले होते. त्यामुळं मायाला न घेता घरी परत जायची त्याला इच्छा होईना.

हैदरनं सांगितलं होतं, आपण आपल्या माणसांना मायाला शोधायच्या कामावर लावत आहोत, म्हणून.

पण त्याची माणसं खरंच ते काम करतील? त्यांचं तर काहीच बिघडलं नव्हतं, काही हरवलं नव्हतं. माया त्यांची कोण लागत होती? मुसलमानांना

हिंदूबद्दल काही वाटायचं कारणच काय? त्यांना जर काही वाटत असतं, तर फक्त हिंदूंच्या घरांची कशी मोडतोड आणि जाळपोळ झाली असती? फक्त सुरंजन, गोपाल आणि काजलेंदू यांची घरंच कशी लुटली गेली असती?

सुरंजन परत घरी गेला नाही. तो मायाचा शोध घेत रस्तोरस्ती, गावभर भटकत राहिला.

मायानं काय गुन्हा केला होता? इतकं निर्दयपणे त्यांनी तिला का पळवून न्यावं? हिंदू असणं हा इतका मोठा गुन्हा होता का? इतका मोठा गुन्हा, की त्यांची घरं मोडून, तोडून, जाळून टाकली जावी, त्यांच्या बायका-मुलींना पळवून त्यांच्यावर बलात्कार व्हावा?

सुरंजन असाच नुसता भरकटत राहिला. मधेच एकदम तो पळत सुटायचा. रस्त्यावर वीस-एकवीस वर्षांचा कोणीही तरुण दिसला, की त्याचा सुरंजनला संशय यायचा.

तो मध्येच वाण्याच्या दुकानाशी कुरमुरे विकत घ्यायला थांबला.

दुकानदार त्याची नजर टाळत होता. याला आपल्या बहिणीला कुणी पळवून नेल्याची बातमी नक्की कळलेली दिसते आहे.

परत एकदा त्यानं सगळं गाव पालथं घातलं आणि शेवटी नया बझारपाशी एका मोडतोड झालेल्या मठापाशी विश्रांती घ्यायला थांबला.

अजूनही त्याच्या मनावर प्रचंड ताण होता आणि ओळखीचं कुणी आता भेटू नये, असं त्याला वाटत होतं. कुणी भेटून तरी काय फायदा होता म्हणा? ते परत तीच ती बाबरी मशिदीची चर्चा सुरू करणार.

परवा सलीम खुशाल म्हणाला होता,

"जर, तुम्ही लोक आमची मशीद फोडू शकता, तर मग आम्ही तुमची देवळं जाळली, तर कुठं बिघडलं?"

सलीम तसं हे विनोदानंच म्हणाला होता. पण पुष्कळदा विनोदांमधून असे गंभीर विचार व्यक्त केले जातात.

जर माया घरी आली, तर ! येईलही कदाचित. जरी तिच्यावर बलात्कार वगैरे झाला असला, तरी तिनं घरी यायलाच हवं.

माया घरी परतली असेल, अशा आशेनं सुरंजन घरी आला. पण घरी परिस्थिती जशी आधी होती तशीच, काही बदल नाही. सुधामयबाबू आणि किरणमयी अजूनही काही चमत्कार घडेल, म्हणून वाट बघत होते.

माया परत आलेली नाही, याखेरीज आणखी वाईट बातमी ती कोणती असणार?

सुरंजननं अंथरूणावर पडून आपला चेहरा उशीत खुपसला. दुसऱ्या खोलीतून सुधामयबाबूंच्या कण्हण्याचा आवाज येत होता. नंतर मध्यरात्री रातकिड्यांच्या कर्कश चीत्कारासारखा किरणमयीच्या आर्त रडण्याचा आवाज सुरंजनच्या कानांवर पडला आणि त्याला झोप लागेना.

आपण तिघांनी विष खाऊन जीव दिला, तर? निदान हे दुःख, या यातना, हे क्षणोक्षणी मरणं तरी थांबेल. आता बांग्लादेशात हिंदूंनी राहणं आणि जीव वाचेल अशी आशा धरणं, याला काही अर्थच नव्हता.

सुधामयबाबूंचा असा अंदाज होता, की आपली ही अवस्था सेरेब्रल थ्रॉम्बॉसिस, नाही तर एम्बॉलिझममुळं झालेली आहे. आपलं जर हेमरेज सुरू झालं असतं, तर आपण मरण पावलो असतो, अशी त्यांची खात्रीच होती.

आता त्यांना वाटलं, तसं का नाही घडलं? ते स्वत: निदान अर्धमेले झालेच होते. मग आपलाच बळी जाऊन त्याबदली मायाचा जीव का नाही वाचला, असं त्यांना वाटलं. त्या पोरीला जगायची किती तीव्र इच्छा होती. ती खरं तर, एकटी पारुलच्या घरी जाऊन राहिली होती. आपण आजारी पडलो, म्हणून ती इकडे परत आली आणि त्या राक्षसांनी तिला पळवून नेली.

सुधामयबाबूंचं हृदय अपराधीपणाच्या भावनेनं भरून आलं. परत परत डोळे पाण्यानं भरून येऊ लागले. त्यांनी किरणमयीला स्पर्श करावा, म्हणून हात पुढं केला. पण तिथं कुणीच नव्हतं. सुरंजन जवळपास नव्हता. माया तर आधीच गेली होती. त्यांना मरणाची तहान लागली होती. घसा अगदी सुकून गेला होता.

किरणमयीलाही त्यांच्यामुळं त्रास सहन करावा लागला होता.

तिला पूजाअर्चा करण्याची खूप आवड होती, पण या घरात असलं काही चालणार नाही, असं त्यांनी बजावलं होतं. ती एक उत्तम प्रतीची गायिका होती. पण लोकांनी तिला शिव्याशाप दिले होते, 'निर्लज्ज हिंदू स्त्री' म्हटलं होतं. ती ते ऐकून इतकी दुखावली होती, की तिनं गाणं कायमचंच सोडलं होतं.

पण तिनं जेव्हा हा इतका मोठा त्याग केला, तेव्हा सुधामयबाबूंनी तिची बाजू घेतली होती का? तिला कितपत आधार दिला होता? कदाचित त्या वेळी त्यांनी पण असा विचार केला असेल, की ज्या गोष्टी समाजमान्य नाहीत, त्या कराव्याच कशाला?

गेली वीस वर्षं ते किरणमयीच्या शेजारी झोपत होते. नुसते झोपत होते. दुसरं काही शक्यच नव्हतं. ते तिचं पावित्र्य सांभाळत होते, तिला निष्ठावान पत्नी होण्यासाठी मदत करत होते. पण त्याची खरी काही गरज होती का? हे वागणंही विकृतच नव्हतं का?

किरणमयीला साड्यांची, दागदागिन्यांची कधी काही हौस वाटली नव्हती. ती

आजवर त्यांना कधीच म्हणाली नव्हती, 'मला अमुक एक साडी हवी आहे' किंवा 'मला कानांतले घेऊन द्या.'

सुधामयबाबू तिला अनेकदा विचारायचे,

"किरणमयी, तू माझ्यापासून काही तरी दुःख लपवते आहेस, होय ना?"

पण त्यावर ती नेहमी म्हणायची,

"नाही, हो. मला खरा रस आहे, तो या घराला समृद्धी यावी, सुख मिळावं, यातच. माझं वैयक्तिक सुख काही महत्त्वाचं नाही."

सुधामयबाबूंना मुलीची फार आवड होती. सुरंजनचा जन्म होण्याआधी ते आपला स्टेथास्कोप किरणमयीच्या पोटाला लावून म्हणायचे,

"ते बघ, मला माझ्या मुलीचे ठोके ऐकू येताहेत. तुला ऐकायचेत?"

एकदा तर ते म्हणाले होते,

"आईवडिलांच्या म्हातारपणी मुलगीच त्यांचा सांभाळ करते. मुलगे नेहमीच घराबाहेर पडून स्वतंत्र राहतात, पण मुली... आपल्या आईवडिलांची काळजी घ्यायला, नवऱ्याचं घर सुद्धा सोडून येतात. मला हे अगदी पक्कं ठाऊक आहे, कारण मुली आपल्या म्हाताऱ्या आई-वडिलांची शुश्रूषा करायला हॉस्पिटलमध्ये कशा येऊन राहतात, ते मी पाहिलेलं आहे. मुलगेही येतात पण नुसतेच भेटायला."

पहिल्या वेळी किरणमयी गरोदर असताना ते तिला नेहमी स्टेथास्कोपमधून बाळाचे ठोके ऐकवायचे. जगभर सगळीकडे आईवडील मुलगा हवा, म्हणून झुरत असतात आणि सुधामयबाबू मुलीसाठी झुरत होते. सुरंजन लहान असताना ते मुद्दाम त्याला झगा घालून, नटवून फिरायला नेत.

पुढं मायाचा जन्म झाला आणि त्यांचं स्वप्न पूर्ण झालं. त्यांनी तिचं माया हे नाव स्वतःच निवडलं होतं. ते म्हणाले होते,

"माझ्या आईचं नाव माया होतं. माझी एक आई गेली, तरी मला दुसरी मिळाली आहे."

त्यांना रात्रीचे औषधं नेहमी मायाच द्यायची. आज रात्रीची औषधं घ्यायची वेळ केव्हाच उलटून गेली होती. ते आपल्या लाडक्या लेकीला हाका मारत सुटले,

'माया... माया...'

शेजारीपाजारी झोपले होते.

सुधामयबाबूंच्या या आर्त हाका फक्त किरणमयी आणि सुरंजन या दोघांनाच ऐकू गेल्या, कारण दोघंही जागे होते.

त्यांच्या हाका काळ्या-पांढऱ्या मांजरानं पण ऐकल्या.

○

८

उत्तर प्रदेशातील अयोध्येमध्ये बाबरी मशीद उद्ध्वस्त केली गेली, त्यानंतर भारतभर फार मोठ्या प्रमाणावर खून, मारामाऱ्या आणि रक्तपाताला सुरुवात झाली. ते सगळं शांत व्हायला काही काळ लागला. एव्हाना मृतांची संख्या १८०० च्या वर गेली होती. भोपाळ आणि कानपूरमध्ये अजूनही हिंसाचार चालूच होता. कायदा आणि सुव्यवस्था राखण्यासाठी गुजरात, कर्नाटक, केरळ, आंध्रप्रदेश, आसाम, राजस्थान आणि पश्चिम बंगाल इथं लष्कराला पाचारण करण्यात आलं होतं. ज्या राजकीय पक्षांवर बंदी घालण्यात आली होती, ते अजूनही कार्यरत नव्हते.

बांग्लादेशात शांतता आणि सुव्यवस्था राखण्यासाठी ढाक्यातील सर्व राजकीय पक्षांनी एकत्र येऊन पदयात्रा काढण्यास सुरुवात केली होती. पण हा सगळा नुसता देखावा होता. 'अंदरकी बात' तर वेगळीच होती.

- ☐ *गोलकपूर इथं तीस हिंदू स्त्रियांवर बलात्कार करण्यात आले. चंचली, संध्या मोनी... निकुंजा दत्ता यांना मृत्यू आला. भगवती नावाची एक वृद्धा, तर इतकी भयभीत झाली, की तिचा हृदयविकाराच्या धक्क्यानं मृत्यू झाला. गोलकपूरमध्ये दिवसाढवळ्या केलेल्या बलात्कारांची नोंद झाली. ज्या स्त्रियांनी मुस्लिम घरात आश्रय घेतला होता, त्यांच्यावरही बलात्कार झाले.*
- ☐ *दासहाट बझार इथं नांटू हलदार याच्या मालकीच्या चौदाशे मण सुपारी असलेल्या गोदामाला आग लावून, त्याची राखरांगोळी करण्यात आली.*
- ☐ *भोला गावातील देवळं उद्ध्वस्त करणं चालू असताना पोलीस, मॅजिस्ट्रेट आणि डी.सी. नसुते मुकाट्यानं बघत उभे होते.*
- ☐ *देवालयांमधील अलंकार उघडउघड लुबाडण्यात आले.*
- ☐ *हिंदू धोब्यांच्या वस्तीला आग लावण्यात आली.*
- ☐ *माणिकगंज इथं लक्ष्मी मंदिर, सार्वजनिक शिवमंदिर, दाशोरा आणि कालीखला येथील सोनारआळी, तसेच गदाधरपाल यांची शीतपेयं व सिगारेटची गोदामं ही सर्व ठिकाणं उद्ध्वस्त करण्यात आली.*

- त्वरा, बनिआजुरी, पुकुरिया, उथली, महादेवपूर, जोका आणि शिवालय येथील पोलीस चौक्यांवर तीन ट्रक भरून लोकांनी हल्ला चढवला.
- शहरापासून तीन किलोमीटरवर बेतिला गावात हिंदू घरं लुटून जाळण्यात आली.
- बेतिला इथं शंभर वर्षांच्या जुन्या नट मंदिरावरही हल्ला चढवण्यात आला.
- गढपाडा येथील जीवन साहा यांचं घर जाळण्यात आलं, गाईंचे तीन गोठे जळून खाक झाले. तसेच पिकांचे शंभर वाफे जाळून टाकले.
- घिऊर पोलीस स्टेशनच्या अखत्यारीतील तेरश्री बझार येथील हिंदूंची दुकानं, तसेच गांगडुबी, बनियाजुरी व सेनपाडा येथील हिंदू घरांना आगी लावण्यात आल्या. सेनपारा इथं एका हिंदू महिलेवर बलात्कार करण्यात आला.
- पिरोझपूर येथील काली मंदिर, देवार्चना कमिटीचं काली मंदिर, मनसा मंदिर, शीतला मंदिर, शिव मंदिर, नारायण मंदिर, पिरोझपूर मनमोहन विग्रह मंदिर, रायकाठी येथील कालीमंदिर, कृष्णानगर राइस राज सेवा आश्रम, डुमुरतला श्रीगुरू संघ आश्रम आणि मंदिर, दक्षिण डुमुरतला येथील नरेश साहा यांच्या घरातील काही मंदिरं, डुमुरतला येथील सुरेश साहा यांच्या घरातील काली मंदिर, मनसा मंदिर, रमेश साहा यांच्या वडिलोपार्जित घरातील मनसा मंदिर, डुमुरतला येथील सार्वजनिक काली मंदिर, सुचरन मंडल, गौरांग हलदार, हरेंद्रनाथ साहा, नरेंद्रनाथ साहा यांच्या घरातील देवळं, डुमुरतला हायस्कूल जवळील काली मंदिर, रानीपूर पंचदेवी मंदिर, कुलारहाट सार्वजनिक दुर्गा मंदिर व कार्तिक दास यांचं लाकूड सामानाचं दुकान, कलाखाली सनातन आश्रम, जुजखोला गौर गोविंद सेवा आश्रम, हरिसभा सनातन धर्म मंदिर, रणजीत शील यांच्या घरचं काली मंदिर, जुजखोला सार्वजनिक पूजास्थळ, गाबतला स्कूलजवळील सार्वजनिक दुर्गा मंदिर, कृष्णनगर येथील बिपीन हलदार यांच्या घरचं देऊळ, नमाझपूर येथील सार्वजनिक काली मंदिर, कालीकाठी बिश्वास बाडीचं देऊळ आणि मठ, लाईरी काली मंदिर, स्वरूपकाठी पोलीस स्टेशनच्या अखत्यारीतील, इंदेरहाटचं सार्वजनिक मंदिर, इंदेरहाट येथील कनाई बिश्वास यांच्या घरातील दुर्गा मंदिर, नकुल साहा यांचं सिनेमागृह, अमल गुहा यांच्या घरचं दुर्गा मंदिर, हेमंतशील यांच्या घरचं देऊळ आणि मठबाडिया पोलीस स्टेशनच्या हद्दीतील यादवदास यांच्या घरचं कालीमंदिर या सर्व ठिकाणांना आगी लावण्यात आल्या.

- *सैयदपूरमधील मिस्त्रीपाडा येथील शिवमंदिरही उद्‌ध्वस्त करण्यात आलं.*
- *नाडाइल जिल्ह्यातील रतडांग गावामधील सार्वजनिक मंदिर, धोना सार्वजनिक मंदिर, कुटुलिआ सार्वजनिक स्मशानभूमी, निखिलचंद्र देव यांचं घरगुती देऊळ, कालीपद हाजरा यांचं घरगुती देऊळ, शिवप्रसाद पाल यांचं घरगुती देऊळ, बादन गावातील दुलालचंद्र चक्रवर्ती यांचं घरगुती देऊळ, कृष्णाचंद्र लस्कर यांचं घरगुती देऊळ, तालतला गावातील सार्वजनिक मंदिर, बैद्यनाथ साहा यांची घरगुती देवळं, तसेच पंगबिला गावातील सुकुमार बिश्वास आणि पगला बिश्वास यांची देवळं, पंगबिला गावातील सार्वजनिक मंदिर, लोहागढ पोलीस स्टेशनच्या हद्दीत येणाऱ्या पूर्वपाडा दौलतपूर येथील नारायण जिऊ मंदिर ह्या सर्वांची मोडतोड करून ती पाडण्यात आली.*
- *खुलना येथील दहा देवळं जमीनदोस्त करण्यात आली.*
- *पाईकपाडा येथील शदुली इथं तसेच सोबनादास आणि बाका गावी चार ते पाच देवळं व त्या जोडीला घरं लुटण्यात आली.*
- *रूपसा पोलीस स्टेशनच्या हद्दीत येणाऱ्या तामिलपूर विभागात दोन देवळं उद्‌ध्वस्त करण्यात आली. त्याला लागून असलेली हिंदू घरं पण लुटण्यात आली.*
- *आठ डिसेंबरच्या रात्री दिघलीया आणि सेनहाटी विभागातील तीन देवळं जाळण्यात आली.*
- *फेनी येथील सहदेवपूर भागात मोर्चा घेऊन आलेल्या लोकांनी तेरा घरांवर हल्ले चढवले.*
- *छागलानाइयामधील जयपूर गावात वीस लोक जखमी झाले.*
- *लांगलबोआ गावात गोविंदप्रसाद रॉय यांच्या घरावर मुआइझम हुसेन याच्या चिथावणीमुळं दोनशे लोकांनी धाड घातली. कमल बिश्वास नावाचा माणूस गंभीर जखमी झाला, कदाचित तो जखमांमुळं मरण्याचाही धोका संभवत होता.*

बांग्लादेशातील या अशा हिंसाचाराच्या गोष्टी बिरूपाक्ष, नयन आणि देवव्रत सांगत बसले होते. ते सुरंजनच्या समोर बसूनच गप्पागोष्टी करत होते. पण सुरंजननं आपण त्यांचं बोलणं ऐकत असल्याचं काहीही चिन्ह दाखवलं नाही. तो नुसता डोळे मिटून पडला होता. त्याच्या मनात हिंस्र विचार घोळत होता:

'अरे, तुम्हांला माहीत आहे का, की केवळ भोला, चितगांव, पिरोझपूर, सिल्हेट, कोमिला इथंच हिंदू घरं लुटली जाताहेत असं नाही, तर टिकाटुलीमधल्याही

एका घरात लूटमार झाली आहे आणि माया नावाच्या एका सुंदर मुलीला पळवण्यात आलं आहे. स्त्रिया या शेवटी उपभोग्य वस्तूच आणि त्यामुळं सोनं, चांदीप्रमाणे त्यांचीही चोरी व्हायचीच.'

"काय झालं सुरंजन? तू काही बोलत का नाहीस?" देवव्रत म्हणाला.

"मला प्यावीशी वाटते आहे" सुरंजन म्हणाला, "आज आपण पोटभर दारू का पिऊ नये?"

"तुला खरोखर असं वाटतंय?"

"होय. माझ्या खिशात पैसे आहेत. कुणी तरी ते घ्या आणि व्हिस्कीची बाटली आणा."

"तू काय घरी बसून पिणार आहेस? आणि तुझ्या आई-वडिलांचं काय?"

"आई-वडील गेले खड्ड्यात! मला प्यावीशी वाटते आहे, मी पिणार. बिरू, ऊठ, जा बघू. साकुरा किंवा पियासीमध्ये मिळेल तुला."

"पण सुरंजनदा..."

"आता कृपा करून जा."

शेजारच्या खोलीतून किरणमयीच्या रडण्याचा आवाज ऐकू आला.

"कोण रडतंय? माशीमाँ?" बिरूपाक्ष म्हणाला.

"हिंदू असल्यावर रडण्यावाचून काय पर्याय असणार?" सुरंजन म्हणाला.

खोलीतले तिघेही गप्प झाले. तेही हिंदूच होते आणि माशीमाँ का रडत होती, ते त्यांना समजलं होतं. एका अनाकलनीय दु:खानं प्रत्येक हिंदूचं हृदय भरून गेलेलं होतं.

बिरूपाक्ष पैसे घेऊन घाईनं निघून गेला. जसं काही तिथून निघून गेल्यानं बाकीच्यांसारखा मानसिक ताण त्याला सहन करायला लागला नसता. सुरंजनलाही त्या ताणातून सुटका हवी होती, पण त्यानं जो मार्ग त्यासाठी निवडला होता, तो होता मद्य-अल्कोहोल.

बिरूपाक्ष निघून गेल्यावर लगेच सुरंजननं विचारलं,

"देवव्रत, आपण एखादी मशीद नाही जाळू शकणार?"

"मशीद? तुला वेड लागलंय?"

"चल बरं, आपण जाऊ आणि आज रात्री तारा मशीद पेटवून देऊ."

देवव्रतनं सुरंजनकडून नयनकडे गोंधळून पाहिलं.

"या देशात दोन कोटी हिंदू आहेत. आपण जर मनात आणलं असतं, तर बैतूल मुकर्रम सुद्धा जाळून टाकता आलं असतं आपल्याला."

"पण आपण हिंदू आहोत, असं तुम्ही कधीच मानलं नाही. मग आजच का?"

"होय. मी स्वत:ला एक माणूस म्हणवून घेत होतो. मानवतेवर माझा विश्वास

होता. पण या मुसलमानांनी मला माणूस राहू दिलं नाही. त्यांनी मला हिंदू बनवलं.''

''तू खूप बदललायस, सुरंजन.''

''तो काही माझा दोष नाही.''

''पण मशिदी पाडून आपल्याला काय मिळणार? आपली देवळं का परत मिळणार आहेत?'' देवव्रतनं अस्वस्थ होत विचारलं.

''जरी आपल्याला काही मिळालं नाही, तरी एवढं तर सिद्ध करता येईल, की विध्वंस आम्हांलाही करता येतो. आम्हांला सुद्धा रागावता येतं, हे त्यांना समजायला नको? बाबरी मशीद साडेचारशे वर्षांची जुनी होती, पण चैतन्यदेब यांचं घर तर पाचशे वर्षांचं जुनं होतं. या देशातली पाचशे वर्षांची पुरातन वास्तू त्यांनी नाही का उद्ध्वस्त केली? मला तर वाटतं, सोभन बाग मशीद पाडून टाकावी. गुलशन क्रमांक एक इथली मशीद सौदी अरबच्या लोकांनी बांधली होती. मग आपण एखादं देऊळ का बांधू नये?''

''तू काय बोलतोयस हे, सुरंजन? तुला वेड लागलंय का? तूच तर म्हणायचास, आठवतं? जर देवळांच्या आणि मशिदीच्या जागी तळी असती, तर त्यांत तू बदकं सोडली असतीस.''

''मी आणखीही बरंच काही म्हणायचो. मी म्हणायचो, विटांनी बांधलेली ही प्रार्थनास्थळं तोडून, फोडून टाका. इथं मंदिरं नकोत, मशिदी नकोत, चर्च नको की गुरुद्वारा नको; त्या सगळ्यांना नष्ट करून त्यांच्या जागी आपण सुंदर फुलबागा लावू. मुलांसाठी शाळा बांधू. मानवजातीच्या कल्याणासाठी धर्मस्थळांच्या जागी इस्पितळं, अनाथाश्रम, शाळा आणि विद्यापीठं निघाली पाहिजेत. आजपासून कला व हस्तकला शिक्षणकेंद्रं, कलामहाविद्यालयं, शास्त्रीय चर्चासत्रांसाठी बांधण्यात आलेली सभागृहं म्हणजे आपली प्रार्थनास्थळं. आपल्या धार्मिक स्थळांचं रूपांतर हिरव्यागार, उन्हात न्हालेल्या कुरणांमध्ये, हिरव्या शेतांमध्ये, खळाळत्या नद्यांमध्ये आणि उफाळत्या समुद्रांमध्ये होऊ दे. धर्माचं नाव मानवता असू दे.''

''नुकताच मी देबेश रॉय यांनी बडे गुलाम अली यांच्यावर लिहिलेला लेख वाचत होतो,'' देवव्रत म्हणाला. ''ते म्हणे, एकदा कार्यक्रम चालू असताना 'हरि ओम् तत् सत्, हरि ओम् तत् सत्' असं म्हणत, तल्लीन होऊन मध्येच उठून नाचले होते. आजही बडे गुलाम ते भजन म्हणतात, पण ज्या हिंदूंनी बाबरी मशीद उद्ध्वस्त करून त्या जागी रामाची मूर्ती ठेवली, त्यांना कधी नाही ऐकू येणार ते गाणं. त्या अडवाणींना आणि अशोक सिंघलला ऐकू येणार नाही कधी. राष्ट्रीय स्वयंसेवक संघ आणि बजरंग दलालाही कधी नाही ऐकू येणार. स्वत: एक मुसलमान असूनही बडे गुलाम अलींच्या गाण्यामध्ये 'हरि ओम् तत् सत्' ची शक्ती वास करत असते. जे मुसलमान लोक बाबरी मशिदीच्या विध्वंसाचा सूड म्हणून

मंदिरं उद्ध्वस्त करायला निघाले आहेत, त्यांच्याही कानांवर ही गाणी पडणार नाहीत. त्यांना एवढंच कळतं, की एक मशीद पाडली, की त्याचा सूड एक मंदिर पाडून घ्यायचा.''

''म्हणजे तुझं म्हणणं असं आहे का, की मशीद पाडणं हा काही मंदिरं पाडण्याचा सूड घेणं नाही? तूही माझ्या वडिलांप्रमाणेच आदर्शवादी आहेस. मला त्यांचा संताप येतो. फार राग येतो म्हाताऱ्याचा!'' सुरंजन म्हणाला.

एवढा वेळ तो नुसता पडून होता, पण आता ताडदिशी उठून बसला.

''शांत हो सुरंजन, शांत हो. तू जे काही सुचवतो आहेस, तो काही खराखुरा तोडगा नव्हे.''

''नाही? तुम्हांला सांगतो, मी हा असलाच तोडगा अमलात आणायची वाट बघतोय. माझ्या हातात सुऱ्या, चाकू आणि पिस्तुलं येऊ द्या. लोखंडाची कांब द्या मला. ते जुन्या ढाक्यातल्या एका मंदिराच्या भग्नावशेषांवर लघवी करून आले ना? मी पण त्यांच्या मशिदीवर लघवी करणार.''

''वा सुरंजन, तू आता जातीयवादी होत चाललास.''

''होय, मी जातीयवादी बनलोय, जातीयवादी. मग काय झालं?''

देवव्रत आणि सुरंजन या दोघांनी एकाच राजकीय पक्षासाठी एकत्र काम केलेलं होतं. पण हाच का तो आपला जुना सहकारी, असा प्रश्न देवव्रतला पडला. सुरंजनच्या त्या वागण्यानं त्याला इतका प्रचंड धक्का बसला होता- सुरंजनला दारू पिऊन धुंद व्हायचं होतं, तो स्वत:ला जातीयवादी म्हणवून घेत होता आणि स्वत:च्या वडिलांनाच शिवीगाळ करत होता. ते बघून देवव्रत भयचकित झाला.

''दंगली म्हणजे काही पूर नव्हेत. तुमची कुणी सुटका करावी आणि तुम्हांला तात्पुरतं जगण्यासाठी चिवडा-चुरमुरे पुरवावे वगैरे. दंगली म्हणजे काही विझवता येणारा आगीचा डोंबही नव्हे. दंगल जेव्हा हळूहळू आकार घेत असते, तेव्हा मानव आपली मानवता ताब्यात ठेवत असतो. पण एकदा दंगल उसळली, की माणसाचं जहरी रूप उघडं पडतं. दंगली या काही नैसर्गिक आपत्ती किंवा प्रलय नाही. त्या म्हणजे मानवतेची विकृती आहे.'' एवढं समारोपाचं बोलून झाल्यावर सुधामयबाबूंनी दीर्घ श्वास घेतला.

त्यांची पत्नी मूकपणे आपला देव हातात पकडून कोपऱ्यात बसून होती. मातीची मूर्ती तर आता शिल्लकच नव्हती, त्या हल्ल्याच्या वेळीच ती फोडली गेली होती, पण तिला घरात कुठं तरी एक राधाकृष्णाचं चित्र मिळालं, ते ती छातीशी घट्ट धरून बसून होती. मधूनच ते कपाळाला लावत होती.

'मायाला त्या मूलतत्त्ववाद्यांच्या तावडीतून सोडवून आणण्याची शक्ती त्या चित्रात का आहे?' सुधामयबाबूंना वाटलं. ते स्वत: या देशाचे नागरिक होते. त्यांनी स्वत: भाषिक बंडामध्ये भाग घेतला होता, पाकिस्तान्यांना हुसकावून लावून स्वातंत्र्य मिळवण्यासाठी लढा दिला होता आणि तरीही त्यांचा देश त्यांना अजूनही सुरक्षिततेची हमी देत नव्हता. मग राधा आणि कृष्ण तरी त्यांचं रक्षण कसं करणार? लहानपणापासूनच त्यांना दहशत बसवली होती, ती त्यांच्या शेजाऱ्यांनी. आधी त्यांनी त्यांची मालमत्ता काढून घेतली होती आणि आता त्यांच्या मुलीला पळवलं होतं. आपण ज्यांच्यावर भरवसा टाकतो, ज्यांना आपण इतकं चांगलं ओळखतो; त्यांची आपल्याला भीती वाटते, तेव्हा राधा किंवा कृष्ण कसं काय आपलं रक्षण करणार? तुम्हांला वाचवण्याची शक्ती जर कोणात असेल, तर ती तुमच्याच लोकांमध्ये. त्यांनीच जात-पातीचे भेदभाव विसरून एक व्हायला हवं.

सुधामयबाबूंनी आपल्या पत्नीला क्षीण आवाजात हाक मारली. ती कोपऱ्यातून उठली आणि झपाटल्यासारखी त्यांच्यासमोर येऊन उभी राहिली.

"आज सुरंजन मायाला शोधायला गेला नाही का?" सुधामयबाबूंनी विचारलं.

"मला माहीत नाही."

"मी ऐकलं, हैदरनं त्याची माणसं या कामावर लावली आहेत, म्हणून. तो तरी आज आला होता का?"

"नाही."

"मग आपण काय आशाच सोडायची? माया कधीच सापडायची नाही का?"

"मला माहीत नाही."

"किरण, जरा माझ्याजवळ थोडा वेळ बसशील?"

किरणमयी यंत्रवत त्यांच्याशेजारी बसली. तिनं पुढं होऊन त्यांना थोपटून दिलासा दिला नाही, की त्यांच्याकडे बघितलंही नाही.

शेजारच्या खोलीतून चढलेले आवाज ऐकू येत होते.

सुधामयबाबूंनी विचारलं,

"सुरंजन एवढा जोरात का ओरडतोय? तो हैदरकडे गेला नाही का? मी स्वत:च गेलो असतो. मलाही आत्ताच हे आजारपण आलं! मी जर धडधाकट असतो, तर मायाच्या अंगाला कुणी हात तरी लावू शकलं असतं का? मी त्यांचा खूनच केला असता. मला जर माझ्या या शरीरानं साथ दिली असती, तर एव्हाना मी आकाश-पाताळ एक करून मायाला परत आणली असती..."

सुधामयबाबू उठण्याची धडपड करू लागले पण मग हताश होऊन खाली पडले.

किरणमयी त्यांना सावरायला पुढं सुद्धा झाली नाही. ती नुसती एकटक पुढच्या

बंद दाराकडे बघत बसली.
कुणी तरी दार कधी ठोठावेल?
माया परत कधी येईल?

"तू जरा जाऊन तुझ्या लाडक्या लेकाला बोलावत का नाहीस? तो अव्वल दर्जाचा बदमाश आहे. त्याची बहीण बेपत्ता आहे आणि तो खुशाल घरात बसून दारू पितोय. मजा मारतोय. त्याला शरम वाटायला पाहिजे." सुधामयबाबू तिरस्कारानं म्हणाले.

किरणमयी जाऊन सुरंजनला काही बोलली वगैरे नाही. तसाच तिनं सुधामयबाबूंना शांत करण्याचाही प्रयत्न केला नाही. ती टक लावून दरवाजाकडे बघत राहिली. मध्येच ती कोपऱ्यातल्या राधाकृष्णाच्या चित्राकडे एखादा कटाक्ष टाके. या क्षणी कुठलाही माणूस तिचं सांत्वन करू शकला नसता. नुसती देवाची कृपादृष्टी झाली असती, तर !

सुधामयबाबूंना फक्त एकदाच उठून उभं राहावंसं वाटत होतं. जोनाथन स्विफ्टसारखं त्यांना साऱ्या जगाला ओरडून सांगावंसं वाटत होतं, की आपण केवळ एकमेकांचा तिरस्कार करण्यात धन्यता मानतो पण एकमेकांवर प्रेम कसं करायचं असतं, ते आपल्यापैकी फारच थोड्यांना ठाऊक आहे. मानवाचा इतिहास धर्मयुद्धांनी रक्तरंजित झालेला आहे.

१९४६ मध्ये सुभाषबाबूंनी हिंदू-मुस्लिम बंधुभावाचे गोडवे गाणारी एक घोषणा तयार केली होती. तीच घोषणा आजही ऐकू येत होती.

ही असली घोषणा इतके दिवस ओरडून म्हणण्याची का वेळ यावी? उपखंडामध्ये आणखी किती शतकं पुन्हा पुन्हा हीच घोषणा निनादत राहणार आहे? अजूनही लोकांचे प्रबोधन घडवून आणण्याची गरज आहे का? जातीयवादाचा प्रसार करणारे हे मूर्ख, कडवे धर्माभिमानी कधी या घोषणेला प्रतिसाद देतील का? माणसांनी स्वतःच जर आपल्या हृदयातून जातीयवादाचा समूळ नायनाट केला नाही, तर कोणतीच घोषणा उपयोगी पडणार नाही, तो कधीच आपोआप नाहीसा होणार नाही.

सुरंजन हैदरच्या घरी गेला होता. पण तो घरात नव्हता. तो भोला येथे हिंदूंच्या झालेल्या नुकसानीची पाहणी करायला गेला असल्याचं सुरंजनला सांगण्यात आलं.
सुरंजनच्या डोळ्यांपुढं ते चित्र उभं राहिलं,
हैदर यात भरडल्या गेलेल्या लोकांना सहानुभूती दाखवतोय, हैदर ठिकठिकाणी भाषणं देतोय आणि लोक त्यांचं कौतुक करताहेत. त्यानं दाखवलेल्या सहानुभूतीबद्दल, त्याची विचारसरणी जातीयवादी नसल्याबद्दल लोक त्याचा उदो उदो करताहेत

म्हणजे अवामी लीगची हिंदू मतं पक्की! पण, सुरंजन संतापून विचार करत होता, याला आपल्या शेजारी राहणाऱ्या मायाची काहीही पर्वा नाही. आणि मायासारख्या इतरांना सहानुभूती दाखवायला हा मोठा भोलापर्यंत गेलाय!

सुरंजननं हातातली बाटली उघडली. ग्लास भरला आणि आपल्या ओठांशी नेला. त्याच्या मित्रांना, खरं तर दारू पिण्याची काही खास इच्छा नव्हती पण केवळ त्याला सोबत देण्याची त्यांनी तयारी दाखवली होती.

रिकाम्या पोटी दारू भयानक परिणाम करत होती.

सुरंजन म्हणाला,

"मला संध्याकाळी फिरायला जायला खूप आवडायचं. मायाला पण माझ्याबरोबर यावंसं वाटायचं. एकदा आता तिला माझ्याबरोबर शालबॉन विहारला नेलं पाहिजे."

"दोन फेब्रुवारीपासून उलेमा माशेखचे लोक मोठी पदयात्रा काढणार आहेत." बिरूपाक्ष म्हणाला.

"कसली पदयात्रा?"

"ते भारतात पायी चालत जाणार आहेत आणि बाबरी मशीद परत बांधणार आहेत."

"ते त्या पदयात्रेत हिंदूंना देखील सामील करून घेणार आहेत का? जर असतील, तर मी जायला तयार आहे. तुमच्यापैकी कुणी चलणार?" सुरंजन म्हणाला.

त्यावर कुणीच काही बोललं नाही, त्यांनी फक्त एकमेकांकडे अर्थपूर्ण कटाक्ष टाकले.

देवव्रत थोडा वैतागून म्हणाला,

"तू सारखं हिंदू-मुसलमानांवरचं काय रडगाणं लावलंयस? आजकाल हिंदू धर्म तुझ्या डोक्यात चढलाय का?"

सुरंजननं त्यांच्या प्रश्नाकडे दुर्लक्ष केलं आणि तो म्हणाला,

"देबू मला सांग, पुरुषांच्या बाबतीत बोलायचं, तर एखाद्या पुरुषाची सुंता झाली आहे की नाही, यावरून तो हिंदू आहे का मुसलमान, ते ओळखता येतं. पण स्त्रियांचं काय? आता मायाचंच उदाहरण घे. जर समजा, तिला हात-पाय बांधून रस्त्यावर टाकलं? तर... ती हिंदू आहे का मुसलमान, ते कुणाला कसं कळणार? तिला सुद्धा एखाद्या मुसलमान स्त्रीप्रमाणेच हात, पाय, कान आणि नाक आहे, होय ना?"

देवव्रत विषयांतर करून म्हणाला,

"झिया-उर्-रहमानच्या राजवटीत 'फराक्का-वाद' मिटवण्यासाठी पार सरहद्दीपर्यंत मोर्चा काढला गेला होता. १९९३ मध्ये खालिदाच्या राजवटीची सुरुवात बाबरी

मशिदीच्या पुनर्बांधणीसाठी एक मोठा जातीय मोर्चा काढून होणार. जसा फराक्का मोर्चा हा काही खरोखरच पाण्याकरता नव्हता; तसाच बाबरी मशिदीच्या पुनर्बांधणीसाठी काढलेला मोर्चा हादेखील खरोखर बाबरी मशिदीकरता नसेलच. खरं तर, बाबरी मशिदीबद्दलचा हा एवढा आरडा-ओरडा हा राजकारणात जातीयवाद घुसवण्यासाठी आहे, आपली पोळी पिकवण्याचा प्रकार आहे. त्याचबरोबर गुलाम आझमविरोधी मोहिमेवरून लक्ष दुसरीकडे वळवण्याचा प्रश्न आहे. शिवाय या दंग्याच्या आणि विध्वंसाच्या बाबतीत सरकारचं गप्प बसून राहणं कोणालाही खटकल्यावाचून राहत नाही. रोजच्या रोज एवढ्या दुर्घटना घडताहेत आणि सरकार आपलं म्हणतंच आहे, देशात जातीय सलोखा आहे, म्हणून!''

याच वेळी पुलक खोलीत आला आणि म्हणाला,

''तुम्ही दार एवढं सताड उघडं टाकून कसे काय बसला आहात?''

''दार उघडं आहे, आम्ही आरडाओरडा करतोय. किंचाळतोय आणि पितोय... घाबरायचं काही कारण नाहीये. जर मरायला लागलं, तर मरू! तू कसा काय बाहेर पडलास?''

''परिस्थिती जराशी निवळली आहे. म्हणून तर मी बाहेर पडायचं धाडस केलं.''

''आणि परिस्थिती परत बिघडली, तर तू कुलपात बसशील, हो ना?'' सुरंजन जोरजोरात हसत म्हणाला.

सुरंजनला असं झिंगलेल्या अवस्थेत पाहून पुलकला धक्काच बसला. आपण या ताणलेल्या परिस्थितीतही गावातून स्कूटरवरून येण्याचं धाडस केलं आणि एरवी राजकारणात सक्रिय भाग घेणारा, सदोदित पुढं असणारा सुरंजन हा असा झिंगून घरी बसलाय. काय घडलंय? आपल्या मित्रात हा असा आमूलाग्र बदल कसा काय झाला?

सुरंजननं ग्लासातून एक घुटका घेतला आणि म्हणाला,

''गुलाम आझम, गुलाम आझम, गुलाम आझम... पण माझ्याशी त्याचा काय संबंध? गुलाम आझमला शिक्षा झाली, तर त्यापासून माझा काय फायदा? मी त्याच्याविरुद्ध मोहीम कशासाठी उघडायची? आणि माया. मायाला तर त्याच्या नावाचा सुद्धा तिटकारा आहे. त्याचं नाव ऐकलं की तिला उलटीची भावना होते. स्वातंत्र्ययुद्धामध्ये माझ्या दोन काकांना आणि तीन मामांना गोळी घालून मारण्यात आलं होतं, हे ठाऊक आहे तुम्हांला? त्यांनी माझ्या वडिलांना तरी जीवदान का दिलं, कोण जाणे. कदाचित त्यांनी स्वातंत्र्याची फळं उपभोगावी, म्हणून असेल आणि आता, ते नाही का उपभोग घेत आहेत? डॉ. सुधामय दत्त आपली पत्नी, मुलगा आणि मुलीबरोबर स्वातंत्र्याचा आनंद मनमुराद लुटत आहेत.''

लज्जा । १८९

सुरंजन जमिनीवर पाय पसरून बसला होता.

पुलकनंही त्याच्या शेजारी बैठक मारली.

खोलीत सर्वत्र धुळीची पुटं चढली होती. सगळीकडे कागदाचे कपटे आणि पुस्तकं विखुरली होती. मोडक्या सामानाचे तुकडे इतस्तत: पसरले होते. त्यातच सिगारेटची जळकी थोटकं आणि राख घाणीत भर घालत होती. खोलीच्या कोपऱ्यात एक मोडकं कपाट होतं.

पुलकला वाटलं, सुरंजननंच रागाच्या भरात सामानाची मोडतोड केली आहे.

जेव्हा सगळेच न बोलता बसले होते, तेव्हा घरात इतकी शांतता पसरली होती, की वाटत होतं, इथं कुणी राहतच नसावं.

पुलक म्हणाला,

''एक्रम हुसेननं भोलाला भेट दिली. त्याच्या सांगण्याप्रमाणे पोलीस, सरकार आणि भोलातील बी.एन.पी.हे सगळेच म्हणताहेत, की घडलेल्या घटना ही बाबरी मशीद पाडल्यानंतरची स्वाभाविक प्रतिक्रिया होती. हिंदूंचा समूळ नायनाट करण्याच्या प्रक्रियेमध्ये गांवच्या गावं जळून राख झाली. गवताच्या गंज्या, धान्याची कोठारं, सगळं न ओळखता येण्याइतकं भस्मसात झालं. कपडे, चपलाबूट इतकंच काय, पण झाडू सुद्धा घराच्या बाहेर आणून त्यावर रॉकेल ओतून पेटवून देण्यात आले. भाताची शेतं आणि नारळाच्या बागा निर्दयपणे पेटवण्यात आल्या. लहान मुलांच्या लुंग्या फेडण्यात आल्या. बायकामुलींना पकडून त्यांच्यावर बलात्कार करण्यात आले. बायकांच्या साड्या आणि दागिने काढून घेण्यात आले. काही हिंदू पळून जाऊन भाताच्या शेतांमध्ये लपून बसले. तिथंच संभूपूर खासेरहाट शाळेत शिक्षक असणारे निकुंज दत्त सापडल्यावर त्यांना मारहाण करण्यात आली. त्यांनी त्यांच्याकडे पैशाची मागणी केली. निकुंज दत्त कदाचित त्यांना झालेल्या जखमांमुळं मरण पावतील. भोलामध्ये हिंदूंना असं सांगण्यात येतंय, की त्यांना जर जिवंत राहायचं असेल, तर त्यांनी हा देश सोडून जावं. त्यांनी हिंदूंना अशाही धमक्या दिल्या, की हा देश जर तुम्ही लवकर सोडला नाहीत, तर तुमची खांडोळी करून ती कावळ्यांना खायला घालू. श्रीमंत हिंदूंचीही अवस्था काही खास चांगली नाही. सगळं काही जळून गेलंय. ते आता नारळाच्या करवंट्यांमधून पाणी पिताहेत आणि केळीच्या पानांवर जेवताहेत. इतकंच काय, पण भातसुद्धा कुणी दया दाखवून वाढला, तर खायचा. दिवसातून एकदा काही तरी कंदमुळं आणून शिजवायची. नवऱ्यांच्या डोळ्यांदेखत त्यांच्या बायकांवर बलात्कार होताहेत, वडिलांसमोर मुलींवर भावांसमोर बहिणींवर बलात्कार होताहेत. कुठं कुठं तर आई व मुलीवर एकाच वेळी बलात्कार झाल्याच्या घटना घडल्या आहेत. किती तरी लोकांनी जाहीरपणे सांगितलं, 'वेळ आली, तर जीव जगवायला आम्ही भीक सुद्धा मागू,

पण आता इथं राहणार नाही.' ज्या संस्थांनी मदतीचा हात पुढं केला, त्यांना त्या त्या ठिकाणच्या हिंदूंनी स्पष्ट सांगितलं, की आम्हांला दानधर्माची गरज नाही. त्यापेक्षा हे ठिकाण सोडून जायला मदत मिळाली तर बरं पडेल... एम.ए. बाचेत आणि शिराझ पटवारी या दोघांनी शंभूपूर आणि गोलकपूरवर हल्ले चढवले. हे दोघे आधी जमात शिबिरामध्ये नेते होते, पण नंतर ते बी.एन.पी.चे सदस्य झाले. लॉर्ड हार्डिंजमधील एक न् एक हिंदू घर जाळण्यात आलं आहे. स्वातंत्र्यसैनिक प्रियालालबाबू यांचं घर लुटून नंतर जाळण्यात आलं. त्यांच्या गावावर अब्दुल कादिर आणि विलायत हुसेन यांनी हल्ला केला. बाबुलदास यांच्या मालकीचे तीन नांगर जाळण्यात आले. एक्रमनं जेव्हा त्याला, पुढं काय करणार आहेस, असं विचारलं, तेव्हा तो रडायलाच लागला. तो म्हणाला, आता लवकरात लवकर हे गाव सोडून जाणार...''

पुलक आणखीही बोलत सुटला असता पण सुरंजननं त्याला मध्येच ओरडून गप्प केलं.

''आता गप्प बस...'' तो ओरडला, ''यापुढं एक अक्षर जरी बोललास, तरी फोडून काढीन.''

पुलकला इतका धक्का बसला, की तो अर्ध्या वाक्यातच गप्प झाला.

सुरंजन असं विचित्र का वागत असेल? फार प्यायला असल्याचा परिणाम असेल.

तो देवव्रतकडे बघून हसला.

नंतर बराच वेळ कुणी काहीही बोललं नाही.

सुरंजन घुटक्यावर घुटके घेत बसला. त्याला दारू प्यायची सवय नव्हती. बाहेर, चार लोकांत कधी तरी तो घेत असे, तोही अगदी बेतानं; पण आता तो अगदी वेगानं पीत सुटला.

त्यानं पुलकला गप्प बसवल्यानंतर खोलीत अगदी अनैसर्गिक शांतता पसरली होती.

सुरंजननं अचानक त्या शांततेचा भंग करून सगळ्यांना चकित केलं, तो एकदमच रडू लागला. त्यानं पुलकच्या खांद्यावर डोकं ठेवलं आणि तो इतका रडला, की अखेरीस रडता रडता त्याचं डोकं जमिनीवर कलंडलं.

खोलीत जमलेले इतर आता भीतीनं ताठ झाले होते, हे सगळं जरा अतिच होत होतं. अंधाऱ्या खोलीत दारूचा आंबूस वास भरला होता आणि त्यात सुरंजनचं ते विव्हळणं. सुरंजननं कपडे बदलले नव्हते, अंघोळ केली नव्हती, की खाल्लं नव्हतं. तो त्या घाणेरड्या फरशीवर दुःखानं गडाबडा लोळत होता. त्याचे कपडे आणखीच घाण होत होते. अखेर हुंदके देत तो म्हणाला,

''काल रात्री त्यांनी मायाला पळवून नेलं.''

"तू काय म्हणालास?" पुलक स्तिमित होऊन म्हणाला.

देवव्रत, नयन आणि बिरूपाक्ष यांनाही तितकाच धक्का बसला होता.

सुरंजनचं शरीर हुंदक्यांनी अजूनही थरथरत होतं. त्यानं लोळण्याच्या भरात अर्धवट भरलेल्या ग्लासांना लाथ मारली आणि दारू जमिनीवरच्या घाणीत सांडली.

मायाचं अपहरण झालं आहे, या बातमीपुढं बाकी कशाचीच कुणाला पर्वा नव्हती. सगळे इतके अवाक् झाले होते, की कुणाला काय बोलावं, तेच सुचत नव्हतं. या अशा परिस्थितीत सांत्वन तरी कुठल्या शब्दांत करायचं?

त्याच क्षणी बेलाल खोलीत आला. त्यानं इकडे तिकडे पाहिलं आणि सुरंजन फरशीवर लोळताना त्याला दिसला. तो त्याच्या जवळ जाऊन म्हणाला,

"सुरंजन, मायाला त्यांनी खरंच पळवून नेलंय?"

सुरंजननं मान वर केली नाही.

"तू *जी.डी. मध्ये नोंद केलीस?"

सुरंजननं तरीही उत्तर दिलं नाही. बेलालनं उत्तराच्या अपेक्षेनं इतरांकडे पाहिलं. पण कोणापाशीच उत्तर नव्हतं.

"तिला कुणी पळवून नेलंय, त्याचा तरी काही पत्ता लावलास का तू?"

सुरंजन अजूनही मूकपणे बसून होता.

बेलालनं पलंगावर बसून एक सिगारेट पेटवली. तो म्हणाला,

"आपल्या भोवती काय घडतंय, ते मलाही समजेनासं झालंय. चोराचिलटांची, दरोडेखोरांची सध्या चलती आहे. तिकडे भारतात ते आमची कत्तल करताहेत."

" 'आमची' म्हणजे काय?" बिरूपाक्ष म्हणाला.

"मुसलमानांची. भा.ज.प. आम्हांला कापून काढतोय."

"अच्छा?"

"भारतातून जेव्हा काही बातमी ऐकू येते, तेव्हा स्वाभाविकच इथल्या लोकांची डोकी फिरतात. दोष तरी कुणाला द्यायचा? आम्ही तिकडे मरतोय आणि तुम्ही इकडे. ती मशीद फोडायचं काही नडलं होतं का? आणि ती सुद्धा इतकी पुरातन मशीद. भारतातल्या लोकांना रामाची- महाकाव्यातील एका व्यक्तिरेखेची- जन्मभूमी शोधून काढण्याकरता एक मशीद खणून काढली. काही दिवसांनी म्हणतील, हनुमान ताजमहालाच्या जागी जन्मला होता. मग आता ताजमहाल फोडा. आणि म्हणे भारतात धर्मनिरपेक्षता आहे. मायाला का बरं पळवून नेण्यात आलं? अडवानी आणि जोशींसारख्या नेत्यांना विचारा. मी तर ऐकलं, कलकत्त्याच्या मटिया बुर्जमध्ये

---

*जी.डी.एंट्री- म्हणजेच जनरल डायरी एंट्री. पोलिसांमध्ये औपचारिकरीत्या गुन्ह्याची नोंद करण्याला बांग्लादेशात जी.डी.एंट्री म्हणतात.

परिस्थिती फार गंभीर आहे.''

सुरंजन एखाद्या कलेवरासारखा निश्चल पडून होता. बाजूच्या खोलीतून किरणमयीचा सतत आक्रोश ऐकू येत होता, तर मधूनच सुधामयबाबूंचं कण्हणं. त्यापुढं बेलालच्या कथांचं तर काहीच नाही.

''माया नक्की परत येईल. ते काही तिला खाऊन टाकणार नाहीत. काकीमाँला म्हणावं, धीर धर. आणि तू तरी एखाद्या बाईसारखा रडत काय बसला आहेस? रडून प्रश्न सुटणार आहे का? आणि तुम्ही तरी सगळे इथं नुसते बसून काय राहिला आहात? त्या पोरीचं काय झालं, याचा काही पत्ता लावणार आहात की नाही?''

बिरूपाक्ष म्हणाला,

''हे सगळं आम्हांला तरी आत्ताच तर कळलं. आणि कोणाला पळवून नेल्यानंतर नुसतं जाऊन त्याला सोडवून आणणं वगैरे इतकं सोपं कधीपासून झालं? आणि तिला शोधायला सुरुवात तरी कुठून करायची?''

''मला वाटतं, ते नक्की चरसी असतील. भांग, नाही तर गांजा ओढणारे. इथली आसपासचीच पोरं असतील. एखादी सुरेख मुलगी पाहिली, संधी मिळताच तिला पळवली. चांगले लोक असलं काही करत नाहीत. आजची तरुण पोरं निव्वळ वाया गेली आहेत आणि याचं मुख्य कारण आर्थिक अस्थैर्य समजलं?''

बिरूपाक्ष मान खाली घालून बसला होता. बेलालला कुणीच ओळखत नव्हतं. बेलाल भलताच उत्साहात येत चालला होता. त्यानं खिशातून एक बेन्सन आणि लायटर काढला. पण त्यानं सिगारेट पेटवली नाही. तो नुसताच पुढं म्हणाला,

''दारू पिऊन प्रश्न सुटणार आहे का? सांगा बरं. या देशात आजवर कधी महाभयंकर दंगा झालाय का? याला सुद्धा काही दंगा म्हणता येणार नाही. मुलांना गोड खावंसं वाटतं आणि ती मिठाईच्या दुकानांवर धाड घालतात. भारतात तर आजतागायत किमान सहा हजार दंगे झाले. त्यांत हजारो मुसलमान मेले. मला सांगा, इथं किती हिंदू मेले बरं? प्रत्येक हिंदू वस्तीत शांतता प्रस्थापित करण्याकरता ट्रक्स भरभरून पोलीस ठेवले आहेत.''

कुणीही त्यावर बोललं नाही. सुरंजनही नाही. त्याला काही बोलावंसंच वाटेना. मद्याचा अंमल हळूहळू चढू लागला होता आणि त्याला फार झोप येत होती.

बेलालनं त्याची सिगारेट पेटवलीच नाही. आपल्याला काम आहे, असं सांगून तो सटकला.

एकेक करत बाकीचेही निघून गेले.

९

गोपालचंही घर लुटण्यात आलं होतं. ते सुरंजनच्या घराला लागूनच होतं. गोपालची धाकटी बहीण, बारा वर्षांची लहानगी मुलगी त्यांच्याकडे आली होती. तिनं आत येऊन एकदा नीट हिंडून सगळी मोडतोड पाहिली. सुरंजन अजूनही जमिनीवर लोळत होता. तो तिच्याकडे बघत होता. ती छोट्याशा मांजरासारखी होती. इतकी लहान होती, तरी सुद्धा पडलेल्या भयानक घटनांचा तिच्यावर चांगलाच परिणाम झालेला दिसत होता. ती सुरंजनच्या खोलीत आली, दारात उभी राहिली आणि आतल्या पसाऱ्याकडे, मोडतोडीकडे मोठाल्या डोळ्यांनी बघत राहिली. व्हरांड्यात ऊन आलं होतं, त्यावरून बराच उशीर झाला असावा, असं सुरंजनच्या लक्षात आलं. त्यानं त्या पोरीला खुणावून आत बोलावलं आणि तिचं नाव विचारलं.

"मादल..." ती म्हणाली.

"तू कुठल्या शाळेत जातेस?"

"शेरे बांग्ला बालिका विद्यालय."

या शाळेचं नाव आधी नारी शिक्षा मंदिर असं होतं आणि ती लीला नाग यांनी स्थापन केली होती. पण आज लीला नाग यांचं नाव कुठं होतं? जेव्हा मुलींना शिकण्याची परवानगी देखील नव्हती, तेव्हा या पुरोगामी शिक्षणतज्ज्ञ महिलेनं घरोघरी हिंडून स्त्रियांना शिक्षणासाठी प्रवृत्त केलं होतं. ढाका शहरात स्त्रियांसाठी एक चांगली शाळा स्थापन करण्यासाठी तिनं लढा दिला होता. शाळा अजून अस्तित्वात होती. पण तिचं नाव बदलण्यात आलं होतं, कारण लीला नाग यांचं नाव किती दिवस ठेवायचं? नारी शिक्षा मंदिर हे नाव देखील चालणार नव्हतं, कारण सद्य:परिस्थितीत जे चाललेलं होतं, त्याला ते मान्य नव्हतं. त्याचमुळं जसं बी.एम.कॉलेज, एम.सी.कॉलेज ही नाव ठेवण्यात आली, तसंच हेही नाव बदलण्यात आलं. थोडक्यात काय, तर एका मुस्लिम देशात हिंदूंचं नाव कोणत्याही प्रकारे झळकू नये याची खबरदारी घेण्यात आली होती. १९७१ मध्ये ढाका शहरातील रस्त्यांची नावं बदलण्याची मोहीम उघडण्यात आली होती. पाकिस्तान्यांनी २४० च्या वर रस्त्यांच्या नावांचं इस्लामीकरण केलं होतं. लालमोहन पोवार रोडचा अब्दुल करीम गझनवी रस्ता झाला. शाँखरी नगर लेनचा झाला

गुलबदन स्ट्रीट. नवीनचंद गौस्वामी रोडला यापुढं बख्तियार खिलजी रोड म्हणून संबोधण्यात येणार होतं. कालीचरण शहा रोडचं नाव गाझी सलाहुद्दीन रोड ठेवलं होतं. रॉयबझारचा झाला सुलतानगंज. शशिभूषण चॅटर्जी लेनचं नाव बदलून सैद सलीम स्ट्रीट, तर इंदिरा रोडचं नाव बदलून अनारकली रोड ठेवण्यात आलं.

"तुम्ही जमिनीवर का झोपलाय?" त्या मुलीनं विचारलं.

"कारण मला ना, जमीन आवडते."

"मला पण. आमच्या घरी अंगण होतं. पण आता आम्ही नव्या घरात राहायला जाणार, तिथं अंगण नसेल."

"मग तुला खेळता यायचं नाही."

ती मुलगी खोलीत येऊन सुरंजनच्याजवळ पलंगाला टेकून बसली. तिला सुरंजनशी बोलायला आवडलं होतं. तोही तिच्याकडे आपली छोटी बहीण, आपली हरवलेली माया म्हणूनच बघत होता. ज्या मायाबरोबर शाळेबद्दल, फुटबॉलबद्दल गप्पागोष्टी करत तास न् तास घालवले, आणखी किती गोष्टींबद्दल गप्पागोष्टी केल्या... ती माया. मायाच्या जवळ बसून अशा गप्पा मारल्या होत्या, त्याला आता किती दिवस लोटले.

अगदी लहान असताना सुरंजन आणि माया दिवसभर नदीकाठी वाळूची छोटी छोटी घरं बांधत बसायचे. रात्री लाटा येऊन त्यांची घरं वाहून जायची... अशा कितीक आठवणींचा लोंढा आला. जीभ लाल लाल करून सोडणाऱ्या गोळ्या आपण कशा मिटक्या मारत खायचो... किंवा एकदा वेळूच्या बनात खेळायला घरातून कसे पळून गेलो होतो, हे सारं त्याला आठवलं.

सुरंजननं हात लांब करून तिला स्पर्श केला.

तिचे हातही मायाच्या हातांसारखेच मऊ होते.

ते गुंड लोक मायाचे हात पकडून बसले असतील का? त्यांचे हात खरखरीत घाणेरडे, दुष्ट असतील. मायाची पळून जाण्याची धडपड चालू असेल का?

पण कितीही प्रयत्न केला, तरी कदाचित तिला त्यांच्या कचाट्यातून सुटता येणार नाही, हे लक्षात आलं आणि दुःखावेगानं सुरंजनचं शरीर थरथरलं.

त्यानं मादलचा हात सोडला नाही. तिचा हातही अगदी मायासारखाच होता. जर आपण हिला जाऊ दिलं, तर कुणी तरी येऊन हिलाही पळवून नेईल. तिला हे जाड दोरखंडानं बांधून ठेवतील...

मादल अचानक म्हणाली,

"तुमचे हात असे थरथरताहेत का?"

"खरं की काय? खरं सांगू का, तुम्ही सगळे आता जाणार ना, म्हणून मला वाईट वाटतंय."

"पण आम्ही काही भारतात जाणार नाही. आम्ही फक्त मीरपूरला जाणार आहोत. सुबला आणि त्यांच्या घरचे तर भारतात चालले आहेत."

"ते जेव्हा तुमच्या घरात घुसले, तेव्हा तू काय करत होतीस?"

"मी व्हरांड्यात उभी राहून रडत होते. खूप घाबरले होते ना. त्यांनी आमचा टी.व्ही. पळवून नेला आणि कपाटातले सगळे दागिने पण. बाबांकडचे सगळे पैसे त्यांनी काढून घेतले."

"ते तुला काही म्हणाले का गं?"

"जायच्या आधी त्यांनी मला जोरात थोबाडीत दिली आणि म्हणाले, 'गप्प बस, रडू नको.' "

"एवढंच म्हणाले, तुला पळवायला नाही आले?"

"नाही. ते मायादीला पण मारत असतील ना? त्यांनी माझ्या भावाला डोक्यावर मारलं. केवढं रक्त आलं."

सुरंजनच्या मनात आलं, माया जर मादलच्या वयाची असती, तर कदाचित तिला सोडलंही असतं. असं फरफटत नेलं नसतं.

आत्ता तिच्यावर एकाच वेळी किती जण बलात्कार करत असतील? पाच का सात? का आणखी जास्त? माया रक्तबंबाळ झाली असेल?

"माँनं मला माशीमाँला भेटून यायला सांगितलंय." ती मुलगी म्हणाली, "कारण माशीमाँ सारखी रडत असते ना, म्हणून."

"मादल, माझ्याबरोबर फिरायला येशील?"

"पण माँ काळजी करेल."

माया नेहमी म्हणायची,

"दादा, मला कॉक्स बझारला ने ना. नाही तर आपण मधूपूरच्या जंगलात जाऊ. का सुंदरबनला जायचं? मला तिथंही जायचंय."

किंवा ती जर कधी जीबनानंदांचं काव्य वाचत असली, तर मग तिला नाटोरला जायचं असायचं.

सुरंजन तिच्या या कल्पनांची नेहमी चेष्टा करायचा. तो तिला रागावून म्हणायचा,

"त्यापेक्षा तेजगावच्या झोपडपट्टीत जा. तिथं लोक कसे राहताहेत, ते बघ. झाडंझुडपं बघण्यापेक्षा ते बघून काही उपयोग तरी होईल."

मायाचा विरस व्हायचा.

आज सुरंजनला वाटत होतं, जगण्याकडं हे असं बघून तरी आपण काय मिळवंल? सगळ्या मानवजातीच्या कल्याणाची इच्छा करण्यात तरी काय अर्थ होता? कामगार आणि शेतकऱ्यांसाठी चळवळी, दलितांचा उद्धार, समाजवादाची प्रगती... बालपणीपासून हे सगळे आदर्श त्यानं जपले होते. पण त्या सगळ्याचा

काय उपयोग होता? त्याच्यासारख्या लोकांचा एवढा दृढ विश्वास असून देखील समाजवादाचा पराजय झाला आणि लेनिनचा पुतळा भुईसपाट करण्यात आला. मानवतेच्या आत्म्याला तिच्या सगळ्यांत मोठ्या आश्रयदात्याच्या घरीच छिन्नविछिन्न करण्यात आलं. केवढा विरोधाभास.

मादल हळूच उठली, आपले नाजूकसे हात तिने सुरंजनच्या हातून सोडवून घेतले, अगदी मायासारखे हात...

हैदर आजदेखील आला नाही. त्याची नक्की घाबरगुंडी उडली असणार. त्यानं आपल्याला या प्रकरणात गुंतायचं नाही, अशी नुसती सबब सांगितली होती.

मायाचा शोध घेण्यात फारसा काही अर्थ नाही, हे एव्हाना सुरंजनच्याही लक्षात येऊन चुकलं होतं. आणि समजा, जरी परत आलीच, तरी खूप वर्षांपूर्वी सहा वर्षांची छोटी माया जशी परत आली होती, तशी येईल?

सुरंजनला हताश, निराश वाटलं.

माया जेव्हा पारुलच्या घरी राहायला गेली होती, तेव्हा घर शांत शांत होतं. पण हे असं नव्हतं. तेव्हा घर असं थंडगार, निर्जीव वाटत नव्हतं. त्या तिघांनाही माया परत येणार आहे, हे तेव्हा ठाऊक होतं.

पण आता मात्र घरात स्मशानशांतता होती. असं वाटत होतं, जसं काही खरोखरच कुणी वारलं आहे.

खोलीभर पसरलेल्या व्हिस्कीच्या बाटल्या आणि इकडे तिकडे लवंडलेले ग्लास बघून सुरंजनच्या रित्या हृदयात अश्रू आले. डोळ्यांत यायची, ती आसवं हृदयात दाटून आली, हे नवलच.

या खेपेला त्याचे मित्र कमाल, रबिउल यांनी त्याची विचारपूस करण्याची सुद्धा पर्वा केली नव्हती. कदाचित ज्यानं त्यानं आपापलं भलं पाहावं, आपल्यापुरतं पाहावं, असा विचार त्यांनी केला असेल.

बेलाल पुन्हा पुन्हा जे सांगत होता, त्याची त्याला आठवण झाली, 'तुम्ही आमची बाबरी मशीद का फोडली?' वगैरे असलंच काही तरी.

सुरंजनच्या मनात आलं,

बाबरी मशीद बेलालची कशी? ती तर भारतात होती, भारतीयांची मालमत्ता होती. आणि ती मशीद सुरंजननं तोडली होती, असं कुणाला म्हणता आलं असतं का? तो तर कधी भारतात गेलेलाही नव्हता. भारतातले हिंदू आणि बांग्लादेशातले हिंदू यांना बेलाल एकाच मापानं तोलत होता का? हिंदूंनी मशीद उद्ध्वस्त केली, याचा अर्थ ती सुरंजननं उद्ध्वस्त केली, असा घ्यायचा का? सुरंजन आणि

अयोध्येतले हिंदू मूलतत्त्ववादी एकसारखे होते का? तो स्वत: बेलाल, कमाल किंवा हैदरसारखाच नव्हता का? का त्याची स्वत:ची ओळख केवळ एक हिंदू एवढीच होती? भारतातील एक मशीद उद्ध्वस्त झाल्याबद्दल सुरंजनला जबाबदार धरण्यात यावं हे किती विचित्र. धर्म हा राष्ट्र आणि राष्ट्रीयतेच्याहीवरही मात करतो का? कदाचित अशिक्षित, अडाणी लोकांनी धर्माचा आधार घेतला, तर गोष्ट वेगळी, पण बेलालनं? बेलाल उच्चशिक्षित स्वातंत्र्यसैनिक होता. त्यानं धर्मांच्या दलदलीत फसावं? या प्रश्नांना उत्तरंच नव्हती.

सुरंजनला टेबलावर पडलेली दोन बिस्किटं आणि एक केळं सापडलं. नक्की किरणमयीच ठेवून गेली असणार. काही खाण्यापेक्षा सुरंजनला ती उरलेली व्हिस्की पिऊन टाकावीशी वाटली. काल रात्री तो बेभान होऊन पडला होता. तो त्या स्थितीत तसा पडलेला असताना त्याला माया भेटायला आली होती. त्याला अधिकच अपराधी, अगदी मेल्याहून मेल्यासारखं झालं होतं. त्यानं डोळे उघडले, की त्याला ती हसताना दिसायची आणि डोळे मिटले, की दांडग्या शिकारी कुत्र्यांचा कळप डोळ्यांपुढं यायचा.

मायाचं काय झालं, याचा छडा लावण्याची हैदरनं मुळी सुद्धा फिकीर केली नव्हती. त्या भागातल्या गुंड अतिरेक्यांना हैदर चांगलाच ओळखत होता, म्हणून केवळ सुरंजन त्याच्याकडे मदतीसाठी गेला होता. तसं जर नसतं, तर सुरंजन आपला आपण मायाच्या शोधात फिरला असता.

पण त्याच्या मनात आलं, परिस्थिती इतकी वाईट होती, की गुंडांना आपल्या कारवाया चोरटेपणानं करायची गरज देखील भासत नव्हती. हिंदूंवर बलात्कार करण्याकरता कुठले गल्ल्याबोळ शोधायची गरज नव्हती. आता ते जशी लूटमार, जाळपोळ उजळमाथ्यानं करत, तसा स्त्रियांवर पण उघडपणे बलात्कार करत. आणि हे सगळं शक्य होतं ते सरकारचा छुपा पाठिंबा होता, म्हणूनच. शेवटी ते काही एका धर्मनिरपेक्ष राष्ट्राचं सरकार नव्हतं. उलट, इथं मूलतत्त्ववाद्यांचं हित लक्षात घेतलं जात होतं. शेख हसीना म्हणाल्याच होत्या, भारतातील १४ कोटी मुस्लिमांचे जीव व मालमत्ता सुरक्षित राहावी, असं वाटत असेल, तर जातीय सलोखा ठेवलाच पाहिजे. शेख हसीनांना तरी भारतातील मुसलमानांच्या सुरक्षिततेची चिंता करण्याचं काय कारण? बांग्लादेशाचे नागरिक म्हणून या देशातील हिंदूंना जातीय सलोख्याच्या वातावरणाची अपेक्षा करण्याचा हक्क नव्हता का? भारतातील मुसलमानांच्या जीविताची आणि मालमत्तेची चिंता करायची गरजच काय आणि तेही आपल्या स्वत:च्या नागरिकांऐवजी? म्हणजे मग असंच मानायचं का, की

अवामी लीगसुद्धा 'जमाती'प्रमाणेच लोकांपुढं असलीच भाषणबाजी करत होती- दुसऱ्या शब्दांत म्हणायचं तर भारतविरोधी आणि इस्लामचा पुरस्कार करणारी?

सरकारनं याचा अर्थच चुकीचा घेतलाय. त्याच्या मनात आलं, भारतातील मुसलमानांचं हित ही काही महत्त्वाची बाब नव्हती. राज्यघटनेनं ज्याची ग्वाही दिली आहे, त्या हक्क व अधिकारांचं संरक्षण करण्यासाठी शांतता व सलोखा राखणं हे सर्वांत तर्कसुसंगत आणि मूळ कारण होतं. आपल्या आदर्शांचं व धर्माचं पालन करून आपल्या जीविताचं व मालमत्तेचं रक्षण करणं हा या देशात राहणाऱ्या हिंदूंचा हक्कच होता. हिंदूंना या देशात राहण्याची परवानगी काही कुणा दुसऱ्या धर्मानं दाखवलेल्या अनुकंपेमुळं नव्हती, की एखाद्या राजकीय पक्षानं वा एखाद्या व्यक्तीनं दाखवलेल्या दयेमुळं नव्हती. राज्यघटनेच्या नियमावलीनुसार हिंदूंना इतर कुठल्याही नागरिकाप्रमाणेच बांग्लादेशात राहाण्याची परवानगी असल्यानेच ते इथं राहत होते. मग सुरंजननं कमाल, बेलाल किंवा हैदर यांची सहानुभूती का मिळवावी, त्यांच्या आश्रयाला का जावं?

मीरसराई, चितगांव इथं विद्यार्थी संघटनेचा नेता कमल भौमिक याच्या घराला आग लावण्यात आली व त्यातच त्याच्या काकीचा मृत्यू झाला. कुतुबदियामधील हिंदूवस्तीला गुंडांनी आग लावली. त्यात तीन लहान मुलं मृत्युमुखी पडली. सातकानिया नाथपाडा इथं सूरजमोहन याचा भाजल्यामुळं मृत्यू झाला. मीरसराई येथील बासुदेब याला जेव्हा, हल्लेखोर कोण होते, असं विचारण्यात आलं तेव्हा त्यानं उत्तर दिलं,

"जे रात्रीच्या वेळी ठार मारायला येतात, तेच लोक दिवसा उजेडी झालेल्या दुर्घटनांबद्दल सहानुभूती व्यक्त करायला येतात."

खाजुरियामधील यात्रामोहन नाथ यालाही हाच प्रश्न विचारला असता तो म्हणाला,

"त्यापेक्षा तुम्ही मला मारूनच टाका."

दरम्यान, या जीवघेण्या वाढत्या जातीयवादाच्या सहा दिवसांच्या कालावधीत, बांग्लादेशातील निधर्मी राजकीय पक्ष, राष्ट्रीय एकात्मतावादी पक्ष तसेच राष्ट्रीय समन्वय कमिटी यांनी मिळून जातीय सलोख्यासाठी एका संघटित समितीची स्थापना केली. जातीय दंगलीचं प्रमाण थोडंफार घटल्यानंतर या समितीची स्थापना करण्यात आली. आत्तापर्यंत या समितीनं केवळ एकच पदयात्रा काढली होती व एका सभेचं आयोजन केलं होतं. सगळ्यांना असं वाटत होतं, की सर्वत्र जर शांतीचं आणि जातीय सलोख्याचं वातावरण हवं असेल, तर प्रथम जमात शिबिर फ्रीडम पार्टीच्या राजकीय कल्पनांना बंदी घातली पाहिजे. पण सलोखा कमिटी या

मागणीला किती महत्त्व देते, ते अजून कळायचं होतं. जर सरकारनं जमातच्या राजकीय विचारांना बंदी घातली नाही आणि जर त्याबद्दल सलोखा समितीनं विरोध दाखवला, तर या देशाचे नेते त्याची काहीही पर्वा करणार नाहीत, हे सुरंजनला ठाऊक होतं. समितीच्या काही सदस्यांनी तर हिंदू घरं व देवळं लुटणाऱ्यांना शासन घडवावं, अशी मागणीही केली होती. पण शनी आखाड्याजवळ राहाणारा व या लूटमारीच्या प्रकरणात भरडला गेलेला एक माणूस म्हणाला,

"ज्या लोकांनी हा विनाश घडवून आणलाय, त्या लोकांना मी चांगला ओळखतो. पण त्या लोकांना कोर्टात खेचणं हा मुळीच शहाणपणा होणार नाही. कारण आमच्यावर हल्ला होत असताना जे पक्ष आमचं संरक्षण करू शकले नाहीत, ते आम्ही न्यायाची मागणी केल्यावर तरी आमचं काय रक्षण करणार?"

खरं म्हणजे, न्यायाची मागणी का करत नाही, असं विचारल्यावर या प्रकरणात ज्यांची हानी झाली, त्यांच्यापैकी प्रत्येकानं अगदी असंच उत्तर दिलं असतं. न्यायाची मागणी वगैरे गोष्टी हा केवळ राजकीय देखावा होता, असं सुरंजनला वाटलं.

जातीयवादाचा प्रसार रोखून धरण्याइतकी लोकशाही शक्तिशाली नव्हती. उलट, जातीयवादी गटांची ताकद खूपच जास्त होती व ते गट आपली ध्येयपूर्ती करण्यासाठी फार जोमानं कामाला लागले होते. मग जातीय सलोखा व शांती प्रस्थापित करण्यासाठी स्थापन करण्यात आलेल्या या समितीला तरी काय अर्थ होता? रिपब्लिकन राजकीय पक्षाला तरी ही असली सर्वपक्षीय समिती स्थापून काय समाधान मिळालं होतं? बुद्धिजीवी वर्गापैकी बऱ्याच जणांचं असं मत होतं, की भारत आणि पाकिस्तानच्या तुलनेत बांग्लादेशात जातीय दंगली फारच कमी प्रमाणात आहेत. त्यांच्या एकच गोष्ट लक्षात आली नाही, की बांग्लादेशामधे हे सर्व अतिशय एकांगी होतं. भारतात मुसलमान लोक प्रतिकार करत होते पण बांग्लादेशात हिंदू मात्र करत नव्हते.

उपखंडामधील तीन देशांमधे मूलतत्त्ववाद व फॅसिझम (हुकूमशाही) या दोन्ही गोष्टींना त्या त्या देशाच्या सरकारांनी आपल्या राजकीय फायद्याकरता आडून आडून प्रोत्साहनच दिलं होतं आणि मूलतत्त्ववादी तर जगात सर्वत्र शक्तिमान होत चालले होते; भारत, पाकिस्तान, ताजिकीस्तान, अफगाणिस्तान, अल्जेरिया, इजिप्त, इराण आणि सर्बिया या सर्व ठिकाणी. त्यांचं उद्दिष्टच मुळी लोकशाहीच्या आत्म्याला, मूलाधाराला पंगू करणं हे होतं. जर्मनीमधे दोन फॅसिस्ट पक्षांवर बंदी घालण्यात आली होती, कारण त्यांनी तीन तुर्की स्त्रियांना जिवंत जाळलं होतं. भारतात देखील मूलतत्त्ववाद्यांवर बंदी घालण्यात आली होती. पण ही बंदी किती दिवस चालणार होती, ते तर उघडच होतं. अल्जेरियात देखील असल्या पक्षांवर बंदी घालण्यात आली होती. इजिप्तमधे सरकारनं या असल्या गटांना चांगलाच धडा शिकवला

होता, तर ताजिकिस्तानमधे मूलतत्त्ववादी आणि साम्यवादी (कम्युनिस्ट) यांचं एकमेकांशी वैर होतं. पण बांग्लादेश सरकारनं कधी या मूलतत्त्ववादी आणि फॅसिस्ट गटांना नियंत्रणात ठेवण्याचा विचार तरी मनात आणला होता का?

सुरंजन विषादानं विचार करत होता, निदान आपल्या देशात तरी राजकारण हे धर्माच्या कचाट्यातून कधीही मुक्त होणार नाही.

भारतातील कट्टर जातीयवादी पक्षांच्या समर्थनासाठी म्हणून बांग्लादेशात सध्या सत्तेवर असणाऱ्या बी.एन.पी.नं गुलाम आझम खटला हा जातीयवादी लोकांचे हितसंबंध जपण्याची केवळ एक सबब म्हणून उचलून धरला होता. या मुद्द्यावर जमात शिबिर फ्रीडम पार्टी व इतर जातीयवादी संघटनांनी सरकारला अगदी उत्साहानं उचलून धरलं होतं. गुलाम आझम केसमुळं निर्माण झालेला ताण बऱ्याच अंशी कमी करण्यात व लक्ष दुसरीकडे वळवण्यात यामुळं यश आलं होतं.

एका सांस्कृतिक संघटनेच्या सभेत एक घोषणा तयार करण्यात आली,

'जातीय दंगल करण्याच्या हालचाली बांग्लादेश थांबवणार.'

वा, किती शहाणपण हे बांग्लादेशाचं. नालायक, हरामखोर... डुकरं... म्हणजे माझ्या लेखी बांग्लादेश... सुरंजनच्या मनात आलं. परत परत त्या शिव्या त्यानं मनात हासडल्या. तसं करताना त्याला मनातून खूप आनंद झाला. मग तो कठोरपणे, कटूपणाने मोठ्यांदा हसला.

मादल किरणमयीच्या कुशीत शिरली. ती म्हणाली,

"माशीमाँ, आम्ही मीरपूरला जाणार. तिथं नाहीच मुळी येऊ शकणार ते दुष्ट लोक."

"का बरं?"

"कारण मीरपूर खूप खूप लांब आहे ना..."

त्या छोट्या पोरीला वाटत होतं गुंड फक्त टिकाटुलीमधेच आहेत. मीरपूर टिकाटुलीपासून खूप दूर असल्यामुळं त्यांच्यापासून आपल्याला धोका नाही. पण किरणमयीला वाटलं, हे इतकं सोपं आहे का? जर हिंदू घरांना लुटणारे, जाळणारे, मायासारख्या मुलींना पळवून नेणारे लोक केवळ गुंड-मवालीच असते, तर मग ते हिंदू-मुसलमान असा भेदभाव करत नक्कीच बसले नसते. नाही का? ज्या लोकांनी धर्माच्या नावाखाली जाणूनबुजून हल्ला चढवला, त्या लोकांना गुंड-मवाली म्हणणं फारच सौम्य ठरलं असतं.

सुधामयबाबू पडून होते. त्याशिवाय दुसरं काय करणार? हे असं लुळंपांगळं जिणं जगण्यात तरी काय अर्थ होता? किरणमयीवर उगाच अनावश्यक बोजा.

किरणमयीची सहनशीलता पण खरोखर वाखाणण्यासारखी होती. ती कधीच थकलेली दिसायची नाही. रात्रभर दु:खानं आसवं गाळून परत पहाटे आपली ती स्वयंपाकघरात कामाला लागायची, काम करावंसं वाटो वा न वाटो, पोटाची भूक शेवटी इतर सगळ्या गोष्टींवर मात करायची.

त्यांच्या आयुष्याला आता अगदीच वाईट वळण लागलं होतं. सुरंजननं तर अंघोळ करणं, जेवणखाण वगैरे सोडलंच होतं. थोड्याफार प्रमाणात किरणमयीनंही तेच केलेलं होतं. सुधामयबाबूंचीही जेवणाखाण्याची इच्छा मरून गेली होती. आणि सगळ्यांत वाईट गोष्ट ही घडली होती, की माया अजूनही परत आली नव्हती.

ती कायमची गेली होती का? आपल्या स्वत:च्या जिवाच्या मोबदल्यात मायाला परत आणता आलं, तर? जर का आपण रस्त्याच्या मधोमध उभं राहून ओरडलो,

"मायाला परत करा. मायाला परत मागण्याचा मला हक्क आहे."

'हक्क'?

सध्या तरी या शब्दाला काहीच अर्थ उरलेला नाही, सुधामयबाबू खिन्नपणे विचार करत होते.

त्यांना १९४६ सालची घटना आठवली.

त्या वेळी ते तरुण होते. त्यांनी एका दुकानात मिठाई खाल्ल्यावर पाणी मागितलं. पण त्या वेळी मुद्दामच त्यांनी 'पानी' असा शब्द वापरला होता, नेहमीसारखं 'जल' म्हणाले नव्हते; कारण त्या वेळी हिंदू-मुसलमानांमधल्या द्वेषाचं प्रमाण खूप जास्त होतं.

ब्रिटिशांना एक गोष्ट चांगलीच कळून चुकली होती, ती म्हणजे उपखंडामधे आपले पाय चांगले रोवायचे असतील, तर हिंदू-मुसलमानांमध्ये आधीच अस्तित्वात असलेल्या द्वेषाच्या भावनेला चांगलंच खतपाणी घातलं पाहिजे. या धूर्त जाणिवेमधूनच तर फोडा व झोडा या नीतीचा उगम झाला.

सुधामयबाबूंच्या मनात आलं, असं तर नसेल, की हा सारा वाद मुळातल्या तफावतीतून निर्माण झाला असेल? जिथं नव्वद टक्के शेतकरी मुस्लिम आहेत, तिथं नव्वद टक्के जमीन हिंदूंच्या मालकीची होती. चिनी आणि रशियन लोकांचा झगडा जमिनीवरूनच झाला होता आणि हिंदू-मुस्लिम संघर्षही जमिनीवरूनच सुरू झाला होता. जो प्रश्न आधी जमिनीच्या संदर्भात होता, तोच पुढं धर्माच्या संदर्भात बदलला होता.

१९०६ मधे ब्रिटिशांमुळं मुस्लिम लीग या जातीयवादावर आधारित संघटनेची

स्थापना झाली होती आणि हाच पक्ष पुढं सामाजिक व राजकीय वातावरणात जातीयवादाचं जहर पेरण्याला जबाबदार ठरला होता. पण काँग्रेसही तितकीच दोषी होती.

१९४७ नंतर चोवीस वर्षं पाकिस्तानी सत्ताधाऱ्यांनी साम्राज्यशाहीच्या कल्पनेचा प्रसार केला होता, इस्लामच्या प्रचारासाठी आरडोओरडा केला होता, भारताशी शत्रुत्व पुकारलं होतं व दोषारोप केले होते व जातीयवादाचा पुरस्कार केला होता. असं करत असताना त्यांनी बांग्लादेशाच्या नागरिकांचे नागरी हक्क हिरावून घेतले होते. १९७१ मध्ये हे हक्क परत मिळवल्यावर सुधामयबाबूंनी सुटकेचा नि:श्वास सोडला होता.

स्वातंत्र्यप्राप्तीनंतर बांग्लादेशाच्या राज्यघटनेतील चार कलमांपैकी एका कलमानं धर्मनिरपेक्षता शिरोधार्य मानली होती. जातीयवादाचा परत उदय होऊ नये, यासाठी हे फार प्रभावी अस्त्र होतं. परंतु १५ ऑगस्ट १९७५ नंतर परत एकदा जातीयवादाचा जन्म झाला. त्याचबरोबर, मूलतत्त्ववाद, फॅसिझम (हुकूमशाही), द्वेष आणि जुलूमशाही याही शक्ती आल्या. जातीयवादी विचारसरणी समाजात राजमान्य होण्याकरता तिला आदर्शवादाची रंगरंगोटी चढवणं आवश्यक होतं. पाकिस्तान निर्माण सुद्धा होण्याआधी याला 'द्विराष्ट्रीय सिद्धान्त' असं नाव देण्यात आलं होतं. १९७१ मधे बांग्लादेशाचा जन्म झाल्यानंतर यालाच 'बांग्लादेशी राष्ट्रवाद' म्हणण्यात येऊ लागलं. बंगाली लोकांची हजारो वर्षांची जुनी परंपरा याच बांग्लादेशी राष्ट्रवादाच्या नावाखाली मोडीत काढण्यात आली. गाई, गाढवं, भात आणि ताग यांच्याप्रमाणेच माणसाचीही ओळख 'बांग्लादेशी' अशीच झाली. १९८८ मधील आठव्या घटनादुरुस्तीनंतर बांग्लादेशाच्या राज्यघटनेत खालील पुष्टी जोडण्यात आली.

'The State Religion of the Republic is Islam, but other religions may be practised in peace and harmony in the Republic.'

राष्ट्राचा धर्म इस्लाम राहील. परंतु या प्रजासत्ताक राज्यात इतर धर्मांचे पालनही शांती व सौजन्याने करता येईल.

हे 'करता येईल' असे शब्द का बरं योजले होते? 'करावे'- असं का नाही? जिथं मूलभूत हक्कांचा संबंध होता, तिथं राज्यघटनेनं जाहीर केलं होतं,
'धर्म, वंश, जात, लिंग किंवा जन्मस्थान या आधारावर कोणत्याही नागरिकाला कुठल्याही प्रकारची मनाई, सक्ती, बंदी किंवा एखाद्या सार्वजनिक स्थळी अथवा शैक्षणिक संस्थेत प्रवेश नाकारला जाणे या गोष्टी भोगायला लागता कामा नयेत.'

परंतु भेदभाव नसण्याची ही सगळी भाषा म्हणजे निव्वळ देखावा असणार. कारण नाही तर मायाचं उदाहरण कशाला झालं असतं? त्यांना कोणी 'खालच्या जातीचे' म्हणून शिव्या तरी कशाला दिल्या असत्या? असले कडक शब्द साधे सामान्य गुंड, मवाली वापरतात का? हा सध्याचा हिंसाचार आणि विध्वंस केवळ गुंडगिरी म्हणून सोडून देण्यासारखा नव्हता.

बांग्लादेशात सध्या रूढ होत चाललेल्या या प्रथेचा निर्देशक म्हणजे शाळांचं मदरशांमधे रूपांतर होत होतं, मशिदींची संख्या वाढत होती आणि इस्लामी समारंभांचं प्रस्थ वाढत चाललं होतं. अझानच्या आवाजांनी कानठळ्या बसत होत्या. कारण जवळपास प्रत्येक तीन घरांमागे एक नवी मशीद लाऊडस्पीकरसहित उभी राहत होती. शिवाय या नवीन प्रवृत्तींचं ठळक स्वरूप म्हणजे हिंदूंच्या पूजांच्या वेळी लाऊडस्पीकर्सच्या वापरावर मर्यादा घालण्यात येत होत्या. जर लाऊडस्पीकर्सच्या वापराला संमती होती, तर मग ते हिंदूंपेक्षा मुसलमानांना जास्त वापरायला का परवानगी मिळावी? युनायटेड नेशन्स ह्यूमन राईट्स कम्युनिटीच्या जाहीरनाम्यातील २८ वे कलम असे होते,

'Everyone has the right to think, feel and practise his or her religion independently. Should anyone wish to change his or her religion or beliefs, link up or separate oneself from any particular religion, openly or secretly educate, profess, or practise one's religion independently it should be considered well within his rights.'

'प्रत्येकाला आपापल्या मनाप्रमाणे विचार करणे, भावनांचा अनुभव घेणे व आपापल्या धर्माचे पालन स्वतंत्रपणे करण्याचा पूर्ण अधिकार आहे. एखाद्याला जर आपला धर्म किंवा श्रद्धा बदलायच्या असतील, एका विशिष्ट धर्माशी स्वत:ला जोडायचे वा तोडायचे असेल, प्रकट किंवा गुप्तपणे स्वत:च्या धर्माची शिकवण द्यायची असेल, प्रचार करायचा असेल वा स्वतंत्रपणे पालन करायचे असेल, तर त्याला किंवा तिला तसा पूर्ण अधिकार आहे.'

हे जर खरं असेल, तर मग हिंदू देवळं का फोडण्यात यावीत? सुधामयबाबूंची काही देवळांवर श्रद्धा वगैरे नव्हती. पण त्यांचा विरोध एकाच गोष्टीला होता, जर पाडायचीच झाली, तर फक्त देवळंच का? ज्यांनी देवळांचा संहार चालवला होता,

त्यांचं कायदा काय करणार होता? पीनल कोडनुसार अशा प्रकारच्या गुन्ह्यांना एक, दोन किंवा कधीकधी तर तीन वर्षांची कैदेची शिक्षा होती.

देशाच्या या दुखण्याचा विचार करता करता सुधामयबाबूंना स्वत:च्या दुखण्याचा विसर पडला.

देशाची स्थिती दिवसेंदिवस बिघडत चालली होती. अनेक वर्षं संघर्ष केल्यावर बांग्लादेशाची पाकिस्तानच्या कचाट्यातून सुटका झाली होती आणि आता नवी राज्यघटना निर्माण करण्यात आली होती.

"We, the people of Bangladesh having proclaimed our Independence on the 26th day of March 1971 and through a historic struggle for national liberation, established the independent, sovereign People's Republic of Bangladesh.

Pledging that the high ideals of nationalism, socialism, democracy and secularism, which inspired our heroic people to dedicate themselves to, and our brave martyrs to sacrifice their lives in, the national liberation struggle, shall be the fundamental principles of the constitution."

'आम्ही बांग्लादेशाचे रहिवासी २६ मार्च १९७१ या दिवशी राष्ट्राच्या स्वातंत्र्यासाठी केलेल्या ऐतिहासिक लढ्यानंतर आम्ही स्वतंत्र असल्याचे घोषित केले असून, आमचे स्वतंत्र, सार्वभौम बांग्लादेश प्रजासत्ताक स्थापन केले आहे.

'आम्ही अशी प्रतिज्ञा करतो, की राष्ट्रवाद, समाजवाद, लोकशाही आणि धर्मनिरपेक्षता यांचे उच्च आदर्श, ज्यांच्यामुळे आमचे वीरपुरुष राष्ट्राच्या मुक्तीच्या चळवळीला वाहून घेण्यास प्रेरित झाले व ज्यांसाठी आमच्या धीरोदात्त हुतात्म्यांनी त्यांचे आयुष्य वेचले, तीच आमच्या राज्यघटनेची आधारभूत तत्त्वे राहतील.'

'राष्ट्राच्या मुक्तीची चळवळ' हे शब्द १९७८ साली बदलून 'राष्ट्राच्या मुक्तीसाठीचे ऐतिहासिक युद्ध' असे करण्यात आले. तसेच, आणखी एक भर (राष्ट्राच्या स्वातंत्र्याची चळवळ या शब्दांना) जोडण्यात आली... 'सर्वशक्तिमान अल्लावर संपूर्ण श्रद्धा व विश्वास, राष्ट्रवाद, लोकशाही आणि समाजवाद म्हणजेच आर्थिक सामाजिक न्याय...' शिवाय 'मुक्तीची चळवळ' हे शब्द बदलून 'स्वातंत्र्य' असे करण्यात आले.

१९७८ मध्ये १९७२ च्या राज्यघटनेची सुरुवात बदलून, 'बिस्मिल्लाहिर् रहमानिर् रहीम' (देवाच्या नावाने, जो कनवाळू, क्षमाशील आहे...) अशी करण्यात आली. राज्यघटनेचे १२ वे कलम तर पूर्णपणे काढूनच टाकण्यात आले. ते कलम पुढीलप्रमाणे होते :

Secularism and freedom of religion.

12. The principle of secularism shall be realised by the elimination of

a. communalism in all its forms.
b. the granting by the state of political status in favour of any religion.
c. the abuse of religion for political purposes.
d. any dicrimination against or persecution of persons practising a particular religion.

धर्मनिरपेक्षता व धार्मिक स्वातंत्र्य :

१२. धर्मनिरपेक्षतेचे तत्त्व अमलात आणण्यासाठी खालील गोष्टी काढून टाकण्यात येतील.

a. सर्व प्रकारची जातीयता.
b. शासनाकडून एखाद्या धर्माला अनुकूल असे राजकीय स्थान दिले जाणे.
c. राजकीय कारणासाठी धर्माचा दुरुपयोग.
d. एखाद्या विशिष्ट धर्माचे पालन करणाऱ्या व्यक्तीविरुद्ध भेदभावाची वागणूक अथवा अशा व्यक्तींना दंड देणे.

यातील 'धर्मनिरपेक्षता' हा शब्द वगळण्यात आला व कलम २५ (२) आता असे झाले,

'हे राष्ट्र मुस्लिम देशांमधील बंधुभावयुक्त संबंध, इस्लाम धर्माच्या ऐक्याच्या तत्त्वावर दृढ करण्याचे, राखण्याचे व बलशाली करण्याचे प्रयत्न करील.'

१९७२ मधे ६ वे कलम असे होते :

'The citizenship of Bangladesh shall be determined and regulated by law; citizens of Bangladesh shall be known as Bangalees.'

'बांग्लादेशाचे नागरिकत्व कायद्याने निश्चित केले जाईल व नियमांच्या चौकटीत बसवले जाईल, बांग्लादेशाच्या नागरिकांना 'बंगाली' म्हणून संबोधले जाईल.'

झिया-उर्-रहमानने यात बदल करून असे केले,

'बांग्लादेशच्या नागरिकांना 'बांग्लादेशीय' म्हणून संबोधले जाईल.'

सुधामयबाबूंना सर्वत्र अंधारच दिसत होता.

आत्ताशी तर दुपार होती... इतक्या लवकर अंधारून कसं आलं? का आपले डोळे क्षीण होत चालले आहेत? का आपण आपला चश्मा बरेच दिवसांत बदललेला नाही, म्हणून? कदाचित मोतीबिंदूची वाढ झाल्याचा तर परिणाम नसेल? किंवा आपले डोळे पाण्यानं भरल्यामुळं तर आपल्याला धूसर दिसत नसेल?

सुरंजन खूप बदलला होता. तो एकदाही सुधामयबाबूंजवळ येऊन बसला नव्हता. मायाला पळवून नेल्यापासून तर त्यानं त्यांच्या खोलीत पाऊलही टाकलं नव्हतं.

आपल्या मुलाच्या खोलीत काय काय चाललंय. हे सुधामयबाबूंना ऐकू येत असे. दारू पीत पीत मोठ्यांदा चाललेली संभाषणं देखील. हा पोरगा बिघडत तर नाही ना? सुरंजननं आजवर कधी घरात दारू प्यायल्याचं त्यांना माहीत नव्हतं. कदाचित आता तो कुणाचीच पर्वा करेनासा झालाय. तो चक्क दोन दिवसांतच मायाला विसरला! सुधामयबाबूंचा या गोष्टीवर विश्वास बसेना. आधीच सुधामयबाबूंवर इतकं दडपण आलेलं; त्यात मुलाचं हे असं वागणं, त्यानं तर ते अधिकच वाढलं.

सुरंजन वाया तर नाही ना जाणार?

सुरंजनला घराबाहेर पडण्याची मुळीच इच्छा नव्हती. मायाचा शोध घेणं व्यर्थ आहे, हे त्याला एव्हाना कळून चुकलं होतं. त्यापेक्षा घरी राहावं आणि रस्त्यावर भेटणाऱ्या लोकांना टाळावं, हे बरं. कारण काही लोक ओरडायचे,

"बाबरी मशीद उद्ध्वस्त करण्यास जबाबदार असणाऱ्या हरामखोरांपैकी एक जण येतोय, बघा. ह्या लेकाच्यांना लाथा घालून देशाबाहेर भारतात हाकलून दिलं पाहिजे."

सुरंजनला या असल्या गोष्टी ऐकून घ्यायचा कंटाळा आला होता. त्याचा आता समाजवादी पक्षावर किंवा कुठल्याही कम्युनिस्ट नेत्यावर विश्वास उरला नव्हता. डाव्या विचारसरणीच्या किती तरी लोकांना हिंदूंचा उल्लेख 'साला डुक्कर' अशा शब्दांत करताना ऐकलं होतं. कम्युनिस्ट पक्षाचे नेतेही बदलत्या प्रवृत्तीपुढं मान तुकवत होते. आता कृष्ण बिनोद रॉय यांनी आपलं नाव कबीरभाई आणि रवीन दत्ता यांनी आपलं नाव अब्दुस सलाम असं ठेवलं होतं. जर कम्युनिस्ट पक्षातही असल्या गोष्टी घडत असतील, तर मग कुणावर विश्वास ठेवायचा? का आता आपण सरळ आपलं नाव जमात-ई-इस्लामी पक्षात दाखल करायचं? नुसतं निझामीकडे जाऊन म्हणायला लागेल, 'हुजूर, अस्सलाम आलेकूम!' आणि लगेच दुसऱ्या दिवशी वर्तमानपत्रात

मथळे झळकतील, 'एक हिंदू जमात-ई-इस्लामी पक्षात दाखल.' जगन्नाथ हॉल, जे खास हिंदू मुलांसाठीचं वसतिगृह होतं, तिथंही आता जमात-ई-इस्लामी पक्षाला मत मिळू लागली होती, त्याचं कारण पैसा. जर एखाद्याला महिन्याला पाच हजार टके मिळू लागले, तर तो 'जमात'ला मत का नाही देणार? सुरंजनला डाव्या विचारसरणीच्या लोकांवर सूड घ्यायची इच्छा होती. या पक्षानं त्याच्या आशा पूर्ण करण्याऐवजी त्या लुबाडल्या होत्या. खरं म्हणजे, या पक्षातीलच इतर बऱ्याच लोकांनी आपापलं सदस्यत्व काढून घेऊन, इतरत्र, दुसऱ्या पक्षाचं सदस्यत्व घेतलं होतं. ते आज एक म्हणणार, तर उद्या दुसरंच काही तरी. कॉम्रेड फरहाद यांचं जेव्हा देहावसान झालं, तेव्हा सी.पी.बी.च्या ऑफिसनं कुरान खानी व मिलाद मेहफिलचं (शोकसभा) आयोजन केलं होतं. नंतर प्रचंड प्रमाणावर दिखाऊपणा आणि वैभवाच्या प्रदर्शनासह त्यांचा दफनविधी झाला. पण का? कम्युनिस्ट लोकांना इस्लामच्या झेंड्याचा सहारा घेण्याची का गरज पडावी? लोकांनी आपल्यावर अश्रद्ध म्हणून टीका करू नये, यासाठी ना? पण हे असं करून त्यांची सुटका झाली का? सुरंजननं लोकांना दोष दिला नाही. त्यानं दोष दिला, तो या तथाकथित डाव्या विचारसरणीच्या लोकांना. हे लोक स्वत:च भयग्रस्त झालेले आणि हरलेले होते.

देशामधील मदरशांची संख्या वाढत होती. यामुळं देशाच्या अर्थव्यवस्थेची वाट लावणं चाललं होतं. स्वत: शेख मुजीब यांनी कुणाच्याही नकळत गावोगाव हिंडून मदरशांना लोकप्रियता मिळावी, म्हणून प्रचार केला होता. त्यानंतर देशावर जी काही संकटं कोसळली होती, ती बघण्यासारखी होती. ज्या देशात लोकांनी भाषिक चळवळीत भाग घेतला होता, जिथं लोक १९७१ मधे स्वातंत्र्यप्राप्तीसाठी लढले होते, त्या देशात हे असं घडावं? बंगाली राष्ट्रवादाच्या त्या भावना कुठं गेल्या? सर्व हिंदू, ख्रिश्चन, बौद्ध आणि मुसलमानांमधे एक 'बंगालीपण' असल्याचा तो आरडाओरडा आता कुठं लुप्त झाला?

सुरंजनला आता कशाचीच शाश्वती वाटत नव्हती. त्याचे सगळे संदर्भच पुसले गेले होते. जणू काही तो आता माणूसच नव्हता, बंगाली नव्हता, दोन पायांचा एक 'हिंदू' नावाचा प्राणी होता.

या देशात धर्ममंत्रालय किंवा धार्मिक बाबींसंबंधीचं खातं होतं. गेल्या काही वर्षांत धर्मासाठी बऱ्यापैकी मोठं अंदाजपत्रक ठेवण्यात आलं होतं. खरोखर देशाच्या अर्थसंकल्पामधला फार मोठा वाटा धर्म आणि धार्मिक संस्थांच्या मदतीखातर खर्च होत होता. ढाका येथील इस्लामिक फाऊंडेशनला १५,००,००० टके इतकं

आर्थिक अनुदान देण्यात आलं होतं. आणखी काही धार्मिक संस्थांना २,६०,००,००० टके देण्यात आले होते. वक्फ प्रशासकाला ग्रँट ८०,००० टके इतकी होती. झकात फंड प्रशासक संस्थेला २,२०,००० टके अनुदान मिळत होतं. इस्लामिक मिशन एस्टॅब्लिशमेंट फंडाच्या वाट्याला २,५०,००,००० टके येत होते. अल्पसंख्याकांना २,५०,००० टके मिळत होते. १,२०,००,००० टके सर्व मशिदींना विनामूल्य वीजपुरवठा व्हावा, यासाठी ठेवण्यात आले होते. मशिदींना ५०,००,००० टके मोफत पाणीपुरवठ्यासाठी मिळत होते. ढाका तारा मसजिदला ३,००,००० टके अनुदान मिळे, तर एकूण ८,४५,७०,००० टके रक्कम धार्मिक संस्थांना वाटली जात होती. बैतूल मुकर्रम मसजिदीच्या देखभालीकरता १५,००,००० टके खर्च होत होते. परत एकदा, अल्पसंख्याकांच्या निधीत फक्त २,५०,००० टकेच जमा होत होते. प्रशिक्षण व उत्पादनविषयक कार्यक्रमांचं संचालन व प्रसार यांसाठी विशिष्ट कारणाकरता दिल्या जाणाऱ्या अनुदानाचाही समावेश होता-एकंदर १०,९३,३८,००० टके सर्वांगीण विकास निधी उभारण्यात आला होता... देशातील धार्मिक अल्पसंख्याक गटात अडीच कोटी लोकांनी गणना होत होती. या अडीच कोटी लोकांकरता फक्त अडीच लाख टके अनुदान देण्यात यावं, हे हास्यास्पद होतं.

धर्ममंत्रालयाच्या विकासविषयक अंदाजपत्रकासाठी २०,००,००० टके राखून ठेवले होते. त्यापैकी बंगाली भाषेतील इस्लामी विश्वकोषाचे संकलन आणि प्रकाशन यांवरच २०,००० टके खर्च होत होता. इस्लामिक फाऊंडेशनच्या नवीन सांस्कृतिक केंद्राच्या उभारणीसाठी १,९०,००,००० टके खर्चाचा अंदाज होता. पुस्तकांचं, तसंच पुस्तकाच्या भाषांतराचं प्रकाशन व संशोधन या कार्यक्रमासाठी १,६८,७५,००० टके देण्यात आले होते. मसजिद ग्रंथालय प्रकल्पासाठी २५,००,००० टके दिले होते. इस्लामिक सांस्कृतिक केंद्राचं जिल्ह्याच्या ठिकाणी विस्तृतीकरण, तसंच इमाम प्रशिक्षण संस्था १,५०,००,००० टके गिळंकृत करून बसली होती. या सगळ्यांची बेरीज ५,६८,९५,००० टके होत होती. याशिवाय २,६०,००० टके विविध धार्मिक इस्लामी सण व इतर उत्सवांप्रीत्यर्थ वाटले जात होते. तसेच ५,००,००० ची जास्तीची रक्कमही वाटली जात होती. इस्लामी धार्मिक संस्थांच्या कार्यक्रमांसाठी २८,६०,००० टके इतकं अनुदान दिलं जात होतं.

संसदसदस्यांच्या मंजुरीनंतर निरनिराळ्या मशिदींचं नूतनीकरण, दुरुस्ती तसेच, नव्या जागी मशिदी स्थापना करण्यासाठी २,००,००,००० टके देण्यात येत होते. देशाच्या आत येणाऱ्या व बाहेर जाणाऱ्या धार्मिक गटांसाठी १०,००,००० अनुदान. धार्मिक संस्थांच्या मदतीसाठी ६,४०,०००. गरजू मुस्लिमांच्या पुनर्वसनासाठी १०,००,०००. या सगळ्यांचा मिळून खर्च २,६०,००,००० टके होई. एक

गोष्ट यात कळली होती, ती म्हणजे १९९१-९२ मधे धार्मिक कार्यक्रमांसाठी १६,६२,१३,००० टके इतकी तरतूद अंदाजपत्रकात होती. नव्यानं मुसलमान झालेल्यांच्या पुनर्वसनासाठीची अंदाजपत्रकीय तरतूद फार विचित्र होती. यासाठी दहा लाख टके तरतुदीसाठी मंजुरी देण्यात आली होती. पण त्याच वेळी अल्संख्याकांच्या विकासासाठी काहीच मंजुरी नव्हती. अनेक जातिधर्मांचे लोक जिथं नांदत आहेत, अशा गरीब देशात केवळ एका विशिष्ट धर्माच्या प्रसाराला अनुकूलता दाखवली जात होती. ही गोष्ट अतिशय लाजिरवाणी होती.

देशाला आर्थिक आधारच नव्हता. सुरंजनच्या मनात आलं, आपलं दरडोई उत्पन्न किती, परकीय कर्जाचा बोजा किती, याचा आपण कधी विचार केलाय? आपल्या अर्थव्यवस्थेचं कंबरडं पूर्णपणे मोडलेलं असताना आपण इस्लामच्या बाबींवर इतका पैसा कसा काय खर्च करू शकतो? या असल्या तिरक्या अंदाजपत्रकीय तरतुदींमुळं राष्ट्रीय सलोख्याचा काही प्रश्नच येत नाही; याचा विचार कुणी करतं की नाही?

सुरंजन या असल्या विचारात गढला असताना त्याच्या खोलीचं दार उघडून काजल देबनाथ आत आले.

"काय झालं सुरंजन, या भलत्या वेळी तू असा लोळतोयस कां?"

"माझे काही कुठल्या गोष्टीचे तास ठरलेले नाहीत..." सुरंजननं पलंगावर जरा सरकून त्यांना जागा करून दिली.

"माया परत आली?"

"नाही..." असं म्हणून सुरंजननं खोल निःश्वास सोडला.

"आपण काय करू शकणार? मला वाटतं, आपण खरंच काही तरी करायला हवं."

"काय करणार तुम्ही?"

काजल देबनाथांचे केस पिकू लागले होते. ते चाळिशीच्या पुढचे असतील. त्यांनी खिशातून सिगारेटचं पाकीट काढून एक सुरंजनला दिली, तेव्हा त्यांच्या कपाळाला आठ्या पडल्या.

सुरंजननं हात पुढं करून ती घेतली.

त्यानं सिगारेट विकत घेऊन बरेच दिवस झाले होते. त्याच्याकडे आता पैसेच नव्हते आणि किरणमयीकडे मागायचं त्याचं धाडस होत नव्हतं. त्याला त्या दोघांच्या खोलीत जायची सुद्धा लाज वाटत होती, जसं काही मायाच्या अपहरणासारखं निंद्य कृत्य ही त्याची एकट्याचीच जबाबदारी होती. कदाचित तसं असेलही, कारण इतर कुणापेक्षा जास्त त्यानंच आपला देश जातीयवादी नसल्याचा दावा केला होता.

अर्थातच इतर कोणापेक्षाही त्यालाच शरम वाटत होती. त्याला आपल्या प्रामाणिक, ध्येयवादी वडिलांना तोंड दाखवणं शक्य नव्हतं.

सुरंजननं रिकाम्या पोटीच सिगारेट ओढायला सुरुवात केली. माया असती, तर तिनं दटावलं असतं,

"दादा, हे काही बरोबर नाही हं. तू जर रिकाम्या पोटी सिगारेट ओढलीस, तर तू कॅन्सर होऊन मरशील. तुला समजत कसं नाही?"

सुरंजनला कॅन्सर झाला असता, तर काय वाईट होतं? तो अंथरुणावर मरणाची वाट पाहत पडून राहिला असता. निदान आपल्या काही आशा फळाला येतील, म्हणून वाट बघत बसावी तरी लागली नसती.

काजल देबनाथांना काय करावं कळेना. ते म्हणाले,

"आज त्यांनी तुझ्या बहिणीला पळवलं, उद्या माझ्या मुलीला पळवतील. नक्कीच पळवतील. आज त्यांनी गौतमला रस्त्यात मारहाण केली, उद्या तुला नाही तर मला करतील."

"मला एक सांगा," सुरंजन म्हणाला, "आपण आधी 'माणसं' आहोत, का 'हिंदू'?"

काजलदांनी खोलीवरून एक नजर फिरवून विचारलं,

"ते या खोलीतही आले होते, हो ना?"

"होय."

"त्या वेळी माया काय करत होती?"

"ती म्हणे, बाबांचा भात कालवत होती."

"त्यांनी त्या हरामखोरांना मारलं कसं नाही?"

"कसं मारणार? त्यांच्या हातात लोखंडी गज होते. शिवाय काही झालं, तरी मुसलमानांना हातदेखील लावण्याचा हिंदूंना अधिकार नाही, हो ना? भारतात अल्पसंख्याक मुसलमानांना प्रतिकार करण्याचा अधिकार आहे. जेव्हा दोन गटांमध्ये संघर्ष होतो, तेव्हा आपण त्याला दंगल म्हणू शकतो आणि लोक आपल्या देशांत दंगल झाली, म्हणताहेत! आपल्या देशात जे काही घडतंय, ते जातीय दहशतवादाशिवाय दुसरं काही नाही. मग त्याला तुम्ही छळ, दडपशाही किंवा पिळवणूक यांपैकी काहीही म्हणा. एक गट दुसऱ्या गटाला हवी तशी मारहाण करत आहे."

"तुला काय वाटतं, माया परत येईल?"

"कोण जाणे!" सुरंजन म्हणाला.

जेव्हा जेव्हा आपण मायाबद्दल काही बोलतो, तेव्हा आपला आवाज दाटून येतो आणि ऊर रितं रितं असल्याची भावना होते, असं सुरंजनला वाटलं.

"काजलदा, देशात आणखी काय काय घडलंय?" मायाबद्दलचा विषय

बदलण्यासाठी सुरंजन म्हणाला.

काजल देबनाथ आढ्याकडे बघत, सिगारेटचा धूर सोडत म्हणाले,

"८,००० घरं, २,७०० व्यावसायिक ठिकाणं, आणि ३,६०० देवळांची मोडतोड झाली आहे किंवा ती उद्ध्वस्त झाली आहेत आणि बारा लोक मरण पावले आहेत. दोन कोटी टके इतकं नुकसान झालं आहे. गावंच्या गावं उद्ध्वस्त झाली आहेत. त्रेचाळीस जिल्ह्यांना याची झळ पोचली आहे. दोन हजार सहाशे स्त्रियांवर अत्याचार झाले आहेत. ज्या देवळांची मोडतोड झाली आहे, त्यांमधील सिल्हेटचा दक्षिणभागात असलेल्या ५०० वर्षांहून पुरातन गौरांग महाप्रभू देवळाची तर पूर्णपणं विल्हेवाट लागली आहे. बनियाचंग इथं एक प्राचीन, कित्येक शतकांची जुनी कालीबाडी उद्ध्वस्त झाली आहे. चितगांवमधील कैवल्यधाम आणि तुलसीधाम, त्याचप्रमाणं भोला येथील मदनमोहन आखाडा आणि सुनामगंज व फरीदपूर येथील रामकृष्ण मिशन यांचीही मोडतोड झाली आहे."

सुरंजन म्हणाला,

"पण सरकारनं काही मदत देऊ केली नाही?"

"नाही. सरकारनं मदत तर केलीच नाही, पण त्यांनी इतर संस्थांनाही मदत द्यायला परवानगी दिली नाही. मात्र काही खासगी संस्थांनी मदतीचा हात पुढं केला आहे. हजारो लोक बेघर झाले आहेत. आणि अन्न-वस्त्र-निवाऱ्याविना रस्त्यावर पडले आहेत. ज्या मुलींवर बलात्कार झाला, त्यांची एक तर छळामुळं जशी काही वाचा गेली आहे, नाही तर त्यांचा कुठं थांगपत्ताही लागत नाही. व्यावसायिक तर पूर्ण बुडीत निघाले आहेत. जे काही थोडंफार उरलं आहे, तेही त्यांच्याकडून पिळून वसूल करण्यात येतंय. बारीसालमध्ये पंचाहत्तर कोटी टके किमतीची मालमत्ता नष्ट झाली. चितगांवमधे वीस कोटी, ढाक्यात दहा कोटी, तर खुलना आणि राजशाही प्रांतांत प्रत्येकी एक कोटी किमतीचं नुकसान झालं. एकंदर १०७ कोटी टके इतकं नुकसान झालं आहे."

"मला आता हे सगळं ऐकवत नाही, खरंच ऐकवत नाही."

"तुला ठाऊक आहे, लोक फार मोठ्या प्रमाणावर देशांतर करून जात आहेत, आणि ते थोपवण्याचा काही मार्गही दिसत नाही. सरकार सारखं म्हणतंय, हिंदू देश सोडून जात नाहीयेत वगैरे, पण त्याला काही अर्थ नाही. तू त्याबद्दल कलकत्त्याहून प्रसिद्ध होणाऱ्या 'देश' या नियतकालिकात वाचलं असशील. किमान १,५०,००० बांग्लादेशी तरी भारतात शिरल्याचा अंदाज आहे आणि त्यांतील बरेचसे लोक परत आलेले नाहीत. गेल्या दोन दशकांमधे अल्पसंख्याकांपैकी कमीतकमी ५० लाख लोकांना हा देश सोडून जाणं भाग पडलं. सहाव्या जनगणनेच्या अहवालामध्ये काय म्हटलं आहे, ते जरा बघ. १९४१ मध्ये देशाच्या लोकसंख्येच्या ७०.३ टक्के

लोक मुसलमान होते, तर २८.३ टक्के लोक हिंदू होते. १९५१ मध्ये मुसलमान होते ७६.९ टक्के, तर हिंदू होते २२.० टक्के. नंतर १९६१ मध्ये मुसलमान ८०.४ टक्के झाले आणि हिंदू १८.५ टक्के. १९७४ साली ८५.४ टक्के मुसलमान व १२.१ टक्के हिंदू. १९९१ साली मुसलमान ८७.४ टक्के होते आणि हिंदू सुमारे १२.६ टक्के या सगळ्यांवरून काय लक्षांत येतं? दरवर्षी मुसलमानांची संख्या वाढत चालली आहे आणि हिंदूंची मात्र कमी कमी होत चालली आहे. हिंदूंचं काय होतंय? ते कुठं जाताहेत? जर ते देशांतर करत नसल्याचा सरकारचा दावा असेल, तर मग जनगणनेतून बाहेर आलेल्या आकडेवारीचं काय स्पष्टीकरण आहे त्यांच्याजवळ? नव्या जनगणनेबद्दल तुला कळलं का? आता म्हणे, हिंदू आणि मुसलमानांची वेगवेगळी गणती होणार नाही."

"का बरं?"

"कारण हिंदू दिवसेंदिवस इतके कमी कमी होत चालले आहेत, की त्यांची वेगळी मोजदाद करण्यापेक्षा त्यांना मुसलमानांबरोबर मोजणं सोपं ठरेल." काजल देबनाथ उपहासानं म्हणाले.

"सरकार फार धूर्त आहे, नाही का? तुमचं काय मत आहे, काजलदा?" सुरंजन म्हणाला.

काजल देबनाथ काहीच बोलले नाहीत. त्याऐवजी त्यांनी आपलं सिगारेटचं थोटूक विझवून नवी पेटवायला ॲश-ट्रेसाठी इकडं तिकडं पाहिलं.

"तुझ्याकडे ॲश-ट्रे आहे?" त्यांनी विचारलं.

"सगळी खोलीच तुम्ही ॲश-ट्रे म्हणून वापरली, तरी हरकत नाही."

"मला तुझ्या आईवडिलांना भेटायला, खरं म्हणजे, आवडलं असतं, पण त्यांचं सांत्वन मी कुठल्या शब्दांत करू?" असं म्हणून काजल देबनाथ मान खाली घालून बसून राहिले, जसं काही मायाला त्यांच्या सख्ख्या भावानंच पळवून नेलं असावं.

परत मायाचा विषय! ज्वालामुखीतून लाव्हारस बाहेर यावा, तसा सुरंजनचा जुना राग उफाळून आला. मग तो विषय बदलून म्हणाला,

"काजलदा, जीनांनी आपल्याला वचन दिलं होतं ना, की आपण सगळे केवळ पाकिस्तानी असू, हिंदू किंवा मुस्लिम नसू, म्हणून? मग तरीही हिंदूंचं देशांतर थांबलं नाही?"

"जीना स्वत: इस्माईल खोजा होते. जरी त्यांची जमात मुस्लिम असली, तरी ते वारसाहक्क हिंदूंचेच पाळणारे होते. त्यांचं आडनाव, खरं तर, खोजानी होतं. त्यांचं नाव होतं झिनाभाई खोजानी. त्यांनी त्या नावातलं फक्त 'झिना' तेवढं ठेवलं व बाकीचं सोडलं. होय, हे खरं आहे, की जीनांनी असं आश्वासन दिलं होतं, पण

तरी सुद्धा हिंदूंना भेदभावाला बळी पडावं लागलं. तसं जर नसतं, तर १९४८ च्या जूनपर्यंत ११ लाख हिंदू पूर्व पाकिस्तान सोडून भारतात कशाला गेले असते? पण दुर्दैवानं भारतात त्यांना 'निर्वासित' असं नाव पडलं.''

''कित्येक मुसलमान दंगलींच्या काळात या शहरात सुद्धा आले, होय ना?''

''होय, आसाम आणि पश्चिम बंगालमधून फार मोठ्या प्रमाणावर मुसलमान आले. त्या सुमाराला भारत आणि पाकिस्तान सरकारांमध्ये नेहरू-लियाकत करार झाला. त्या करारनाम्यानुसार 'दोन्हीही देशांमध्ये अल्पसंख्याकांना त्यांचा धर्म कोणताही असला, तरी इतर कुठल्याही नागरिकाइतकेच हक्क राहतील.' जगण्याचा हक्क, स्वत:ची मालमत्ता बाळगण्याचा हक्क, स्वत:च्या संस्कृतीचं जतन करण्याचा हक्क सर्व अल्पसंख्याक जमातींना देण्यात आला होता. त्याच वेळी त्यांना स्वत:ची मतं व्यक्त करण्याचा, तसेच स्वत:च्या धर्माचा प्रसार करण्याचाही हक्क दिलेला होता. या अटींच्या आधारे किती तरी लोक परत भारतात गेले, पण जे पूर्व पाकिस्तान सोडून निघून गेलेले होते, त्यांनी मात्र परत येण्याचा विचार केला नाही. पण १९५१ मध्ये पाकिस्तान विधिमंडळानं दोन विशिष्ट कायदे पास केले. १९५१ सालचा ईस्ट बेंगाल इव्हॅक्यूई प्रॉपर्टी ॲक्ट व १९५१ सालचा ईस्ट बेंगाल इव्हॅक्यूई ॲक्ट. (१९५१ चा पूर्व बंगाल निर्वासित मालमत्ताविषयक कायदा व १९५१ चा पूर्व बंगाल निर्वासितांविषयक कायदा) यामुळं निर्वासितांची संख्या वाढून ३५ लाख झाली. याबद्दल तुझे वडील तुला जास्त सांगू शकतील.''

''ते माझ्याशी या असल्या बाबतीत काही बोलत नाहीत. जेव्हा कधी देश सोडून जाण्याचा विषय निघतो, तेव्हा ते संतापतात. त्यांना देश वगैरे सोडून कधीच जायचं नाही.''

''आपल्याला तरी देश सोडावासा वाटतोय का? पण जे कुणी सोडून गेले आहेत, ते अगदी गुप्तपणे गेले आहेत. त्यांना तू परत कसं आणणार? शेवटी त्यांना काही तरी दिलासा तरी द्यायला हवा ना. नाही तर आपली मायभूमी सोडून उगीचच्या उगीच कोणाला जावंसं वाटेल? आपल्याकडे एक म्हण आहे, ठाऊक आहे ना? की जो आपल्या स्वत:च्या भूमीत राहतो, तो सगळ्यांत सुखी असतो. मुसलमानांना हाजयात्रेच्या निमित्तानं तरी या ठिकाणाहून त्या ठिकाणी प्रवास करायची सवय आहे पण हिंदूंना मात्र व्यावहारिक आणि धार्मिक कारणासाठी सुद्धा सदासर्वदा आपल्याच भूमीत राहायला आवडतं.''

काजल देबनाथ एव्हाना इतके भावनाविवश झाले होते, की ते स्वत:ला शांत करायला व्हरांड्यात गेले.

ते परत खोलीत येऊन म्हणाले,

''मला खरंच, कपभर चहा प्यावासा वाटतोय. चल आपण एखाद्या चहाच्या

ठेल्यावर जाऊ..."

सुरंजननं बऱ्याच दिवसांत कपडे बदललेले नसल्यानं ते अगदी घाण झालेले होते. कित्येक दिवसांत त्यानं अंघोळही केली नव्हती. धड जेवलाही नव्हता. त्यामुळं काजलदांनी चहाचा विषय काढताच तो ताडकन उठून म्हणाला,

"चला. नाही तरी असं लोळत पडून शरीर गंजून चाललंय."

सुरंजननं बाहेर जाताना दार बंद केलंच नाही. नाही तरी कशाला बंद करायचं? जे काही वाईटातलं वाईट घडणं शक्य होतं, ते तर घडूनही गेलं होतं.

ते जात असताना काजलदांनी विचारलं,

"तू घरात काही खात-पीत तरी आहेस का?"

"माँ रोज माझ्या खोलीत जेवण आणून ठेवते. कधी मी खातो, तर कधी नाही. खरं तर, मला काही खावंसंच वाटत नाही." सुरंजननं केसांतून हात फिरवून ते सारखे केले. आपले केस व्यवस्थित बसवण्यापेक्षा आपलं मनातलं दुःख जरा कमी व्हावं, एवढाच त्यातला हेतू होता.

सुरंजन परत जुन्या विषयाकडं वळला,

"१९६९ आणि १९७० मध्ये देशांतर करून जाणाऱ्या हिंदूंची संख्या त्यामानानं कमी होती, काजलदा."

"१९६६ मध्ये स्वराज्याची सहा कलमी चळवळ सुरू झाली. १९६९ मध्ये सार्वत्रिक उठाव झाला. १९७० मध्ये निवडणुका आणि स्वातंत्र्याच्या दरम्यानच्या काळात देशांतर करून जाणाऱ्या हिंदूंची संख्या बरोबर घटली होती. १९५५ ते १९६० मध्ये बरेच हिंदू सोडून गेले होते. १९६० आणि १९६५ मध्ये दहा लाख लोक सोडून गेले. जेव्हा युद्ध सुरू झालं, तेव्हा सुमारे एक कोटी लोकांनी भारतात आश्रय घेतला आणि त्यांपैकी ऐंशी टक्के लोक हिंदू होते. युद्धानंतर जेव्हा हिंदू देशात परत आले, तेव्हा बऱ्याच लोकांना आपली जमीन व मालमत्ता जप्त झाली असल्याचं कळलं. परिणामी त्यांतले बरेचसे परत निघून गेले व अगदी थोडे मागे उरले; या आशेवर, की स्वतंत्र देशात त्यांना सामाजिक सुरक्षितता लाभेल. मग, तुला ठाऊकच आहे, १९७४ मध्ये मुजीब सरकारनं 'एनिमी प्रॉपर्टी' (शत्रूची मालमत्ता) हे नाव तेवढं बदललं. झिया-उर्-रहमान यांनी स्वातंत्र्यविरोधी, जातीयवादी बाजारबुणग्यांवर विश्वास ठेवला. धर्मनिरपेक्षतेचं तत्त्व राज्यघटनेतून काढण्यात आलं. नंतर इर्शाद पदावर आले आणि इस्लामीकरणाचं त्यांनी पुनरुज्जीवन केलं. २२ डिसेंबर १९८२ रोजी इर्शाद यांनी जाहीर केलं, की इस्लाम आणि कुराणाच्या तत्त्वांवर घटनेची पुनर्रचना करण्यात येईल. चोवीस वर्षं देशाच्या राजकीय वातावरणात झिरपल्यानंतर धर्माचं परत एकदा नव्यानं आगमन होईल, असं कुणाला तरी वाटलं असेल का?"

ते एका चहाच्या ठेल्यापाशी थांबले. काजल देबनाथ सुरंजनचं बारकाईनं निरीक्षण करून म्हणाले,

"तू कुठल्याशा तंद्रीत असल्यासारखा दिसतोस. ज्या प्रश्नांची उत्तरं तुला ठाऊक आहेत, तेच तू विचारतोयस. तू फार अस्वस्थ आहेस, याची मला कल्पना आहे. पण तू स्वत:ला आता सावरायला हवंस. तुझ्यासारख्या बुद्धिमान माणसानं धीर सोडता कामा नये."

ते एका छोट्याशा दुकानात समोरासमोर बसले.

काजलदा म्हणाले,

"तू चहाबरोबर थोडं काही तरी खाणार का?"

सुरंजननं होकार दिला. त्यानं दोन सिंगाडे (छोटे समोसे) खाल्ले. काजलदांनीही एक खाल्ला व दोघांचं झाल्यावर पोऱ्याला विचारलं,

"जरा पाणी देतो का, रे?"

काजलदांनी 'पानी' हा शब्द वापरलेला बघून सुरंजनला नवल वाटलं.

ते नेहमी बोलताना 'जल' म्हणायचे, पण आज मात्र 'पानी' म्हणाले. का लोकांच्यासमोर ते हाच शब्द वापरत? की आज घाबरले होते?

सुरंजनला हे जाणून घ्यायचं होतं. तो त्यांना विचारणारच होता, इतक्यात थांबला. आपल्यावर कित्येक नजरा रोखलेल्या असल्याचं त्याला जाणवलं.

त्यानं चटकन चहाचा घुटका घेतला.

आपणही घाबरलो आहोत की काय? कशामुळं घाबरलो आहोत?

गरम चहा पिताना त्याच्या जिभेचं टोक भाजलं.

शेजारच्या टेबलावरचा एक तरुण त्याच्याकडं सारखा रोखून पाहत होता. त्याला छोटीशी दाढी होती व त्यानं डोक्यावर विणलेली टोपी घातली होती. तो विशीचा असावा.

सुरंजनला वाटलं, मायाला पळवणाऱ्या माणसांमध्ये हा पण नक्की असणार. नाही तर त्यानं आपल्याकडं इतकं रोखून का बघावं? त्याला असंही वाटलं, की हा तरुण स्वत:वर खूश होऊन प्रौढीनं आपल्याकडं बघतोय. तो प्रौढी कशाची मिरवतोय? त्याला असं तर सुचवायचं नसेल, की

"काय, कसं वाटतंय? आम्ही तुझ्या बहिणीबरोबर मजा मारली..."

सुरंजनला ते सहन होईना. तडकाफडकी उठून तो म्हणाला,

"चला काजलदा, जाऊ या इथून. मला ही जागा आवडली नाही."

"जायचं? एवढ्यात..?"

"होय, मला इथं सहन होत नाही."

१०

१९५४ मध्ये या देशाच्या जनरल असेम्ब्लीमध्ये ३०९ सदस्य होते. त्यांपैकी ७२ लोक वेगवेगळ्या अल्पसंख्याक जमातींचे होते. १९७० मध्ये ३०० पैकी फक्त अकराच अल्पसंख्याक होते. १९७३ मध्ये ३१५ पैकी बारा होते. तर १९७९ मध्ये ३३० पैकी केवळ आठच होते. १९८६ साली ३३० पैकी सात होते, तर १९८८ मध्ये फक्त चार आणि १९९१ मध्ये त्यांची संख्या जराशी वाढून ३३० पैकी बारा अल्पसंख्याक होते... लष्करातही परिस्थिती इतकीच वाईट होती. आणि शासकीय नोकऱ्यांमध्येही तसंच. सर्व सरकारी, निमसरकारी आणि स्वायत्त संस्थांमध्ये प्रथम व द्वितीय श्रेणीच्या अधिकाऱ्यांच्या नेमणुकांमध्ये अल्पसंख्याक पाच टक्क्यांहून काही जास्त नव्हते. पोलीसखात्यात ८०,००० मध्ये २००० अल्पसंख्याक होते. अधिकारी विचारात घ्यायचे झाले, तर ८७० पैकी फक्त ५३ च होते. अबकारी व जकात अधिकाऱ्यांचा विचार केला, तर १५२ मधे अल्पसंख्याक जमातीचा एकच माणूस होता. आयकर विभागातील ४५० अधिकाऱ्यांपैकी अवघे ८ अल्पसंख्याक जमातीचे होते. राष्ट्रीय औद्योगिक, संस्थांमध्ये अधिकारी वर्गापैकी एकच टक्का अल्पसंख्याक, कामगारवर्गात ३ ते ४ टक्के आणि मजूरवर्गात तर एक टक्क्याहूनही कमी होते. एवढंच नाही, तर बांग्लादेश बँक काय किंवा इतर कुठल्याच बँकेत डायरेक्टर, चेअरमन किंवा मॅनेजिंग डायरेक्टर या हुद्द्यावर कुणीही हिंदू नव्हते. वाणिज्य बँकांपैकी सुद्धा एकाही शाखेमध्ये हिंदूंसाठी जागा नव्हत्या.

सुरंजन रात्रभर या कुशीवरून त्या कुशीवर होत तळमळत होता. नैराश्यामुळं झोप उडाली होती.

किरणमयी सकाळी एकदा त्याच्या खोलीत येऊन गेली. कदाचित मायाबद्दल काही कळलं का, ते विचारायला आली असेल.

आता उरलेलं आयुष्य सगळ्यांना मायावाचूनच काढावं लागणार का?

गेल्या काही दिवसांत किरणमयी अधिकाधिक उदासीन होत चालली होती. तिच्या डोळ्यांभोवती काळी वर्तुळं उठली

होती, चेहरा ओढलेला होता, ती काही हसायची नाही की बोलायची नाही.

सुरंजननं झोपल्याचं नाटक केलं होतं.

या सर्व भयानक दिवसांमध्ये आपण स्वतः मनातून किती झुरतो आहोत, हे त्यानं किरणमयीला जाणवू दिलं नव्हतं. रोज किरणमयी मुकाट्यानं टेबलावर त्याचं जेवण आणून ठेवायची. कधी तरी तिच्या त्या अशा गप्प राहण्याची सुरंजनला चीड यायची.

आपल्या आजारी पतीबद्दल, आपल्या घरात हजर असलेल्या आपल्या मुलाबद्दल किंवा हरवलेल्या मुलीबद्दल हिला काहीच कसं बोलावंसं वाटत नाही? ती काय पाषाणाची मूर्ती होती का, कशावरच प्रतिक्रिया न दाखवायला? तिला कशाचाच विरोध करावासा वाटत नसेल? किती विचित्र होती- प्रतिक्रियाहीन, प्रतिकारहीन, भावनाशून्य, एखाद्या प्रेतासारखी.

सुरंजननं दिवसभर झोपून राहायचं ठरवलं. त्याला झोपेची आवश्यकता होती, कारण किती दिवसांत गाढ झोप अशी लागलीच नव्हती. पण जेव्हा म्हणून डोळे मिटावे, तेव्हा एक प्रचंड मोठा पंजा आपल्या दिशेनं, आपला गळा आवळायला येतोय असं वाटायचं. एकच काय पण असे किती तरी पंजे त्याच्या रोखानं यायचे. त्याला क्षणभर सुद्धा शांती मिळत नव्हती.

माणिकगंजहून सुधामयबाबूंचा एक दूरचा नातलग ननीगोपाल आपल्या बायको, मुलगा व मुलीसह भेटायला आला होता. सुधामयबाबूंच्या घरातील ती तशी वाताहत बघून त्यानं जराही आश्चर्य दाखवलं नाही, फक्त एवढंच म्हणाला,

"त्यांनी तुमचंही घर सोडलं नाही, तर."

ननीगोपालची पत्नी ललिता हिनं आपल्या भांगातला सिंदूर पुसून टाकला होता. तिनं पदर सुद्धा तोंडावर ओढून जास्तीतजास्त चेहरा झाकून घेतला होता. तिनं किरणमयीला मिठी मारली आणि ती मोठ्यांदा रडू लागली. ललिताची मुलगी अवघडून ते बघत उभी होती. सुधामयबाबूंना तिचं नाव आठवेना. ती मायाबरोबरीचीच असेल, नाही तर थोडीशी लहान. ते त्या मुलीकडं बघत राहिले आणि त्यांचे डोळे पाण्यानं भरून आले. माया गेली होती, या गोष्टीवर विश्वास ठेवणं जड जात होतं. माया शेजारीच गेली आहे, नाही तर शिकवणीला गेली आहे, थोड्या वेळानं परत येईल, असं आपण समजून चालावं, असं त्यांना वाटत होतं. खरं तर, या घरातला प्रत्येक माणूस मनात एक आशा जपत राहिला होता, एक ना एक दिवस बलात्कार, छळ, अत्याचार झाल्यावरही माया घरी परत येईल.

"दादा, आता या देशात आणखी राहण्यात काही अर्थ नाही. आमची मुलगी वयात आलेली, त्यामुळं तर फारच कठीण होऊन बसलंय, आणखीच धास्ती..."

ननीगोपाल म्हणाला.

सुधामयबाबूंनी त्या मुलीवरून नजर काढून त्याच्याकडं वळवली.

"निघून जाण्याचं काही बोलूच नका. मला ते काही ऐकायचं नाही. मी ऐकलंय, की शेजारच्या गौतमच्या घरचेही निघून चालले आहेत. तू काय करणार आहेस? तू जिथं पळून चालला आहेस, तिथं गुंड, बदमाश नाहीत का? तिथं भीती बाळगायचं काहीच कारण नसेल? तरुण मुली आज कुठं सुरक्षित आहेत, सांग. दुरून डोंगर साजरे. अर्थात तो तुझा प्रश्न आहे."

ननीगोपालची दाढी वाढलेली होती आणि त्यानं कुर्ता-पायजमा घातला होता. सुधामयबाबूंच्या त्या आवेगानं बोलण्यावर त्याच्याजवळ काही उत्तर नव्हतं, त्यामुळं तो नुसता मान खाली घालून बसून राहिला.

ललिता परत एकदा रडू लागली. किरणमयीनं तिला शांत करण्याचा किंवा आलेल्या पाहुण्यांशी बोलण्याचा जराही प्रयत्न केला नाही. मायाला पळवून नेण्यात आलं आहे, हे ती तोंडानं सांगू सुद्धा शकली नाही.

ननीगोपाल लाकडाचा व्यापारी होता. पण त्याच्या लाकूड साठवण्याच्या गोदामाला आग लावण्यात आली होती. या गोष्टीचं त्याला तितकंसं वाटलं नव्हतं, पण एक ना एक दिवस आपल्या मुलीला, अंजलीला कोणी पळवून नेईल, या विचारानं तो भयभीत झाला होता.

तो म्हणाला,

"दादा, चाँदपूरमध्ये फेणी इथं ललिताचा एक नातेवाईक आहे. त्याला त्यांनी पळवून नेलं, त्याची सगळी मालमत्ता लुटली आणि नंतर त्याला मारून टाकलं. पिंगाइल जयदेबपूर इथं अश्विनीकुमार चंद्रा यांच्या चौदा वर्षांच्या मुलीचं-मिकोचं - अपहरण करून तिच्यावर बलात्कार करण्यात आला, हे तुम्हांला हे ठाऊक नाही? ती मुलगी मरण पावली. गोपालगंजमधल्या वेदग्रामात हरेंद्र हीरा यांची मुलगी नंदिता हिला पळवण्यात आलं. बांछारामपूरमध्ये क्षितीशचंद्र देबनाथांची मुलगी करुणाबाला हिला गावच्या मुसलमान पोरांनी पळवून नेऊन तिच्यावर बलात्कार केला. भोलातील कालीनाथ बझारमध्ये शोभाराणीची मुलगी तन्द्राराणी हिला पळवून नेऊन बलात्कार करण्यात आला. तांगाइल अदालतपाडा इथं सुधीरचंद्र दास यांची मुलगी मुक्तीराणी घोष हिला एका मुसलमान व्यापाऱ्यानं पळवून नेलं. भालुकामध्ये पूर्णचंद्र बर्मन यांच्या मुलीला जबरदस्तीनं पळवण्यात आलं. रंगपूर, तारागंज, इथं तिनकौडी साहा यांची मुलगी जयंतीरानी साहा हिचं अपहरण करण्यात आलं. तुम्ही हे सगळं ऐकलं, की नाही?"

"हे सगळं घडलं कधी?" सुधामयबाबूंनी क्षीणपणे विचारलं.

"१९८९ मध्ये." ननीगोपाल म्हणाला.

"हे सगळं इतक्या पूर्वी घडलं आणि तुला जसंच्या तसं आठवतं?"

"या अशा गोष्टी कशा विसरतील?"

"परीबानू, अन्वरा, मुनव्वरा, सूफिया, सुलताना यांच्याबाबतीत काय घडतंय, त्याची माहिती कधी मिळवली आहेस? त्यांना नाही पळवून नेऊन त्यांच्यावर बलात्कार होत?"

परत एकदा ननीगोपालनं मान खाली घातली. थोड्या वेळानं तो म्हणाला,

"तुम्हांला बरं नसल्याचं कळलं मला. खरं म्हणजे, मी बरेच दिवसांपासून तुम्हांला भेटायला यावं, म्हणत होतो. पण आमच्या घरच्यांच्या सुरक्षिततेचंही बघायला हवं होतं ना. जाण्यापूर्वी निदान एकदा तरी येऊन तुम्हांला भेटायचंच, असं मी ठरवलेलं होतं. आम्ही सरहद्दीपलीकडे बेनापोलला चाललो आहोत. आम्हांला आमचं घर, मालमत्ता वगैरे विकायला जमलं नाही. त्यामुळं मी ललिताच्या चुलतभावाला ते विकण्याची खटपट करायला सांगितलंय."

ननीगोपालला जाण्यापासून परावृत्त करण्यात आता काही अर्थ नाही, हे सुधामयबाबूंना कळून चुकलं. तरी पण पळून जाऊन आपल्याला काही मिळणार आहे, अशी आशा या लोकांना का वाटते, हे त्यांना कळत नव्हतं. जर देशातल्या हिंदूंची संख्या आणखी घटत राहिली, तर त्यांच्यावर आणखी आणखी अत्याचारच होत राहणार. थोडक्यात काय, तर जे सोडून जातील त्यांना आणि जे मागं उरतील त्यांना, दोघांनाही काहीच साध्य होणार नव्हतं. हारच मानावी लागणार होती. यात गरिबांचं नुकसान होतं, अल्पसंख्याकांचं नुकसान होतं. सुधामयबाबूंना वाटलं, या देशातल्या नक्की आणखी किती हिंदूंना अत्याचाराला बळी पडावं आणि मरावं लागणार आहे आणि तेही भारतातील हिंदूंच्या आत्ताच्या आणि पूर्वीच्या पापांचं प्रायश्चित म्हणून! हे जर त्यांना कळलं असतं, तर कदाचित त्यांनी आत्महत्या केली असती, म्हणजे मग हिंदूंना थोडी तरी शांती लाभली असती.

संध्याकाळी शफीक अहमदची बायको आलिया बेगम त्यांना भेटायला आली.

पूर्वी तर ती जवळ जवळ दररोज यायची पण अलीकडं नेहमी नेहमी येणाऱ्या किती तरी लोकांनी येणं टाळलं होतं. हैदरचे आईवडील सुद्धा बऱ्याच दिवसांत आले नव्हते.

किरणमयीला किती एकाकी वाटत असेल, हे सुधामयबाबूंना जाणवलं.

तिनं जेव्हा दार उघडलं, तेव्हा दारात आलिया बेगमला बघून तिला खूप आश्चर्य वाटलेलं दिसलं, जसं काही इथून पुढं आपल्याला भेटायला कुणी येणार आहे, अशी तिला अपेक्षाच नव्हती. आणि त्यांनी तरी का यावं? या घराची पार वाताहत झाली होती, माणसांनी राहण्याच्या लायकीचंही ते उरलं नव्हतं. आलिया

बेगमचा तो हसरा चेहरा, तिचे चमकणारे कपडे, दागिने...
सुधामयबाबूंना वाटलं, तिच्यापुढं किरणमयीला खुजं वाटलं असेल.
नेहमीप्रमाणं परत एकदा सुधामयबाबूंना वाटत राहिलं, आपण हिच्यावर अन्याय तर केला नाही? या दिवाळं निघालेल्या घरात त्यांनी एका सधन घरातली सुशिक्षित मुलगी करून आणली होती. त्याशिवाय तिला गेली एकवीस वर्षं शरीरसुखापासून वंचित ठेवलं होतं. त्यांनी नेहमी स्वत:च्याच मनाप्रमाणे सगळं केलं होतं. स्वत:चा स्वार्थ पाहिला होता. नाही तर मग किरणमयीला पुनर्विवाह करण्याचा आग्रह का नाही केला? पण आपण तिला सांगून किरणमयी गेली असती का? तिला आलिया बेगमच्या आयुष्यासारखं आयुष्य हवंसं नसेल वाटलं? वैभवानं, उत्साहानं संपन्न? शेवटी तीही माणूसच होती, ती जरी निघून गेली असती, तरी सुधामयबाबूंना नवल वाटलं नसतं आणि कदाचित मनात वाटत असलेल्या या भीतीपोटीच आपण तिला सतत आपल्याजवळ ठेवून घेतलं असेल, असं त्यांना वाटलं.

त्यांनी अलीकडे आपल्या मित्रांना घरी बोलावणंही बंद करून टाकलं होतं. त्यामुळं त्यांना कुणी मित्रही उरला नव्हता. अर्थात त्याचं त्यांना काही वाटत नसे. त्यापेक्षा आपल्या मित्रांपैकी एखाद्या 'खऱ्या खुऱ्या पुरुषावर' किरणमयी भाळण्याची शक्यता जास्त वाईट होती. आपल्यामधील ही उणीव भरून काढण्यासाठी त्यांनी किरणमयीवर अगदी जिवापलीकडे प्रेम केलं होतं, जसं काही शारीरिक सुखासाठी तिनं ह्या इतक्या उत्कट प्रेमाचा त्याग करता कामा नये, असं त्यांना तिला पटवून द्यायचं होतं. पण केवळ प्रेमाच्या साहाय्यानं एखादी व्यक्ती स्वत:ची भावनिक भूक भागवू शकते का?

या एवढ्या वर्षांनंतर सुधामयबाबूंना जाणीव झाली, की माणसाला नुसत्या प्रेमापलीकडंही आणखी काही तरी हवं असतं.

आलिया बेगम खोलीतल्या विध्वंसाकडं आणि सुधामयबाबूंच्या लुळ्यापांगळ्या स्थितीकडे बघत राहिली. तिनं मायाच्या अपहरणाची हकिकत पण ऐकली. तिला ऐकून खूप काळजी वाटली, ती तिनं बोलूनही दाखवली. थोड्या वेळानं तिनं किरणमयीला विचारलं,

"बौदी, तुमचे भारतात कुणी नातेवाईक नाहीत का?"

"हो, आहेत ना. आमचे जवळपास सगळेच नातेवाईक तिकडे आहेत."

"मग तुम्ही कशाला इथं चिकटून राहिला आहात?"

"कारण हा माझा स्वत:चा देश आहे."

किरणमयीचं ते उत्तर ऐकून आलिया बेगमला आपलं आश्चर्य लपवणं जमलं नाही.

किरणमयी आपल्याइतक्याच आत्मविश्वासानं हे वाक्य म्हणू तरी कसं शकते?
त्या क्षणी सुधामयबाबूंना समजून चुकलं, की किरणमयी आणि आलिया बेगम या जरी एकाच देशाच्या नागरिक असल्या, तरी त्यांच्याकडं सारख्या दृष्टिकोनातून कधीच बघितलं जाणार नाही. कुठं तरी दोघींमधला फरक दाखवणारी अदृश्य रेषा ओढून ठेवलेली आहे.

○

११

आज 'विजय दिन' होता. अखेर बांग्लादेशाला स्वातंत्र्य ज्या दिवशी मिळालं, तो दिवस. 'स्वातंत्र्य' हा शब्द सुरंजनला डंख करत होता. हा दिवस साजरा करण्याची सगळ्या देशभर जोरात तयारी चालू होती. सगळे जसे काही उत्साहानं भारून गेले होते. रस्त्यावरून लष्करी फौजांची परेड चालली होती. सगळे लोक आनंदानं जल्लोश करत होते.

पूर्वी सुरंजन या दिवशी सकाळी लवकर घराबाहेर पडायचा आणि गावभर चालू असलेल्या सगळ्या कार्यक्रमांना उपस्थिती लावायचा, मध्येच उघड्या ट्रकमध्ये बसून देशभक्तिपर गाणीदेखील गायचा.

आज मात्र त्याला असं करणं म्हणजे वेळ निव्वळ वाया घालवण्यासारखं वाटत होतं. देशाला स्वातंत्र्य मिळून त्याचा त्याला काय फायदा झाला होता? त्याला काय स्वातंत्र्य मिळालं होतं?

'जोय बांग्ला, बांग्लार जोय' आजवर मोठमोठ्या कवींनी आणि प्रामुख्यानं रवींद्रनाथ टागोर, नझरुल आणि जीवनानंदांसारख्या महर्षींनी बांग्लादेशाला उद्देशून जी स्तुतिपर कवनं रचली होती, ती सगळी सुरंजनच्या मनात आली. ती गाणी गुणगुणावीशी त्याला वाटू लागली. पण त्यानं तसं केलं नाही. दरवर्षीप्रमाणं या वर्षी सुद्धा या स्वातंत्र्यदिनामुळं सुरंजनच्या अंगात उत्साह सळसळू लागला, पण त्यानं तो आतल्या आत दडपला.

दिवसभर बिछान्यात लोळत पडून राहिल्यानंतर सुरंजनच्या मनात एका विशिष्ट इच्छेनं मूळ धरलं. ह्या सुप्त इच्छेला त्यानं मनोमन खतपाणी दिलं. ती इच्छा हळूहळू आकार धरू लागली. वाढू लागली. अखेर तिनं त्याला धुंद करून सोडलं. दिवसभर त्या इच्छेला आंजारून गोंजारून अखेर रात्री आठ वाजता सुरंजन घराबाहेर पडला. मग त्यानं रिक्षावाल्याला कुठं पाहिजे, तिथं रिक्षा हिंडव, असं सांगितलं. रिक्षावाल्यानं सुरंजनला तोफखाना, विजय नगर, कांकराइल तिथून मोघ बझार आणि अखेरीला रमनापाशी आणलं.

गावातल्या रोशणाईकडं सुरंजननं पाहिलं.

या विजेच्या रोशणाईनं चमकणाऱ्या रस्त्यांना आपण हिंदू

आहोत, हे ठाऊक असेल? जर त्यांना ते कळलं, तर ते डांबरी रस्ते सुद्धा चिडून मध्येच दुभंगतील.

आज दिवसभर त्याच्या तनमनात, देहाच्या प्रत्येक पेशीत घर करून राहिलेली इच्छा पुरी करायला हवीच होती. ही इच्छा तृप्त करून तसं फारसं काही साधणार नव्हतं पण निदान त्याच्या मनाला प्रचंड समाधान तरी मिळालंच असतं. शिवाय त्या इच्छेच्या अधीन होऊन त्याचा राग, पश्चाताप आणि छळ निदान थोड्या फार प्रमाणात तरी कमी झालाच असता.

सुरंजननं बारकौन्सिलच्या समोर रिक्षा थांबवली आणि सिगारेट पेटवली.

मायाबद्दल आता त्यानं सगळ्या आशा सोडून दिल्या होत्या. आता तिच्या परत येण्याची वाट पाहणं सोडून द्या, असं आपल्या आईवडिलांनाही सांगूनच टाकावं, असं त्यानं ठरवलं. माया एखाद्या अपघातात मरण पावली आहे, असं ते समजून चालले, तर ते जास्त सोपं पडेल...

त्याच्या मनात अशी विचारांची चक्रं भिरभिरू लागली आणि त्याला परत एकदा निराशेनं ग्रासलं. काही दिवसांपूर्वीच सुधामयबाबू इतके छान सशक्त होते, रोजचं कामकाज नीट बघत होते आणि आता एकदम त्यांची इतकी दयनीय अवस्था झाली होती, की सुरंजनला त्यांच्याकडं बघवत देखील नव्हतं. दिवसभर ते मायाच्या दुःखानं चूर होऊन जात, कण्हत राहात. गिधाडांनी प्रेतावर धाड घालून प्रेताची चिरफाड करावी, तशी ते मायाची चिरफाड करत असतील. ते नक्की तिच्याशी मजा मारत असतील. सुरंजनच्या मनात आलं, नरभक्षकांनी जसा रक्तामांसाच्या चवीचा उपभोग घ्यावा, तसे ते मायाचा उपभोग घेत असतील का?

या असल्या विचारांनी सुरंजनच्या काळजात कळ उठली. जसे काही सात तरस आपल्या अंगावर तुटून पडले आहेत, असं त्याला वाटलं.

त्याची सिगारेट पूर्ण ओढून संपलीही नव्हती, तोच रिक्षापाशी एक मुलगी आली. तिचा चेहरा रस्त्यावरच्या मंद दिव्यात चमकत होता. तिनं आपल्या चेहऱ्यावर भरपूर रंगरंगोटी केलेली दिसत होती. ती एकोणीस-वीस वर्षांची असेल.

सुरंजननं हातातली सिगारेट फेकून दिली आणि त्या मुलीला तो म्हणाला, "इकडे ये."

ती मुलगी रिक्षाजवळ येऊन टेकून उभी राहिली. तिनं आपली साडी चापून चोपून सारखी केली आणि ती हसली.

सुरंजननं विचारलं,
"तुझं नाव काय?"

ती मुलगी खळखळून हसत म्हणाली,

"पिंकी."

"तुझं पुर्ण नाव काय?"

"शमीमा बेगम."

"आणि तुझ्या वडिलांचं नाव?"

"अब्दुल जलील."

"तू राहतेस कुठं?"

"रंगपूर."

"तुझं नाव परत एकदा सांग?"

"शमीमा."

आता मात्र त्या मुलीला संशय येऊ लागला. आजवर कोणीही तिला तिच्या वडिलांचं नाव विचारलं नव्हतं किंवा ती कुठं राहते, याची चौकशीही केलेली नव्हती. काय विचित्र गिऱ्हाईक होतं हे.

सुरंजननं त्या मुलीकडं जरा रोखूनच पाहिलं. ही खोटं तर बोलत नसेल? पण नसावी.

"ठीक आहे, रिक्षात बस."

शमीमा रिक्षात बसली.

सुरंजननं रिक्षावाल्याला रिक्षा टिकाटुलीकडं घ्यायला सांगितली. वाटेत तो सरळ समोर बघत बसला होता. त्यानं त्या मुलीकडं पाहिलंही नाही आणि तिच्याशी अक्षरही बोलला नाही. तिच्या ते लक्षातही आलं नसावं. ती त्याला बिलगून बसली होती आणि सारखी वटवट करत होती. कधी तरी ती एकदमच गाण्याची तान मारायची नाही तर जोराजोरात हसायची. पण त्यानं एकदाही प्रतिक्रिया दाखवली नाही. तो आपला एकावर एक सिगारेट पेटवण्यापुरता काय हलेल, तेवढंच.

रिक्षावाला मात्र खुशीत होता. तो मध्येच सारखा या दोघांकडं वळून बघायचा आणि हिंदी सिनेमातली गाणी गुणगुणायचा.

आज सगळं शहर नटून बसलं होतं. निळे दिवे चमकत होते. फक्त त्या आनंदात सुरंजन तेवढा सहभागी झाला नव्हता. तो आज अगदी पूर्ण भानावर होता. आणि काय काय करायचं, तो बेत त्यानं घरातून निघण्यापूर्वीच मनात पूर्ण आखलेला होता.

आज त्यानं आपल्या खोलीला बाहेरून कुलूप घातलं होतं. मुख्य दार वाजवून कुणाची झोपमोड करायची नाही, असं त्यानं आधीच ठरवलं होतं.

ते हळूच खोलीत शिरले. ते आत शिरताच शमीमा म्हणाली,

"आपण माझ्या पैशाचं एकदाही बोललो नाही."

सुरंजननं तिला गप्प बसण्याची खूण केली आणि तो म्हणाला,

"चूप बस, एकदम गप्प."

खोलीत अजूनही भयंकर पसारा होता. पलंगावरची चादर अर्धी जमिनीवर लोळत होती. शेजारच्या खोलीतून काहीही आवाज नव्हता. बहुधा ते झोपले असावे. सुरंजननं नीट कान देऊन ऐकल्यावर त्याला सुधामयबाबूंच्या कण्हण्याचा आवाज आला. आपल्या आवडत्या मुलानं, एका बुद्धिमान विद्यार्थ्यानं चक्क एका वेश्येला घरी आणलंय, हे त्यांना ठाऊक तरी असेल का? अर्थात सुरंजन शमीमाकडं एक वेश्या या दृष्टीनं मुळीच बघत नव्हता. त्याच्या लेखी ती एक बहुसंख्याक जमातीची मुलगी होती. आपल्या बहिणीला त्यांनी जी काही वागणूक दिली, त्याबद्दल त्यांच्यापैकी एकीवर तरी बलात्कार करावा, अशी त्याची तीव्र इच्छा होती.

त्यानं खोलीतला दिवा घालवला. त्या मुलीला जमिनीवर पाडून तिचे सगळे कपडे फेडले. त्या मुलीच्या शरीरावर नखं रुतवत असताना सुरंजन धापा टाकत होता. त्यानं तिच्या छातीचे चावे घेतले. एकीकडं आपण जे काही चालवलंय, ते प्रेम करणं वगैरे नक्कीच नाही, अशी त्याला पूर्ण कल्पना होती. त्यानं एकामागोमाग एक तिचे केस ओढले, तिच्या गालांचे, मानेचे आणि छातीचे परत परत चावे घेतले. तिच्या कमरेवर, पोटावर, पार्श्वभागावर आणि मांड्यांवर आपल्या तीक्ष्ण नखांनी ओरखडे काढले. शेवटी ती एक वेश्या! सुरंजन तिच्या विवस्त्र देहावर तुटून पडला.

ती मुलगी वेदनेनं विव्हळत, ओरडत देवाची आळवणी करत होती,

"मी मरते आहे..." असं म्हणत होती.

ते ऐकून सुरंजनला पाशवी आनंद मिळत होता. तो हसत होता. तो तिच्यावर अत्याचार करता करता थकून गेला.

अखेर त्यानं तिच्यावर बलात्कार केला. त्याच्या अंगाखाली दडपलेल्या त्या मुलीला वाटत होतं, आजवरच्या सगळ्या गिऱ्हाइकांमध्ये सर्वांत वाईट, पाशवी वृत्तीचं गिऱ्हाईक हेच असेल. हरिणीनं वाघाच्या पंज्यातून स्वत:ची सुटका करावी, तशी कशी तरी ती सुरंजनच्या तावडीतून सुटली आणि स्वत:ची साडी उचलून दाराकडं धावली.

सुरंजन आता बराच शांत झाला होता. त्याच्या मनावरचं ओझं एकदम हलकं झालं होतं. जी इच्छा त्याला दिवसभर जाळत होती, ती आता तृप्त झाली होती. आता फक्त त्या मुलीला लाथा घालून, घरातून हाकलून द्यायचं बाकी उरलं होतं, ते झालं, की सगळाच आनंद.

पण मग परत एकदा त्याच्या मनावर ताण वाढू लागला, शरीर ताठरलं. त्या मुलीला लाथ घालून बाहेर काढावं का नाही? दारात ती भीतीनं विवस्त्रावस्थेत उभी

होती. तिला त्यानं बोलायचं नाही, असा दम भरल्यामुळं तिची काही बोलायची सुद्धा हिंमत होत नव्हती.

माया कुठं असेल? त्यांनी बलात्कार करण्यासाठी तिचे हातपाय बांधले असतील? सगळे सातही जण तिच्यावर एकदम तुटून पडले असतील? बिचारी माया... किती यातना झाल्या असतील तिला... रडली भेकली असेल तीही अशीच...!

एकदा माया पंधरा-सोळा वर्षांची असताना झोपेत 'दादा...दादा' असं ओरडत होती. भीतीनं थरथर कापत होती.

"माया काय झालं? तू अशी थरथरतेस का?" त्यानं विचारलं.

मायाला जाग आली, तरी सुद्धा अजून ती थरथर कापत होती.

त्या भयानक दुःस्वप्नाचा भर अजून ओसरला नव्हता.

"तू आणि मी एका सुंदर गावात गेलो होतो. आपण हिरव्यागार भातशेतातून चाललो होतो, गप्पागोष्टी करत. आसपास इतर लोकही होते, ते मधूनच आपल्याशी बोलत होते. आणि अचानक पाहिलं, तर ती भाताची शेतं तिथं नव्हतीच. त्याऐवजी एक ओसाड माळरान होतं. तू पण नव्हतास. आणि काही लोक मला पकडायला येत होते. मला खूप भीती वाटली आणि मी जीव घेऊन पळत सुटले, तुला हाका मारत."

बिचारी माया...

सुरंजन आपल्या हरवलेल्या बहिणीचा विचार करत होता.

त्याचा श्वास परत एकदा जोरजोरात सुरू झाला.

माया कुठल्या तरी बंदिस्त खोलीत असेल. मदतीचा धावा करत असेल, पण कुणालाही ते ऐकू येत नसेल. ती रडत असेल, पण कुणालाही ते ऐकू येणार नाही. ती कुठल्या तरी बंदिस्त खोलीत त्या रानटी जनावरांसमोर रडत भेकत, भीक मागत, याचना करत असेल. माया कुठं असेल? हे इतकं लहानसं गाव होतं, तरीही आपली लाडकी बहीण कुठं आहे, हे त्याला ठाऊक नव्हतं. ती एखाद्या कचरापेटीत असेल की वेश्यागृहात? तिला कुणी बूढीगंगा नदीत तर फेकलं नसेल?

माया, माया... कुठं आहेस?

दारात थरथरत उभ्या असलेल्या त्या मुलीचं मानगूट धरावं आणि तिला बाहेर फेकावं, असं त्याला वाटलं.

सुरंजनच्या वागण्यामुळं त्या मुलीची पाचावर धारण बसली होती. तिनं जमेल

तेवढ्या घाईनं अंगात कपडे घातले आणि म्हणाली,

"माझे पैसे द्या ना..."

"गप्प बस..." सुरंजन म्हणाला, "चालती हो, मी सांगून ठेवतोय. ताबडतोब चालती हो."

शमीमानं दार उघडून एक पाऊल बाहेर ठेवलं, अडखळली आणि मागं वळून तिनं सुरंजनकडं केविलवाण्या नजरेनं पाहिलं. तिच्या गालावरून रक्ताचा ओघळ वाहात होता.

ती म्हणाली,

"निदान दहा टके तरी द्या ना..."

सुरंजनचं शरीर संतापानं कापू लागलं. पण त्या मुलीच्या डोळ्यांतले करुण भाव बघताच तो शांत झाला. काही झालं, तरी ती एक गरीब मुलगी होती... पोटाची भूक भागवण्यासाठी शरीरविक्रय करत होती. ती या निष्ठुर समाजव्यवस्थेची बळी होती. या समाजानं तिच्यात जे काही थोडे-फार गुण होते, त्यांकडं डोळेझाक करून तिला या गटारात लोटलं होतं. हिला कितीदा आपली भूक मारावी लागत असेल... सुरंजनच्या मनात आलं.

सुरंजननं खिशातून दहा टक्यांची नोट काढली आणि तिला देऊन तो म्हणाला,

"तू मुसलमान आहेस ना?"

"होय."

"तुम्हां लोकांना नावं बदलायची सवय असते. तू पण तुझं नाव बदललंयस की काय?"

"नाही."

"ठीक आहे, जा तू."

शमीमा गेली.

सुरंजनला हलकं वाटलं. आज आपण स्वत:बद्दल वाईट वाटून घ्यायचं नाही, असा त्यानं निश्चय केला होता. आज विजयाचा दिवस होता. एकवीस वर्षांपूर्वी मिळवलेल्या स्वातंत्र्याच्या सुखाचा प्रत्येक जण उपभोग घेत होता. आज आणखी एक सरशी झाली होती. शमीमा बेगम सुरंजन दत्तच्या घरी आली होती आणि त्याच्यापुढं हरली होती. सुरंजनला चुटकी वाजवून आपल्या आवडीचं देशभक्तिपर गाणं म्हणावंसं वाटू लागलं,

'प्रथम बांग्लादेश, आमार शेष बांग्लादेश.

जीवन बांग्लादेश, आमार मरण बांग्लादेश.'

त्यानं शमीमापाशी आपल्या स्वत:च्या नावाचा उल्लेख केलेला नव्हता.

आपलं नाव सुरंजन दत्त आहे, हे तिला सांगायला हवं होतं. म्हणजे तिला कळलं असतं, आपले लचके तोडणारा आणि रक्त काढणारा माणूस हिंदू आहे. हिंदूंनाही हात असतात, पाय असतात, कल्पक डोकं असतं. त्यांचे दात धारदार असतात. तेही नखांनी ओरबाडे काढू शकतात... शमीमा एक गरीब, साधीसुधी, नाजूक मुलगी होती... तरी पण मुस्लिमच. जरी एखाद्या मुसलमानाला साधी थप्पड जरी मारता आली असती, तरी त्याला आनंद वाटला असता.

सुरंजन उरलेली रात्र या कुशीवरून त्या कुशीवर होत, तळमळत झोपला. तो एखाद्या ग्लानीत असल्यासारखा होता, पण त्याला झोप हुलकावण्या देत होती. रात्रभर तो एकटा होता, अगदी एकटा. शांततेची, निश्चलतेची आणि असुरक्षित असल्याच्या जाणिवेची काय ती सोबत होती.

आज त्याला, एक छोटासा का होईना, सूड घ्यायचा होता. पण तेही त्याला जमलं नव्हतं. सूड घेण्याची त्याची कुवतच नव्हती.

रात्रभर त्याच्यापुढं शमीमाचा चेहरा वेगवेगळ्या रूपात नाचत होता.

त्याला तिची कीव आली. वाईट वाटलं, पण मग कसला आलाय सूड? उलट, ही तर त्याची एक प्रकारची हारच होती. सुरंजन पराजित झाला होता का? अर्थातच, तो हरला होता. कारण शमीमाचा गैरफायदा त्याला घेता आला नव्हता. आधी तिच्या समाजातील स्थानानंच तिचा गैरफायदा घेतला होता, तिची फसवणूक केली होती. तिच्या लेखी शरीरसंबंध आणि बलात्कार यांत काहीच फरक नव्हता.

या सत्याची जाणीव झाल्यानंतर तो अंथरुणातच दचकला. शरमेनं त्याला घेरलं. त्याची तगमग होऊ लागली.

रात्रीचा इतका उशीर झाला होता... अजून सुरंजन जागा कसा होता? त्याचं सगळं शरीर सडत चाललं होतं का? जणू काही तो अंतर्यामी खचत चालला होता, हळूहळू, बाबरी मशीद उद्ध्वस्त झाल्या दिवसापासून कणाकणानं... आपण आपल्या पुरुषत्वाचा पराक्रम दाखवून ज्या पोरीचे हालहाल केले, जिचं नखांनी रक्त काढलं, तिच्याबद्दल त्याला फार वाईट वाटायला लागलं.

ती जाण्यापूर्वी आपण जर तिचं रक्त निदान पुसलं असतं, तर? परत ती आपल्याला कधी भेटेल?

त्यानं मनोमन निश्चय केला, की परत जर ती कधी भेटली, तर आपण तिची क्षमा मागायची.

इतक्या थंडीतही तो तापला होता. त्यानं आपली रजई लाथाडून दिली. अंथरुणावरची चादर चोळामोळा होऊन पायांशी पडली होती. मग त्यानं कुत्र्यासारखं आपल्या गुडघ्यांत डोकं घातलं.

सकाळी लवकर जाग आली. बाथरूमला जावंसं वाटत होतं, पण अंथरुणातून उठायची त्याची इच्छा नव्हती. नेहमीप्रमाणं किरणमयी येऊन चहा ठेवून गेली, पण त्याची चहा पिण्याचीही इच्छा नव्हती. त्याला उलटीची भावना होत होती. कशाहीपेक्षा अधिक त्याला गरम पाण्यानं अंघोळ करायची इच्छा होती. पण अंघोळीला गरम पाणी मिळणार कुठून? ब्रह्मपल्लीच्या घरासमोर एक छोटंसं तळं होतं. तो थंडीच्या दिवसांत त्यात सकाळी डुंबायचा. आत्ताही त्याला आरामात तळ्याच्या पाण्यात डुंबावंसं वाटत होतं... पण इथं कुठलं तळं? मोजक्या पाण्यात मोरीतच अंघोळ करावी लागणार.

आयुष्य एवढं मोजून मापून का असावं?

१२

दुसऱ्या दिवशी सकाळी १० वाजता सुरंजन उठला. तो व्हरांड्यात उभं राहून दात घासतच होता, तेवढ्यात त्याला खादिम अली यांचा मुलगा अश्रफ याचा आवाज ऐकू आला. तो किरणमयीला सांगत होता,

"माशीमाँ, तुम्हांला ठाऊक आहे? पुतूनं काल संध्याकाळी मायासारखी दिसणारी मुलगी गेंडुरिया पुलाच्या खाली तरंगत जाताना पाहिली."

सुरंजनच्या बोटांनी नकळत टूथब्रश घट्ट पकडला. त्याच्या अंगावर सरसरून काटा आला. त्याला खूप एकटं वाटलं. घराच्या कोणत्याही भागांतून कसलाही आवाज ऐकू येत नव्हता. रडणं नाही, काही नाही. सगळं घर कसं शांत, निश्चल होतं. अनैसर्गिक शांतता. घरभर शांततेची भलीमोठी भिंत उभी होती. जराशा आवाजाचा त्यावर आपटून प्रतिध्वनी ऐकू येईल, असं वाटत होतं. जणू काही हजारो वर्षांपासून त्या घरात एकटा सुरंजन राहत होता. बाकी कुणी नाही. सभोवती शहर शांत होतं- काल रात्रीच्या विजयदिनाच्या उत्सवानंतर अजून जागं झालं नव्हतं.

तो अजून आपला टूथब्रश हातात धरून उभा होता, इतक्यात हैदर आला. तो पुढं जात असताना त्यांची नजरानजर झाली. त्यामुळं हसणं-बोलणं भागच होतं. हैदर थांबला,

"तू कसा आहेस?" त्यानं सुरंजनला विचारलं.

सुरंजन हसून म्हणाला,

"छान."

खरं तर, यानंतर त्या दोघांमध्ये मायाचा विषय निघायला हवा होता. पण तो निघाला नाही.

हैदर व्हरांड्याच्या कठड्याला टेकून म्हणाला,

"काल राजशाही युनिव्हर्सिटीत, उत्सवानंतर शिबिराच्या लोकांनी जनबलिदान कबरी अपवित्र केल्या."

सुरंजन तोंडातली पेस्ट जमिनीवर थुंकून म्हणाला,

"जनबलिदान कबरी म्हणजे काय?"

"तुला जनबलिदान कबरी म्हणजे काय, ते ठाऊक नाही?" हैदरनं आश्चर्यानं सुरंजनकडं पाहिलं.

सुरंजननं मान हलवली.

हैदरचा चेहरा रागानं काळाठिक्कर पडला. हा सुरंजन स्वातंत्र्ययुद्धात चळवळीच्या अग्रभागी होता, आणि तरी याला जनबलिदान कबरी म्हणजे काय, ते माहीत नसावं? सुरंजनच्या मते जर शिबिराच्या लोकांनी जनबलिदान कबरींचा स्मृतिफलक तोडला असेल किंवा जो काही थोडी-फार मोडतोडही केली असेल, तर करेनात बापडे! त्यांच्या हातांत शस्त्रं होती आणि त्यांना ती जर कशावर चालवावीशी वाटली, तर त्यांना कोण थांबवणार? कालांतरानं तर ते अजिंक्य अशा बांग्लाला सुद्धा मोडून टाकतील, देशानं झगडून मिळवलेलं स्वातंत्र्य, हा सगळा देशच आणि त्याबरोबर देशासाठी लढलेल्या सगळ्यांना धुळीला मिळवतील. त्यांना कोण थांबवणार? थोडे मोर्चे आणि सभा आयोजित केल्या जातील.

'जमात शिबिर यूथ कमांडचं राजकारण थांबवलंच पाहिजे!' वगैरेंसारख्या घोषणा म्हटल्या जातील. बस्स! इतकंच! पण या निषेध करण्यामुळं फारसा काही बदल होणार नाही.

हैदर आधी वैतागला. पण मग गप्प बसला. पण त्याला बहुधा काही तरी बोलायचं असावं. थोड्या वेळानं तो म्हणाला,

"तुला कळलं का, परवीन हल्ली इकडे असते. तिनं घटस्फोट घेतलाय."

सुरंजन काहीच बोलला नाही. परवीनचा घटस्फोट झाल्याबद्दल त्याला काहीही खेद वाटला नव्हता. उलट, त्याला बरंच वाटलं होतं. त्यांनी हिंदूऐवजी हट्टानं तिचं लग्न एका मुसलमानाशी लावून दिलं होतं आणि त्याचा काय परिणाम झाला, बघा!

परवीनवर त्यानं मनोमन एकदा बलात्कार केला.

इतक्या सकाळी दात घासत असताना बलात्कार करायला फार मजा आली नाही. तरी पण मनातल्या मनात बलात्काराची एक इच्छा घोळत राहिली.

थोड्या वेळानं हैदर म्हणाला,

"निघतो."

-आणि गेला.

सुरंजन काहीच बोलला नाही.

सुधामयबाबूंना आता उठून बसता येऊ लागलं होतं. उठून उशीला टेकून बसत ते घरभर पसरलेल्या शांततेची चाहूल घेऊ लागले. त्यांना वाटलं, या घरात जगण्याची इच्छा खरोखर जर कोणाला असेल, तर ती मायालाच होती. आपण जर आजारी पडलो नसतो, तर माया काही पारुलच्या घरून इकडं आली नसती आणि तिला असं कुणी पळवूनही नेलं नसतं. कुणी तरी म्हणे, एका पुलाखाली तिचा देह तरंगताना पाहिला होता. पण त्या मृतदेहाची ओळख पटवायला कोण जाणार? या घरातलं तर कुणीच जाणार नाही, हे सुधामयबाबूंना माहीत होतं. कारण प्रत्येकालाच

अशी आशा करावीशी वाटत होती, की माया एक ना एक दिवस परत येईल. पण एकदा का तो मृतदेह मायाचाच म्हणून खात्री पटली, की मग ती आज नाही, उद्या, एक नाही, तर दोन महिन्यांनी, कधी ना कधी तरी परत येईल, ही आशा पार नाहीशी झाली असती. काही प्रकारच्या आशा असतात, त्यांच्या आधारे आपण जिवंत राहतो. आयुष्यात, नाहीतरी, ज्यांसाठी जगावं, अशा गोष्टी इतक्या थोड्या असतात, की या अशा एखाद्या जगण्यासाठी आवश्यक आशेला सोडून देण्यात अर्थच नसतो.

त्यांनी सुरंजनला आपल्या खोलीत बोलावून घेतलं. बऱ्याच दिवसांत त्यांनी असं केलं नव्हतं. त्यांनी त्याला आपल्या जवळ बसायला सांगितलं. कापऱ्या आवाजात म्हणाले,

"दारं-खिडक्या बंद करून बसायची मला लाज वाटते."

"तुम्हांला लाज वाटते... मला तर संताप येतो!"

"मला तुझी सुद्धा काळजी वाटते." सुधामयबाबू म्हणाले.

"का?"

"तू घरी यायला इतका उशीर करतोस. काल हरिपद आले होते. भोलामध्ये परिस्थिती आणखीच चिघळली आहे. हजारो लोक बेघर झाले आहेत आणि किती तरी स्त्रियांवर बलात्कार होत आहेत."

"हे सगळं तुम्हांला नवीन आहे?"

"होय. अर्थात, म्हणून तर मला तुझी काळजी वाटते, सुरंजन."

"तुम्हांला माझी काळजी वाटते? का? तुम्हांला तुमची स्वतःची आणि माँची नाही काळजी वाटत? तुम्ही पण नाही का हिंदू?"

"ते आमचं काय करणार?"

"ते तुमची मुंडकी उडवून बूढीगंगेत फेकून देतील. या देशातल्या लोकांचे स्वभाव अजून कळले नाहीत तुम्हांला? त्यांना एखादा हिंदू सापडला, तर त्याला कच्चा खाऊन टाकतील. ते काही तरुण, म्हातारा असा भेदभाव करणार नाहीत; मी सांगतो ना."

वैतागानं सुधामयबाबूंच्या कपाळाला आठ्या पडल्या.

"तू सुद्धा या देशातल्याच लोकांपैकी एक नाहीस?"

"नाही. मी आता या देशाचा एक भाग आहे, असं मला मुळीच वाटत नाही. मी कितीही प्रयत्न केला, तरी ते शक्य नाही. पूर्वी काजलदा मुसलमानांना अनुकूल वागणुकीबद्दल बोलायचे, तेव्हा मला राग यायचा. मी त्यांना म्हणायचो, 'आता हिंदूंनी काय काय गमावलंय, त्यांना कशाकशापासून वंचित ठेवण्यात आलंय, वगैरे गोष्टींचा अंदाज बांधण्यात आपण वेळ दवडायला नको. या देशात करण्यासारखं

किती तरी आहे. आपण त्याचा विचार केलेला बरा.' पण त्यांचं बोलणं खरंच होतं, हे मला आता कळून चुकलंय. मी बदलत चाललोय. हे असं व्हायला नको होतं, बाबा...'' सुरंजनचा आवाज कापला.

सुधामयबाबू आपल्या मुलाला थोपटत म्हणाले,

''लोक तर त्याच्याविषयी बोलतच आहेत, निषेध सुद्धा करताहेत. वृत्तपत्रं या सगळ्या गोष्टींचे वृत्तांत छापताहेत, बुद्धिवंत आपले विचारदेखील मांडताहेत.''

''हा सगळा शुद्ध मूर्खपणा आहे!'' सुरंजन आता वैतागला होता. ''एक गट रणांगणात भाले-बरच्या घेऊन उतरलाय आणि दुसरा आवाज चढवून त्याला उत्तर देतोय, तर कधी रिकाम्या हातांनी उत्तर देतोय. हे असं चालणार नाही. कुऱ्हाडीला कुऱ्हाडीनंच उत्तर द्यायला हवं. सशस्त्रांचा मुकाबला रिकाम्या हातांनी करणं हा मूर्खपणा आहे.''

''म्हणजे, आपण आपल्या आदर्शांचा त्याग करावा, असं तुझं म्हणणं आहे?''

''कसल्या आदर्शांच्या गोष्टी करताय तुम्ही? तो सगळा मूर्खपणा आहे.''

गेल्या काही दिवसांत सुधामयबाबूंचे केस आणखी पिकले होते. ते आपल्या जुन्या व्यक्तिमत्त्वाची जणू सावली असल्यासारखे दिसत होते. पण तरीही त्यांचं मन आपल्या तत्त्वांशी तितकंच खंबीर होतं. ते म्हणाले,

''एक विसरू नको, की लोक निदान अन्यायाविरुद्ध आवाज उठवताहेत. किती देशांमध्ये एवढं तरी करायची मुभा असते बरं?''

सुरंजन काहीच बोलला नाही. त्याचा तर असा तर्क होता, की 'पीपल्स रिपब्लिक ऑफ बांग्लादेश' हे नाव बदलून ते थोड्याच दिवसांत 'इस्लामिक रिपब्लिक ऑफ बांग्लादेश' असं करण्यात येईल. शरीयतचे कायदेकानून देशात राज्य करतील. स्त्रिया बुरखा घालून रस्त्यावर हिंडू लागतील, दाढी आणि टोपीवाल्या माणसांची संख्याही वाढेल. शाळा-कॉलेजांऐवजी मशिदी आणि मदरसे यांची संख्या वाढेल. आणि हळूहळू हिंदूंची कत्तल होईल. या नुसत्या विचारानंच सुरंजनच्या अंगावर काटा उभा राहिला. आणि जर एखाद्याला जिवंत राहायचंच असलं, तर घरातल्या घरात डबक्यातल्या बेडकासारखं बसावं लागेल. जर रस्त्यावरून कशाचा तरी निषेध वगैरे करत एखादा मोर्चा चालला असला, तर उगीच धोका नको, म्हणून त्याला दारं-खिडक्या बंद करून घरात बसावं लागेल. मुसलमानांना उघडपणं कशाचाही निषेध वगैरे करायला परवानगी असली, तरी हिंदूंना मात्र ती नसेल. अर्थात सध्या तरी काही वेगळं नव्हतंच, म्हणा. हिंदूंचा छळ होतोय, असंही हिंदूंनी स्वत: म्हणण्याऐवजी मुसलमानच सांगू शकले असते. याला कारण दुसरा काही इलाजच नव्हता. एखाद्या हिंदूनं जर आवाज उठवण्याचं धाडस केलं, तर

त्याचा गळा मध्यरात्री कापला जाण्याची भीती. जर अहमद शरीफनं काही गुन्हा केला, तर त्याला ते दोषी म्हणून जाहीर करतील, पण तरी जिवंत ठेवतील. पण याउलट सुधामयबाबूंनी जर म्हणू नये, ते म्हटलं असतं, तर त्यांनी मध्यरात्री येऊन त्यांचा मुडदाच पाडला असता. हिंदूंनी युद्ध पुकारलं, तर केवळ फक्त धार्मिक कट्टरवादीच उसळून येतील, असं नव्हे, तर अगदी आधुनिक प्रगतिशील मुसलमान देखील येतील.

सुरंजनला यातल्या विरोधाभासाचं हसू आलं. म्हणजे प्रगतिशील विचारसरणीचे लोकच स्वत:ला हिंदू किंवा मुसलमान मानतात. सुरंजन स्वत:ला आधुनिक विचारसरणीचा माने. आता मात्र त्याला आपण हिंदू असल्याची जाणीव होऊ लागली होती.

परत एकदा त्याच्या मनात विचार आला.

आपण आतून सडत तर चाललो नाही ना? आपण नक्कीच सडत असणार, तशी त्याची खात्रीच पटली.

सुधामयबाबूंनी सुरंजनला जवळ बोलावलं. त्यांना कापऱ्या आवाजात विचारलं, "माया कधीच नाही का रे, सापडणार?"

"मला नाही माहीत."

"मला झटका आल्याच्या दिवसापासून किरण एक रात्र देखील झोपलेली नाही. आणि तिला तुझी देखील काळजी वाटते. तुझं जर काही बरं-वाईट झालं..."

"जर मला मरायलाच लागलं, तर मी मरेन. नाही तरी कित्येक लोक मरत आहेतच ना."

"आता मला उठून बसता येतंय. किरण मला बाथरूमला सुद्धा घेऊन जाते. पण मी अगदी पूर्ण बरा झाल्याखेरीज काही मी रोग्यांना तपासू शकणार नाही. गेल्या दोन महिन्यांत घराचं भाडं दिलेलं नाही. तुला जर कुठं नोकरी मिळवता आली..."

"मी परक्यांची चाकरी करणार नाही."

"आता आपल्या कुटुंबाची... म्हणजे आपली काही जमीनदारी वगैरे उरलेली नाही. भातानं भरलेल्या कणग्या, माशांनी भरलेलं तळं, दुभत्या गाई... हो, एकदा मी हे सगळे उपभोगलंय. ते तसं तुला काही बघायला मिळालं नाही, याची मलाही खंत वाटते. गावाला आपली जी काही जमीन होती, तीही मी विकून टाकली. जर त्यातली थोडी तरी जमीन आज आपल्याजवळ असती, तरी त्याच्यावर एक छोटंसं घर बांधून कसं तरी म्हातारपण तिथं घालवलं असतं."

सुरंजन अत्यंत चिडला. तो वडिलांवर ओरडून म्हणाला,

"काही तरी मूर्खासारखं बोलू नका. त्या खेड्यात तुम्ही जिवंत तरी राहिला असता का? खेड्यातल्या बड्या बड्या लोकांनी गज घेऊन तुमची डोकी फोडली

असती आणि तुमची जमीन बळकावली असती, हे तुम्हांला समजत नाही?''

''सगळ्यांचाच संशय घेऊन कसं चालेल? अजून जगात काही थोडे फार चांगले लोक असतीलच की नाही?''

''नाही... मुळीच नाहीत.''

''तू उगीचच निराशावादी होत चाललाहेस.''

''उगीचच नाही.''

''तुझ्या मित्रांचं काय? इतके दिवस तुम्ही कम्युनिझम शिकलात, चळवळीत भाग घेतला, आपल्यासारख्या विचारसरणीच्या लोकांशी चर्चा केल्या... ते सगळे चांगले लोक नाहीत का?''

''नाही. त्यांच्यांतला एक सुद्धा नाही. ते सगळे जातीयवादी आहेत.''

''तू स्वत: जातीयवादी होत चाललाहेस का?''

''होय. हा देश मला जातीयवादी बनवतोय. त्यात माझा काही दोष नाही.''

''हा देश तुला जातीयवादी बनवतोय?'' सुधामयबाबूंनी अविश्वासानं विचारलं.

''होय. हा *देश*.''

सुरंजनने *देश* या शब्दावर जोर दिला.

सुधामयबाबू गप्प झाले.

सुरंजननं खोलीत सुद्धा मोडतोड झालेल्या वस्तूंकडं पाहिलं.

जमिनीवर काचांचे तुकडे अजूनही विखुरले होते. ते त्यांच्या पायांत नाही का घुसणार? हृदयात तर आधीच घुसले होते.

सुरंजन दिवसभर अंथरुणात पडून होता. त्याला कुठं जावंसं वाटेना, की कुणाशी बोलावंसं वाटेना.

आपण जाऊन पुलाखाली सापडलेला तो मृतदेह बघावा का? तो देह खरोखरच मायाचा असला, तर तिच्या त्या फुगलेल्या, सुजलेल्या रूपाकडं आपण बघायचं? नाही. आज कुठंही जायला नको, असं त्यानं ठरवलं.

दुपारी उशिरा तो उठून अंगणात फेऱ्या घालू लागला. अचानक त्याला वाटलं, ही एक गोष्ट तरी आपण करायलाच हवी. मग त्यानं घरात जाऊन आपली सगळी पुस्तकं आणली आणि जमिनीवर पसरली.

किरणमयीला वाटलं, तो पुस्तकातले किडे बाहेर घालवायला पुस्तकांना ऊन देतोय.

दास कापिटाल, लेनिन, एंगेल्स, मार्क्स आणि मॉर्गन, गॉर्की, डोस्टोव्हस्की, टॉलस्टॉय, ज्यां पॉल सार्त्र, पाव्हलोव्ह, रवींद्रनाथ, माणिक बंदोपाध्याय, नेहरू,

आझाद या सर्वांचे विचार, समाजशास्त्र, अर्थशास्त्र, राजकारण, इतिहास या विषयांची जाडी जाडी पुस्तकं, काही छोटी पुस्तकं... त्यानं ही सगळी अंगणात जमिनीवर जमा केली आणि मग त्यांतली पानं फाडून जमिनीवर पसरायला सुरुवात केली. हे करून झाल्यावर त्यानं काडी ओढून तो सगळा ढिगारा पेटवून दिला. मूलतत्त्ववादी मुसलमानांच्या नजरेला एखादा हिंदू पडला, तर ते जसे भडकतात, तशी कागदाच्या सान्निध्यात आग भडकली. काळ्या धुरानं अंगण भरून गेलं. जळक्या कागदाच्या वासानं किरणमयी खोलीतून बाहेर आली.

सुरंजन म्हणाला,

"शेकोटीपाशी शेक घ्यायचाय? ये ना, तूही ये."

थकलेल्या आवाजात किरणमयी म्हणाली,

"तुला वेड लागलंय का?"

"होय माँ, इतके दिवस मी एक चांगला मुलगा होतो. पण आता मी वेडा व्हायचं ठरवलंय. वेडं झाल्याशिवाय समाधान मिळत नाही."

किरणमयीनं दारात उभं राहून सुरंजनच्या यज्ञाच्या भडकलेल्या ज्वाला पाहिल्या. बाथरूममध्ये जाऊन पाणी आणावं आणि ती आग विझवावी, हे तिच्या ध्यानातच आलं नाही. त्या मोठ्या मोठ्या ज्वालांपलीकडं उभा असलेला सुरंजन स्पष्ट दिसतही नव्हता. किरणमयीला वाटलं, हा स्वतःच पेटला आहे.

घरात सुधामयबाबूंना एक कळून चुकलं, की आपला जो बुद्धिमान, अभ्यासू मुलगा इतके दिवस विषावरील उताऱ्याचं काम करत होता, तोच आता विषप्राशन करू लागला आहे. ते तासचे तास अंथरुणात लोळत पडणं, मित्रांशी जोराजोरात वाद घालणं, मुसलमानांना शिव्या देणं आणि आता... हे पुस्तकं जाळणं...

आत्ता सुधामयबाबूंच्या लक्षात आलं, सुरंजन किती घायाळ, किती विद्ध झाला असेल. त्याच्या घरच्यांनी त्याला दुखावलं होतं, समाजानं आणि सगळ्यांत जास्त त्याच्या देशानं दुखावलं होतं. आज तो न्यूनगंडाच्या ज्वालांमध्ये स्वतःला जाळत होता.

सुरंजनला त्या जाळाकडं बघून आनंद होत होता. देशभर सगळीकडे हिंदू घरं अगदी अशीच जाळत होते ना ते. पण त्यांनी फक्त घरं आणि देवळं थोडीच जाळली होती. त्यांनी हिंदूंची हृदयं आणि मनं देखील नव्हती का जाळली? सुधामयबाबूंच्या आदर्शवादाला यापुढं मुळीच चिकटून राहायचं नाही, असं सुरंजननं ठरवलं. सुधामयबाबूंची डाव्या विचारसरणीवर श्रद्धा होती आणि त्यांच्या ठाम स्वरूपाच्या मतप्रणालीच्या प्रभावाखाली सुरंजन लहानाचा मोठा झाला होता. पण आता मात्र नाही. फार कशाला, त्यानं डाव्या विचारसरणीच्या लोकांनी हिंदूंना 'हरामखोर' अशा शिव्या देताना ऐकलं होतं.

सुरंजनचे डोळे धुरानं झोंबून त्यांतून पाणी आलं.
ते अश्रू दुःखाचे असतील, का केवळ धुरामुळं असतील?

अखेर आग विझून पुस्तकांची फक्त राख शिल्लक उरली, तेव्हा त्याला फार आनंद झाला. गेल्या काही दिवसांत आपल्या पुस्तकांतील बनावट कल्पनांची आणि तत्त्वांची त्याला फार चीड आली होती. शक्य झालं, तर सर्व शक्तीनिशी त्या तत्त्वांना लाथ घालावी, असं त्याला वाटलं पण एकट्यानं काय म्हणून त्या तत्त्वांना चिकटून राहायचं? बरेच लोक ज्ञानाच्या प्याल्यातून नुसता एखादा घोट घेतात, सगळं पिऊन नाही टाकत! आपण एकट्यानं ज्ञानाच्या झऱ्याला तोंड लावायची गरजच काय?

त्या सगळ्या यज्ञानंतर सुरंजनला झोपावंसं वाटलं. पण कितीही प्रयत्न केला, तरी झोप येत नव्हती.

तो रत्नाचा विचार करत राहिला. तो बऱ्याच दिवसांत तिला भेटला नव्हता. ती कशी होती, कोण जाणे. त्याला वाटलं, रत्नाचे गर्द काळेभोर डोळेच इतके भाव व्यक्त करायचे, की तिला काही बोलायची गरजच नव्हती. तिला नक्कीच वाटत असेल, कधी तरी सुरंजन आपलं दार वाजवेल. मग ते दोघं चहा पीत एकमेकांच्या आयुष्याबद्दल गप्पा मारतील.

अंथरुणावर पडल्या पडल्या सुरंजननं ठरवलं, आज संध्याकाळी काही झालं तरी तिच्याकडे जायचं. तिला सांगायचं,

'नेहमी नेहमी मीच काय म्हणून भेटायला यायचं? इतरांना यावंसं वाटत नाही का कधी?'

सुरंजनला काही तरी वेगळंच वाटत होतं. असं वाटत होतं, की एखाद्या उदासवाण्या संध्याकाळी रत्ना अचानक आपल्याकडे येईल आणि म्हणेल,

'मला फार ओकंबोकं वाटतंय सुरंजन, म्हणून मी म्हटलं, तुला येऊन भेटावं.'

गेल्या कित्येक दिवसांत सुरंजनचं कुणी चुंबन घेतलं नव्हतं. परवीन घ्यायची. त्याला घट्ट मिठी मारून म्हणायची,

'तू माझा आहेस, फक्त माझा. आज मी तुझे शंभर मुके घेणार आहे.'

तेवढ्यात कधी अचानक किरणमयी खोलीत शिरली, तर दोघं घाईनं दूर व्हायचे. पण एवढं सगळं होऊन शेवटी परवीननं एका मुसलमानाशी लग्न केलं, या आशेनं की सगळे प्रश्न सुटतील.

रत्नाच्या बाबतीत जातीपातीचा प्रश्न नव्हता. आपलं हे दुःखी आयुष्य तो तिच्या पायांशी नेऊन ठेवणार होता. आज काही झालं, तरी तिची गाठ घ्यायचीच, असं त्यानं ठरवलं. आज चांगली स्वच्छ अंघोळ करायची, सगळा मळ धुऊन

काढायचा आणि स्वच्छ शर्ट घालून रत्नाकडे जायचं.

इतक्यात दारावर थाप पडली. त्यानं दार उघडलं, तर दारात रत्ना उभी. ती सुंदर दिसत होती. चमचमती साडी नेसलेली, हातभर बांगड्या... ती हलली की किणकिण आवाज यायचा. ती हसली. तिचा नाजूकपणा, तिचं सौंदर्य बघून तो भारून गेला.

"ये ना... आत ये..." असं म्हणून तिला आत घेत असतानाच त्यानं पाहिलं, एक उमदा देखणा तरुण तिच्यामागं उभा होता.

हिला कुठं बस म्हणून सांगावं? खोलीत इतका प्रंचड पसारा होता. त्यानं त्यांतलीच एक मोडकी खुर्ची तिला बसायला दिली. रत्ना हसून म्हणाली,

"ओळखा बरं, मी कुणाला बरोबर आणलंय, ते."

सुरंजन अजून रत्नाच्या भावाला भेटलेला नव्हता. हा तरुण तिचा भाऊ आहे, की काय? इतक्यात रत्नाचा आवाज तिच्या त्या हातभर बांगड्यांसारखाच किणकिणला,

"हे हुमायून, माझे पती."

सुरंजनच्या हृदयात एक प्रचंड वादळ उठलं. त्यानं जगण्याकरता ज्या अखेरच्या वृक्षाला धरून राहायचं ठरवलं होतं, तो मुळापासून उन्मळून पडला, तोही त्याच्या डोळ्यांदेखत! आपलं वाया गेलेलं आयुष्य परत वळणावर आणावं, रत्नाशी संसार मांडावा, अशी आशा तो करत होता आणि इथं ती आपल्या मुसलमान नवऱ्याला घेऊन आली होती.

सुरंजनचा चेहरा संतापानं काळा ठिक्कर पडला. आपण काही या आपल्या दरिद्री, कळाहीन खोलीत बसून रत्नाशी आणि तिच्या त्या देखण्या, आणि (बहुधा) श्रीमंत नवऱ्याशी गप्पा मारणार नाही, असं त्यानं ठरवलं.

त्याला त्यांच्याशी हस्तांदोलन करून 'परत एकदा या हं' वगैरे बोलायची देखील इच्छा नव्हती. खड्ड्यात गेली ती सामाजिक सभ्यता! तो ताडकन आपल्या पाहुण्यांकडे वळून म्हणाला,

"हे बघा, मला जरा तातडीचं काम आहे. मला तुमच्याशी बोलायला वेळ नाही."

त्यांच्या चेहऱ्यांवर आश्चर्य आणि संताप दोन्ही उमटले आणि असं अचानक आल्याची क्षमा मागून ते निघून गेले.

सुरंजननं दार आदळून बंद केलं आणि तो दाराला पाठ लावून उभा राहिला.

तो तसाच निश्चलपणे बराच वेळ उभा होता. अखेर किरणमयी खोलीत आली आणि तो दचकला. ती म्हणाली,

"तू उसने पैसे आणले होतेस, ते परत केलेस का?"

तो 'उसने' शब्द जहरी, बोचरा होता.

तो रागानं काही उत्तर न देता किरणमयीकडे पाहत राहिला.

सुरंजनला घुसमटल्यासारखं वाटत होतं. त्याला आपली खोली एखाद्या लोखंडी पेटीसारखी वाटत होती, त्यातून सुटकेचा काही मार्गच नव्हता. तो बराच वेळ व्हरांड्यात फिरत राहिला पण मुसळधार पावसासारखं त्याच्या मनात औदासीन्यानं ग्रासलं होतं. ते काही थांबवता येईना.

किरणमयी कपभर चहा घेऊन आली. तिनं तो न बोलता टेबलावर ठेवला व ती नेहमीसारखी निघून गेली.

सुरंजननं चहा घेतलाच नाही. तो जरा वेळ अंथरुणात पडून राहिला आणि नंतर परत उठला.

आपण त्या ब्रिजपाशी जाऊन तो देह एकदा नजरेखालून घालावा का?

या नुसत्या विचारानंच त्याला अस्वस्थ वाटलं. घराबाहेरच्या गटारात एक मृतदेह वाहत आला आहे, असं दृश्य त्याच्या डोळ्यांसमोर तरळलं. सगळं घर एखाद्या साचलेल्या जुनाट डबक्यासारखं शांत होतं. पाण्यातले किडे जसे पाण्याच्या पृष्ठभागावर चालतात, तशी घरातली तिन्ही माणसं त्या मोडकळीला आलेल्या जागेत फिरत होती, एकमेकांशी न आपटता, जराही संबंध न ठेवता.

अचानक किरणमयीनं घराच्या शांततेचा भंग केला. ती जोरजोरात हुंदके देऊन रडू लागली. तिचं ते रडणं पृथ्वीच्या गर्भातून येत असल्यासारखं वाटत होतं. तिच्या रडण्याचा आवाज इतका तीव्र, इतका असह्य होता, की सुधामयबाबू त्या धक्क्यानं उठून बसले आणि सुरंजन धावतच तिथं आला. त्यानं पाहिलं, तरी भिंतीला डोकं टेकून ओक्साबोक्शी रडत होती. हे अश्रू असे सहजासहजी थोपवता येण्यासारखे नाहीत, हे सुरंजनला ठाऊक होतं. कारण दिवसरात्र तिनं आपल्या आसवांना आवर घातलेला होता, पण तो बंधारा आता फुटला होता, आता ते अश्रू पूर्णपणे वाहून जाण्याची वाट बघणंच फक्त हातांत होतं.

सुधामयबाबू मान खाली घालून बसून राहिले. तिचा तो दारुण शोक त्यांचं काळीज चिरीत गेला, त्यांना असहाय वाटू लागलं.

ती तशीच हुंदके देऊन रडत राहिली, पण तिला तिच्या रडण्याचं कारण कुणी विचारलं नाही, कुणीही तिचं सांत्वन केलं नाही, कुणी करू शकतच नव्हतं.

सुरंजन खोलीच्या दारात उभा होता. आता तो मुकाट्यानं आत शिरला, आपल्या पावलांच्या आवाजानं किरणमयीचे अश्रू थांबायला नकोत, म्हणून. त्याच्या स्वप्नातल्या घराचे तुकडे निघळून पडले होते, त्याची राखरांगोळी झाली होती. किरणमयीनं जसं रडण्यानं सगळ्यांना धक्का दिला होता, तसाच परत एकवार सुरंजननं दिला, त्याच्याही तोंडून वेदनेचा चीत्कार बाहेर पडला.

"बाबा..."

सुधामयबाबूंनी त्याच्याकडे पाहिलं, त्यांना प्रचंड धक्का बसला होता.

सुरंजननं वडिलांचे हात आपल्या हातांत घेतले आणि त्यांची विनवणी करत म्हणाला,

"बाबा, रात्रभर मी फक्त एकाच गोष्टीचा विचार करत होतो. तुम्ही माझं म्हणणं कधी ऐकणार नाही, हे मला माहीत आहे, पण, बाबा, मी तुमच्यापुढं भीक मागतो, प्लीज, बाबा, प्लीज, आपण इथून जाऊ या."

सुधामयबाबू म्हणाले,

"कुठं?"

"भारतात."

"भारतात?"सुधामयबाबूंच्या चेहऱ्यावर तिरस्कार दिसत होता. जशी काही आपल्या मुलानं शिवीच दिली असावी, जणू काही हा शब्द आपल्या मुलानं उच्चारला तरी कसा, असं वाटत होतं त्यांना.

किरणमयीचं रडणं हळूहळू थांबलं. तिचं शरीर अजूनही थरथर कापत होतं, ती जमिनीवर कोसळली.

सुधामयबाबू अजूनही घृणेनं बघत होते.

"भारत हे तुझ्या वडिलांचं घर की आजोबांचं? तुझ्या कुटुंबापैकी कोण भारतात राहतं? तुला तुझ्या मातृभूमीपासून पळ काढायचाय... तुला त्याची लाज नाही वाटत?"

"कुठल्या मातृभूमीच्या गोष्टी करताय, बाबा? या देशानं तुम्हांला काय दिलं? काय देतोय ? मायाला काय दिलंय तुमच्या या देशानं? माँवर रडायची पाळी का आली आहे? तुम्ही का रात्रभर कण्हत असता? मला झोप का नाही लागत?"

"दंगे सगळ्या देशामध्ये उसळतात. भारतात दंगे नाहीत का? तिथं लोक मरत नाहीत? किती लोक मृत्युमुखी पडले, याची तुला कल्पना आहे का?"

"हे जर दंगे असते, तर मी समजू शकलो असतो, बाबा, पण हे दंगे नाहीत. ही केवळ मुसलमानांनी हिंदूंची कत्तल चालवली आहे."

"वा, आता स्वत:ला तू हिंदू म्हणवून घेतोस?"

सुधामयबाबूंनी अत्यंत व्याकूळ होऊन उठून बसायचा प्रयत्न केला.

सुरंजननं त्यांना मागं ढकललं आणि परत विनवण्या करायला सुरुवात केली.

"आपण स्वत:ला कितीही जरी नास्तिक, मानवतावादी म्हणवून घ्यायचं म्हटलं, तरी बाहेरचे लोक आपल्याला हिंदूच म्हणणार. हरामखोर म्हणणार. जितकं म्हणून आपण या देशावर प्रेम करावं, त्याला आपलं मानावं, तितकं आपल्याला दूर कोपऱ्यात ढकलण्यात येणार. जितकं आपण या देशातल्या

लोकांवर प्रेम करावं, तितकं ते आपल्याला वाळीत टाकणार. आपण त्यांच्यावर विश्वास टाकू शकत नाही, बाबा. तुम्ही त्यांच्यांतल्या कित्येकांवर फुकट उपचार केलेत, पण आता तुमच्या संकटांच्या वेळी त्यांतले किती जण आधार द्यायला आले? आज नाही, तर उद्या कधी तरी आपल्यालाही पाण्यात फेकून देऊन मरायला सोडणार हे लोक. प्लीज, बाबा आपण जाऊ...''

''माया परत येईल.''

''माया येणार नाही, बाबा. नाही येणार ती आता कधी.'' सुरंजनचा आवाज दु:खानं जड झाला.''

सुधामयबाबू परत अंथरुणावर पडले. त्यांचं शरीर हतबल झालं, ते पुटपुटू लागले,

''मी जर मायाचंही रक्षण करू शकलो नाही, तर मी आता कुणाचं रक्षण करणार?''

''आपलं सगळ्यांचं. आपण जे गमावून बसलोच आहोत, त्याचा शोक करत मागे थांबायचं का? आणि या असल्या संकटांच्या काळात? आपल्याला कशाचीही शाश्वती नाही, काहीच नाही, चला, आपण इथून जाऊ या.''

''आणि तिथं काय करायचं?''

''काहीही. इथं तरी काय करतोय? तुमचं काय फार छान चाललंय का? आपण सुखी आहोत का?''

''पण मुळापासून उखडून टाकलेलं जिणं होईल ते...''

''त्या मुळांचं तुम्ही काय करणार आहात, बाबा? तुमची मुळं जर इतकी पक्की असतील, तर मग तुम्ही बंद दारं-खिडक्यांआड का लपताय? हे असंच कायम जगणार का तुम्ही? आपली घरं फोडणं, आपल्याला ठार करणं ही त्यांची सवयच होऊन बसली आहे. मला हे असं उंदरांसारखं जगायची लाज वाटते, बाबा. माझं मन विदीर्ण होतं. पण माझे हात बांधलेले आहेत. मला जेव्हा संताप येतो, तेव्हा मी त्यांची थोडी-फार घरं पेटवून देऊ शकेन का? मग आपण आपला अपमान होताना, आपला विध्वंस होताना नुसतं बघत का बसायचं? जर एखाद्या मुसलमानानं मला थप्पड मारली, त्याला उलट थप्पड मारायचा हक्क मला का नसावा? नाही, बाबा, आपण इथून दूर जाऊ या, दूर जाऊ या.''

''परिस्थिती आता पुष्कळ सुधारते आहे. तू इतकी काळजी का करतोस? भावनांच्या भरात वाहून जाऊ नको.''

''परिस्थिती सुधारते आहे? ह्या निव्वळ भूलथापा आहेत. अंतर्यामी हे क्रौर्य आणि हा दुष्टावा कायमच राहणार. ते दात आणि नख्या काढून दबा धरून बसतात आपल्याला जाळ्यात पकडायला आणि आपल्याला शंका देखील येत नाही. तुम्ही

तुमच्या धोतराऐवजी पायजमा का बरं वापरायला लागलात? धोतर नेसण्याचं स्वातंत्र्य तुम्हांला का नसावं? चला इथून दूर...''

सुधामयबाबू संतापून ओरडले,

''नाही. मी येणार नाही. तुला जायचं, तर तू जा.''

''तुम्ही येणार नाही?''

''नाही,'' असं म्हणून सुधामयबाबूंनी तिरस्कारानं मान फिरवली.

''बाबा, मी परत एकदा विचारतोय... चला, इथून जाऊ...'' सुरंजन गयावया करत म्हणाला.

सुधामयबाबू ठामपणे म्हणाले,

''नाही.''

तो 'नाही' शब्द लोखंडी गजासारखा सुरंजनच्या पाठीवर आदळला.

सुरंजनला ठाऊकच होतं, की आपल्या प्रयत्नांना काही यश येणार नाही. सुधामयबाबू फार हट्टाग्रही होते, आपल्या कल्पनांशी पक्के होते. त्यांना आपल्या निश्चयापासून कोणीही ढळवू शकलं नसतं. ते एक वेळ लाथा-बुक्क्या खातील, पण त्यांना आपल्या मातृभूमीवरून मुळापासून उखडून कोणीही टाकू शकणार नाही. त्या मातीतले काटे, विंचू त्यांना दंश करतील, पण तरीही ते त्या मातीतच जाऊन पडतील.

किरणमयी आता रडायची थांबून कोपऱ्यातल्या राधाकृष्णाच्या चित्राकडे एकटक समाधी लागल्यासारखी बघत बसली होती. ती जणू काही कृष्णभगवानाची प्रार्थनाच करत होती. या चिंता, काळज्या, असुरक्षितता, छळ आणि मृत्यूपासून मुक्त अशा नव्या आयुष्यासाठी प्रार्थना करत होती.

निराशेच्या लोंढ्यात सुरंजन तेवढा एकटा वाहून चालला होता.

रात्र झाली. परत एकदा मध्यरात्री एकटेपणाच्या जाणिवेनं त्याला घेरलं. आता कुणीच, आपलं म्हणावं असं उरलं नव्हतं. ज्याच्यावर अवलंबून राहावं असं अक्षरश: कुणीच नव्हतं. आपल्याच देशात तो परका झाला होता. त्याची स्वत:ची या जगाविषयीची समजूत, त्याविषयीचं ज्ञान आणि त्याविषयीची जाणीव हरपत चालली होती. जसे काही सगळे मार्गच खुंटले होते.

जणू काही प्रत्येक जणच आयुष्याचा भयानक रीतीनं शेवट होण्याची वाट बघत होता. आता त्याच्या छातीची धडधड मायासाठी नव्हे, तर स्वत:बद्दलच्या भीतीनं वाढली. हे सगळेच एकाकी होते, अगदी एकटे. नातेवाईक आणि मुसलमान मित्र कधीकधी भेटीला यायचे, पण या देशात राहणं सुरक्षित असल्याची हमी त्यांच्यांतला कोणीही देऊ शकत नव्हता. असं कुणीच म्हणत नव्हतं,

''काळजी करू नका. घाबरू नका. तुम्ही सुखानं चाला, निर्भयपणे काम करा, खळखळून हसा आणि निर्धास्त झोपा.''

रात्रभर सुरंजन अंथरुणात तळमळत पडला होता.

○

१३

अखेर बऱ्याच उशिरा सुरंजनला झोप लागली. झोपेत त्याला एक विचित्र स्वप्न पडलं.

तो एका नदीकाठानं एकटाच चालला होता. चालता चालता एक प्रचंड लाट आली आणि त्याला खोलात ओढून घेऊन गेली. तो भोवऱ्यात सापडला होता आणि हळूहळू बुडत होता. त्याला जगायचं होतं, पण त्याला काठावर खेचून न्यायला कुणीच नव्हतं. त्या अथांग पाण्यात बुडत असतानाच आपल्याला घाम फुटल्याचं सुरंजनच्या लक्षात आलं.

त्याच वेळी एका हलक्या हातानं त्याला स्पर्श करून उठवलं. त्या पाण्याच्या भोवऱ्यात बुडत असताना घाबरलेल्या मन:स्थितीत, जवळपास आपल्या हाका ऐकायला कुणी नसताना, अगदी अखेरच्या क्षणी त्याला जाणवलं, की एक हात आपल्याला वाचवायला पुढं आला आहे.

त्यानं सर्व शक्तीनिशी तो हात पकडला.

आता तो पूर्ण जागा झाला, त्यानं पाहिलं, त्यानं जो हात घट्ट पकडला होता, तो सुधामयबाबूंचा बळकट हात होता.

आपल्या पत्नीच्या मदतीनं सुधामयबाबू सुरंजनच्या पलंगापर्यंत चालत आले होते. सुरंजनचं झोपेत स्वप्न बघत असतानाचं ओरडणं ऐकून. आता आपल्या मुलाला धरून ते बसले असताना त्यांचे डोळे नव्या तेजानं चमकत होते.

"बाबा...?"

सुरंजनच्या मनात एक मूक प्रश्न घर करून राहिला होता.

पहाट व्हायला लागली होती. खिडकीच्या फटीतून सूर्याचे किरण आत येत होते.

सुधामयबाबू म्हणाले,

"चल, आपण इथून निघून जाऊ या."

सुरंजनला आश्चर्य लपवता येईना. तो म्हणाला,

"आपण कुठं जायचं, बाबा?"

सुधामयबाबू म्हणाले,

"भारतात."

- आणि लज्जेनं त्यांचा आवाज चिरकला.

पण त्यांनी अखेर ते शब्द उच्चारले होते, जिवाच्या करारानं ते बाहेर पडले होते.

आपण इथून निघून जाऊ, असं म्हणायला त्यांनी स्वत:ला भाग पाडलं होतं आणि त्याशिवाय दुसरा इलाज नाही, हेही त्यांना कळून चुकलं होतं, कारण त्यांनी आपल्या मनात उभा केलेला प्रचंड पर्वत कणाकणाने ढासळत चालला होता.

◯

www.ingramcontent.com/pod-product-compliance
Lightning Source LLC
LaVergne TN
LVHW021807060526
838201LV00058B/3275